രാഷ്ട്രങ്ങൾക്കുവേണ്ടിയു ള്ള വിടവിൽ നിൽക്കൽ

- സ്വാധീനത്തിന്റെ ഏഴ് പർവതങ്ങൾക്കായുള്ള 320 തന്ത്രപരമായ പ്രാർത്ഥന പോയിന്റുകൾ

സഭയ്ക്കും നേതാക്കൾക്കും, ജനതകളിൽ ദൈവരാജ്യ സ്ഥാപനത്തിനും വേണ്ടിയുള്ള 40 ദിവസത്തെ മധ്യസ്ഥത കാവൽ.

നേഷൻസ് സീരീസിനായി 10 ദശലക്ഷം മധ്യസ്ഥരെ അണിനിരത്തുന്നു | 2

എഴുതിയത്

സക്കറിയാസ് ഗോഡ്സീഗിൾ ;

അംബ് . MO Ogbe ;

സി . ലാഡി ഓഗ്ബെ ;

Table of Contents

പകർപ്പവകാശം © പേജ്

രാഷ്ട്രങ്ങൾക്കുവേണ്ടിയുള്ള വിടവിൽ നിൽക്കൽ
സ്വാധീനത്തിന്റെ ഏഴ് പർവതങ്ങൾക്കായുള്ള 320 തന്ത്രപരമായ പ്രാർത്ഥന പോയിന്റുകൾ - സഭയ്ക്കും നേതാക്കൾക്കും രാഷ്ട്രങ്ങളിൽ ദൈവരാജ്യത്തിന്റെ സ്ഥാപനത്തിനും വേണ്ടിയുള്ള 40 ദിവസത്തെ മധ്യസ്ഥത.

നേഷൻസ് സീരീസിനായി 10 ദശലക്ഷം മധ്യസ്ഥരെ അണിനിരത്തുന്നു | 2

രചയിതാക്കൾ
സക്കറിയാസ് ഗോഡ്സീഗിൾ
അംബാസഡർ തിങ്കളാഴ്ച ഒ. ഒഗ്ബെ
കംഫർട്ട് ലാഡി ഒഗ്ബെ

പ്രസാധകൻ
സക്കറിയാസ് ഗോഡ്സീഗിളും ഗോഡ്സീഗിൾ
മിനിസ്ട്രികളും
പ്രസിദ്ധീകരിച്ചത് : **സക്കറിയാസ്**
ഗോഡ്സീഗിൾ
ബന്ധപ്പെടുക - https://www.otakada.org
അംബാസഡർ@otakada.org
ടെൽ/എസ്എംഎസ് +13024922440;
വാട്ട്സ്ആപ്പ് +2348032835348

സ്ക്രിപ്റ്റ് അറിയിപ്പ്
മറ്റുവിധത്തിൽ സൂചിപ്പിച്ചിട്ടില്ലെങ്കിൽ, സാധാരണയായി ഉപയോഗിക്കുന്ന ഇംഗ്ലീഷ് വിവർത്തനങ്ങളിൽ നിന്നാണ് തിരുവെഴുത്ത് ഉദ്ധരണികൾ എടുത്തിരിക്കുന്നത്.
വ്യക്തതയ്ക്കും ഭക്തിപരമായ ശ്രദ്ധയ്ക്കും വേണ്ടി സ്ഥലങ്ങളിൽ ഊന്നൽ ചേർത്തിട്ടുണ്ട്.

പ്രിന്റിംഗ് വിവരങ്ങൾ
അമേരിക്കൻ ഐക്യനാടുകളിൽ അച്ചടിച്ച
ആദ്യ പതിപ്പ്

സമർപ്പണം

തന്റെ ജനത്തിനുവേണ്ടി നിരന്തരം മദ്ധ്യസ്ഥത വഹിക്കുന്ന നിത്യ മഹാപുരോഹിതനായ **കർത്താവായ യേശുക്രിസ്തുവിനാണ്** സമർപ്പിച്ചിരിക്കുന്നത് .

പരിശുദ്ധാത്മാവിനോടുള്ള നന്ദിയോടെയാണ് ഇത് അർപ്പിക്കുന്നത് , അവന്റെ മാർഗനിർദേശവും ബോധ്യവും ശക്തിയും എല്ലാ യഥാർത്ഥ മദ്ധ്യസ്ഥതയും സാധ്യമാക്കുന്നു.
സഭയ്ക്കും ജനതകൾക്കും വേണ്ടി വിശ്വസ്തതയോടെ നിലകൊള്ളുന്ന ലോകമെമ്പാടുമുള്ള നിരവധി വിശ്വാസികൾക്കായി ഞാൻ ഈ കൃതി സമർപ്പിക്കുന്നു. നിങ്ങളുടെ പ്രാർത്ഥനകൾ, പലപ്പോഴും കാണപ്പെടാത്തതും മനുഷ്യർ കേൾക്കാത്തതും, ദൈവം അറിയുകയും ബഹുമാനിക്കുകയും ചെയ്യുന്നു.

ഒടുവിൽ, ഈ പുസ്തകം എന്റെ കുടുംബത്തിന് സമർപ്പിക്കുന്നു, അവരുടെ പിന്തുണയും ക്ഷമയും പ്രോത്സാഹനവും വർഷങ്ങളായി ഈ നിയമനത്തെ നിലനിർത്തി.

പ്രാർത്ഥനയുടെ ഭാരം വഹിക്കുന്ന എല്ലാവരെയും ഈ വിഭവം

ശക്തിപ്പെടുത്തുകയും ഭൂമിയിൽ ദൈവത്തിന്റെ ഉദ്ദേശ്യങ്ങൾക്കായി വിടവിൽ എഴുന്നേറ്റു നിൽക്കാൻ ഇനിയും അനേകരെ പ്രചോദിപ്പിക്കുകയും ചെയ്യട്ടെ.

അംഗീകാരങ്ങൾ

പിതാവായ ദൈവത്തിനും, കർത്താവായ യേശുക്രിസ്തുവിനും, പരിശുദ്ധാത്മാവിനും ഞാൻ എന്റെ അഗാധമായ നന്ദി പറയുന്നു . അവന്റെ കൃപയും നിരന്തരമായ നടത്തിപ്പും ഇല്ലായിരുന്നെങ്കിൽ, ഈ യാത്രയിൽ ഒന്നും സാധ്യമാകുമായിരുന്നില്ല.
2006 ൽ ഈ യാത്ര ആരംഭിച്ച സംഭവങ്ങളിൽ എന്റെ കുടുംബത്തിന് , പ്രത്യേകിച്ച് എന്റെ ഭാര്യയ്ക്ക് ഞാൻ അങ്ങേയറ്റം നന്ദിയുണ്ട് , അവരുടെ ശക്തിയും വിശ്വാസവും സ്ഥിരോത്സാഹവും ഈ നിയമനം നേടിയെടുക്കുന്നതിനുള്ള വാതിലായി മാറി. വർഷങ്ങളായി നിങ്ങളുടെ പിന്തുണയും ക്ഷമയും എനിക്ക് നിരന്തരമായ പ്രോത്സാഹനത്തിന്റെ ഉറവിടമാണ്.

നിരവധി വിശ്വാസികളെയും മധ്യസ്ഥരെയും ഞാൻ അഭിനന്ദിക്കുന്നു . ഈ വ്യക്തികളിൽ പലരും ലോകത്തിന് കാണപ്പെടാത്തവരും അജ്ഞാതരുമായി തുടരുന്നു, എന്നിട്ടും സഭയ്ക്കും രാഷ്ട്രങ്ങൾക്കും വേണ്ടിയുള്ള ഈ മധ്യസ്ഥത നിലനിർത്തുന്നതിൽ അവരുടെ പ്രാർത്ഥനകൾ നിർണായകമാണ്.

പാസ്റ്റർമാർക്കും, സഭാ നേതാക്കൾക്കും, ശുശ്രൂഷകർക്കും എന്റെ നന്ദി .

രാജ്യവേലയോടുള്ള നിങ്ങളുടെ പ്രതിബദ്ധത ക്രിസ്തുവിന്റെ ശരീരത്തെ പ്രചോദിപ്പിക്കുകയും ശക്തിപ്പെടുത്തുകയും ചെയ്യുന്നു.

അവസാനമായി, ഈ ഗൈഡിന്റെ ഉപയോഗത്തിലൂടെ ഈ പ്രാർത്ഥനാവേളയിൽ പങ്കെടുക്കുന്ന എല്ലാവർക്കും ഞാൻ നന്ദി പറയുന്നു. കർത്താവ് നിങ്ങളുടെ കൈകളെ ശക്തിപ്പെടുത്തുകയും, നിങ്ങളുടെ വിശ്വാസം ആഴപ്പെടുത്തുകയും, സഭയ്ക്കും ജനതകൾക്കും വേണ്ടിയുള്ള വിടവിൽ വിശ്വസ്തതയോടെ നിൽക്കാൻ നിങ്ങളെ ശക്തിപ്പെടുത്തുകയും ചെയ്യട്ടെ.

അംബാസഡർ തിങ്കളാഴ്ച ഒ. ഒഗ്ബെ
സക്കറിയാസ് ഗോഡ്സീഗിൽ

പുസ്തകത്തെക്കുറിച്ച് - രാഷ്ട്രങ്ങൾക്കുവേണ്ടിയുള്ള വിടവിൽ നിൽക്കുന്നു

സ്വാധീനത്തിന്റെ ഏഴ് പർവതങ്ങൾക്കായുള്ള 320 തന്ത്രപരമായ പ്രാർത്ഥന പോയിന്റുകൾ

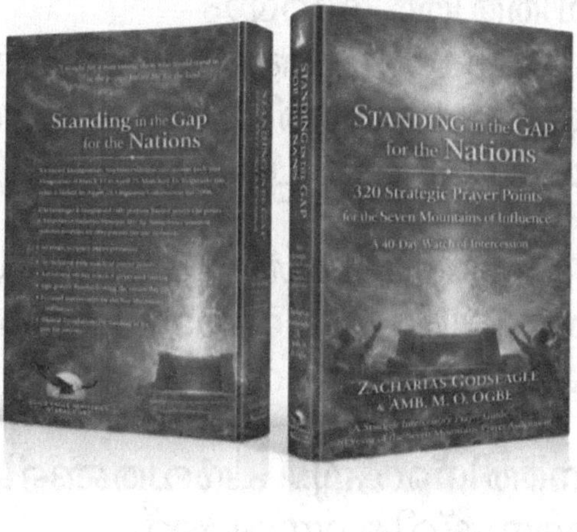

സഭയ്ക്കും നേതാക്കൾക്കും, ജനതകളിൽ ദൈവരാജ്യ സ്ഥാപനത്തിനും വേണ്ടിയുള്ള 40 ദിവസത്തെ മധ്യസ്ഥത കാവൽ.

നേഷൻസ് സീരീസിനായി 10 ദശലക്ഷം മധ്യസ്ഥരെ അണിനിരത്തുന്നു | 2

ഇരുപത് വർഷത്തിലേറെയായി, മധ്യസ്ഥതയിലേക്കുള്ള ഒരു പ്രവാചക വിളി സഭയ്ക്ക് ഒരു സവിശേഷ പ്രാർത്ഥനാ നിയോഗമായി മാറിയിരിക്കുന്നു. 2006-ൽ, വ്യക്തിപരമായി വളരെ പ്രതിസന്ധി നിറഞ്ഞ ഒരു കാലഘട്ടത്തിൽ, ഭാര്യ ലണ്ടനിൽ ജീവന് ഭീഷണിയായ ഒരു മെഡിക്കൽ അടിയന്തരാവസ്ഥയ്ക്ക് വിധേയനായപ്പോൾ, **അംബാസഡർ തിങ്കളാഴ്ച ഒ. ഒഗ്ബെക്ക്** കർത്താവുമായുള്ള ആഴത്തിലുള്ള ഒരു കൂടിക്കാഴ്ച അനുഭവപ്പെട്ടു. അനിശ്ചിതത്വത്തിന്റെയും കീഴടങ്ങലിന്റെയും ആ നിമിഷത്തിൽ, കർത്താവ് അദ്ദേഹത്തിന്റെ ഹൃദയത്തിൽ വ്യക്തമായ ഒരു കൽപ്പന നൽകി:

ജനതകളുടെ നേതാക്കൾ സ്വാധീനത്തിന്റെ പർവതങ്ങളിൽ എവിടെയായിരുന്നാലും അവർക്കുവേണ്ടി പ്രാർത്ഥിക്കുക."

സ്വാധീനത്തിന്റെ ഏഴ് പർവതങ്ങളിൽ സേവനമനുഷ്ഠിക്കുന്നവർക്ക് :

• മതം
• കുടുംബം • വിദ്യാഭ്യാസം • സർക്കാർ • മാധ്യമവും ആശയവിനിമയവും • കലയും

സംസ്കാരവും • ബിസിനസും സാമ്പത്തിക ശാസ്ത്രവും

ഈ മേഖലകളാണ് സമൂഹങ്ങളുടെയും രാഷ്ട്രങ്ങളുടെയും മൂല്യങ്ങളെയും ദിശയെയും തീരുമാനങ്ങളെയും രൂപപ്പെടുത്തുന്നത്. വിശ്വാസികൾ ഈ മേഖലകൾക്കായി തന്ത്രപരമായി പ്രാർത്ഥിക്കുമ്പോൾ, ഭൂമിക്കുള്ളിലെ ദൈവത്തിന്റെ പരിവർത്തന പ്രവർത്തനത്തിൽ അവർ പങ്കുചേരുന്നു.

2006 മുതൽ , മാർച്ച് 17 മുതൽ ഏപ്രിൽ 25 വരെ എല്ലാ വർഷവും പ്രാർത്ഥനയുടെയും ഉപവാസത്തിന്റെയും ഈ പുണ്യകാലം വിശ്വസ്തതയോടെ ആചരിച്ചുവരുന്നു . വ്യക്തിപരമായ അനുസരണ പ്രവൃത്തിയായി ആരംഭിച്ചത് ക്രമേണ സഭയ്ക്കും ജനതകൾക്കും വേണ്ടി പ്രാർത്ഥിക്കാനുള്ള ഭാരം പങ്കിടുന്ന വിശ്വാസികൾ വഹിക്കുന്ന മധ്യസ്ഥ പ്രാർത്ഥനയുടെ തുടർച്ചയായ ഒരു നിരീക്ഷണമായി മാറി.

ഇരുപത് വർഷങ്ങൾക്ക് ശേഷം , അതേ നിയമനത്തിൽ പങ്കെടുക്കാൻ മറ്റുള്ളവരെ സഹായിക്കുന്നതിനായി ഈ ലഘുലേഖ തയ്യാറാക്കിയിരിക്കുന്നു. ലോകമെമ്പാടുമുള്ള 10 ദശലക്ഷം മധ്യസ്ഥരുടെ ഒരു പ്രസ്ഥാനത്തെ സംഘടിപ്പിക്കുക എന്ന ദർശനത്തോടെ, ഇത് 50-ലധികം ഭാഷകളിലേക്ക് വിവർത്തനം ചെയ്യപ്പെടുന്നു .

ദൈവമഹത്വത്തിനായുള്ള ഈ ആഗോള മദ്ധ്യസ്ഥ പ്രസ്ഥാനത്തിന്റെ ഭാഗമാകുക.
ഈ ഉറവിടം മധ്യസ്ഥതയ്ക്കുള്ള ഒരു ഘടനാപരമായ ചട്ടക്കൂട് നൽകുന്നു, അതിൽ ഇവ ഉൾപ്പെടുന്നു:

• 320 തന്ത്രപരമായ തിരുവെഴുത്ത് അടിസ്ഥാനമാക്കിയുള്ള പ്രാർത്ഥനാ പോയിന്റുകൾ
• 40 ദിവസത്തെ കേന്ദ്രീകൃത മധ്യസ്ഥത
• ഓരോ ദിവസവും എട്ട് പ്രാർത്ഥനാ വാച്ചുകൾ
• ദേശീയവും സാംസ്കാരികവുമായ പരിവർത്തനത്തിനായുള്ള ബൈബിൾ അടിത്തറകൾ
• സ്വാധീനത്തിന്റെ ഏഴ് പർവതങ്ങൾക്കായുള്ള ലക്ഷ്യമാക്കിയുള്ള പ്രാർത്ഥനകൾ

ഈ പ്രാർത്ഥനകൾ വെറും ഭക്തിപരമായ ചിന്തകളല്ല, മറിച്ച് ഗവൺമെന്റിന്റെ മധ്യസ്ഥതയാണ് - നേതാക്കൾ, സംസ്കാരങ്ങൾ, രാഷ്ട്രങ്ങൾ എന്നിവയ്ക്കായുള്ള ദൈവത്തിന്റെ വീണ്ടെടുപ്പ് ഉദ്ദേശ്യങ്ങളുമായി സഭയെ യോജിപ്പിക്കുന്ന പ്രാർത്ഥനകൾ.
വിശ്വാസികളെയും, മധ്യസ്ഥരെയും, പ്രാർത്ഥനാ ഗ്രൂപ്പുകളെയും, സഭകളെയും ഒരു

ഐക്യ ജാഗ്രതയിൽ പങ്കുചേരാൻ ഈ ലഘുലേഖ ക്ഷണിക്കുന്നു. അങ്ങനെ:

• സഭ വിശുദ്ധിയിലും, ഐക്യത്തിലും, ആത്മീയ അധികാരത്തിലും ഉയിർത്തെഴുന്നേൽക്കും
• സ്വാധീനത്തിന്റെ പർവതനിരകളിലൂടെയുള്ള നേതാക്കൾ ദൈവത്തിന്റെ ജ്ഞാനം കണ്ടെത്തും • ഇതുവരെ വിശ്വസിക്കാത്തവരിലേക്ക് സുവിശേഷം എത്തിച്ചേരും • ദൈവരാജ്യം ജനതകളിൽ സ്ഥാപിക്കപ്പെടും

ആ ആഹ്വാനം തുടക്കത്തിലേതുപോലെ തന്നെ ഇന്നും നിലനിൽക്കുന്നു:
വിടവിൽ നിൽക്കുക.
വിശ്വസ്തമായ പ്രാർത്ഥനയിലൂടെ,
ദൈവഹിതം സ്വർഗ്ഗത്തിലെപ്പോലെ
ഭൂമിയിലും ആകട്ടെ .

ശാലോം.
സക്കറിയാസ് ഗോഡ്സീഗിൽ
അംബ് . MO Ogbe
C. Ladi ഒഗ്ബെ
ദൈവത്തിന്റെ കഴുകൻ ശുശ്രൂഷകൾ
https://www.otakada.org
അംബാസഡർ@otakada.org

അഡ്വാൻസ് റീഡർ അവലോകനങ്ങൾ

മധ്യസ്ഥരിൽ നിന്നുള്ള ശബ്ദങ്ങൾ

"രാഷ്ട്രങ്ങൾക്കുവേണ്ടിയുള്ള വിടവിൽ നിൽക്കുക എന്നത് ഒരു പ്രാർത്ഥനാ വഴികാട്ടിയേക്കാൾ കൂടുതലാണ് - ഇത് ആത്മീയ ഭരണത്തിനായുള്ള ഒരു തന്ത്രപരമായ മാനുവലാണ്. ഘടനാപരമായ വാച്ചുകൾ, തിരുവെഴുത്ത് അടിസ്ഥാനങ്ങൾ, ഏഴ് പർവതങ്ങൾക്കായുള്ള ലക്ഷ്യം വച്ചുള്ള പ്രാർത്ഥനകൾ എന്നിവ ഇതിനെ ഗൗരവമുള്ള മധ്യസ്ഥർക്കുള്ള ശക്തമായ ഉപകരണമാക്കി മാറ്റുന്നു."
— സീനിയർ പാസ്റ്ററും രാജ്യ നേതാവും

"ദശകങ്ങളുടെ പ്രാർത്ഥനാ അനുസരണത്തിന്റെ ഭാരം ഈ പുസ്തകം വഹിക്കുന്നു. പ്രാർത്ഥനകൾ ധീരവും, തിരുവെഴുത്തുപരവും, പ്രവചനപരവുമാണ്. വ്യക്തിപരമായ ആവശ്യങ്ങൾക്കപ്പുറം, രാഷ്ട്രങ്ങൾക്കായുള്ള ദൈവത്തിന്റെ ഉദ്ദേശ്യങ്ങളിലേക്ക്

പ്രാർത്ഥിക്കാൻ ഇത് വിശ്വാസികളെ സജ്ജരാക്കുന്നു."
— ആഗോള പ്രാർത്ഥനാ പ്രസ്ഥാന നേതാവ്

"ആഴത്തിലുള്ള ആത്മീയ യുദ്ധം, നേതൃത്വത്തിനായുള്ള മധ്യസ്ഥത, ആഗോള രാജ്യ ദർശനം എന്നിവ സംയോജിപ്പിക്കുന്ന ഒരു പ്രാർത്ഥനാ വിഭവം നമുക്ക് വളരെ അപൂർവമായി മാത്രമേ കണ്ടെത്താൻ കഴിയൂ. ഈ ഗൈഡ് വ്യക്തികളിലും പള്ളികളിലും ഒരുപോലെ പ്രാർത്ഥനയുടെ ഒരു പുതിയ തലത്തെ ജ്വലിപ്പിക്കും."
— അപ്പസ്തോലിക ശുശ്രൂഷാ നേതാവ്

"ഓരോ ദിവസവും എട്ട് പ്രാർത്ഥനാ യാമങ്ങളുള്ള 40 ദിവസത്തെ ഘടന, വിശ്വാസികളെ സ്വർഗ്ഗത്തിന്റെ അജണ്ടയുമായി യോജിപ്പിക്കുന്ന ഒരു അച്ചടക്കമുള്ള മധ്യസ്ഥതാ താളം സൃഷ്ടിക്കുന്നു. പ്രാർത്ഥനാ ഗ്രൂപ്പുകൾക്കും ശുശ്രൂഷകൾക്കും വേണ്ടിയുള്ള ശക്തമായ ഒരു ഉറവിടമാണിത്."
— ഇന്ററർസെസറി പ്രെയർ നെറ്റ്‌വർക്കിന്റെ ഡയറക്ടർ

"ദൈവവുമായുള്ള രചയിതാവിന്റെ കൂടിക്കാഴ്ചയും ഈ നിയമനത്തോടുള്ള രണ്ട്

പതിറ്റാണ്ടുകളുടെ പ്രതിബദ്ധതയും ഈ പുസ്തകത്തിന് അസാധാരണമായ അധികാരം നൽകുന്നു. ഇത് പ്രായോഗികവും ആഴത്തിലുള്ള പ്രവചനാത്മകവുമാണ്."
— ക്രിസ്ത്യൻ നേതൃത്വ ഉപദേഷ്ടാവ്

"രാഷ്ട്രങ്ങൾ പ്രക്ഷുബ്ധമായ ഒരു കാലഘട്ടത്തിൽ, വിശ്വാസികളെ പ്രാർത്ഥനയുടെ ബലിപീഠത്തിലേക്ക് തിരികെ വിളിക്കുന്ന ഇതുപോലുള്ള വഴികാട്ടികളെ സഭയ്ക്ക് ആവശ്യമാണ്. ഈ പ്രവൃത്തി ക്രിസ്തുവിന്റെ ശരീരത്തെ ഫലപ്രദമായി വിടവിൽ നിൽക്കാൻ സജ്ജമാക്കുന്നു."
— അന്താരാഷ്ട്ര മന്ത്രാലയ നേതാവ്

"ഈ ഗൈഡിലെ പ്രാർത്ഥനകൾ ആകസ്മികമോ നിഷ്ക്രിയമോ അല്ല. അവ ഗവൺമെന്റ് പ്രാർത്ഥനകളാണ് - നഗരങ്ങളെയും രാഷ്ട്രങ്ങളെയും കുറിച്ചുള്ള ദൈവത്തിന്റെ ഉദ്ദേശ്യങ്ങൾ പുറത്തുവിടുന്ന തിരുവെഴുത്തിൽ വേരൂന്നിയ ധീരമായ പ്രഖ്യാപനങ്ങൾ."
— മധ്യസ്ഥ പ്രാർത്ഥനാ കോർഡിനേറ്റർ

"ഞാൻ കണ്ടിട്ടുള്ളതിൽ വച്ച് ഏറ്റവും സമഗ്രമായ പ്രാർത്ഥനാ മാനുവലുകളിൽ ഒന്നാണിത്. സെവൻ മൗണ്ടൻസ് ചട്ടക്കൂടും

അച്ചടക്കമുള്ള പ്രാർത്ഥനാ വാച്ചുകളും സംയോജിപ്പിക്കുന്നത് അസാധാരണമാണ്."
— ക്രിസ്ത്യൻ എഴുത്തുകാരനും പ്രാർത്ഥനാ തന്ത്രജ്ഞനും

"നിങ്ങൾ ഒരു മദ്ധ്യസ്ഥനോ, ഒരു സഭാ നേതാവോ, അല്ലെങ്കിൽ ഒരു പ്രാർത്ഥനാ പ്രസ്ഥാനത്തിന്റെ ഭാഗമോ ആണെങ്കിൽ, ഈ പുസ്തകം നിങ്ങളുടെ പ്രാർത്ഥനാ ജീവിതത്തിലെ ഒരു സന്തത സഹചാരിയായിത്തീരും."
— പാസ്റ്ററും ചർച്ച് പ്ലാന്ററും

"തിരുവെഴുത്തുകളുടെ ആഴം, പ്രവചന പ്രഖ്യാപനങ്ങൾ, ഘടനാപരമായ ഉപവാസം എന്നിവ രാഷ്ട്രങ്ങളുടെ ഭാവി രൂപപ്പെടുത്തുന്നതിൽ ദൈവവുമായി പങ്കാളികളാകാൻ ആഗ്രഹിക്കുന്നവർക്ക് ഇതിനെ ഒരു ഗൗരവമേറിയ ആത്മീയ ഉപകരണമാക്കി മാറ്റുന്നു."
— ഗ്ലോബൽ മിഷൻസ് ലീഡർ

"രാഷ്ട്രങ്ങൾക്കുവേണ്ടിയുള്ള വിടവിൽ നിൽക്കുക എന്നത് വിശ്വാസികളെ അവരുടെ പൗരോഹിത്യ പങ്കിലേക്ക് തിരികെ

വിളിക്കുന്നു - ദൈവരാജ്യം ഭൂമിയിൽ സ്ഥാപിക്കപ്പെടുന്നതിനായി നേതാക്കൾക്കും, സമൂഹങ്ങൾക്കും, സംസ്കാരങ്ങൾക്കും വേണ്ടി പ്രാർത്ഥിക്കുക."
— ക്രിസ്ത്യൻ അധ്യാപകൻ

"ഈ പുസ്തകം പ്രാർത്ഥന പഠിപ്പിക്കുക മാത്രമല്ല - അത് മധ്യസ്ഥതയെ സജീവമാക്കുന്നു. ലോകമെമ്പാടുമുള്ള വിശ്വാസികളെ സഭയ്ക്കും രാഷ്ട്രങ്ങൾക്കും കാവൽക്കാരായി ഉയരാൻ ഇത് പ്രചോദിപ്പിക്കും."
— പ്രാർത്ഥനാ പ്രസ്ഥാന സഹായി

ആമുഖം

വിടവിൽ നിൽക്കാനുള്ള ആഹ്വാനം

ജീവിതത്തിൽ ദൈവം നമ്മുടെ സാധാരണ ജീവിത താളം തടസ്സപ്പെടുത്തി, നമ്മൾ ഒരിക്കലും പ്രതീക്ഷിക്കാത്ത ഒന്നിലേക്ക് നമ്മെ വിളിക്കുന്ന നിമിഷങ്ങളുണ്ട്.

പലപ്പോഴും ആ നിമിഷങ്ങൾ അനിശ്ചിതത്വം, ദുർബലത, കീഴടങ്ങൽ എന്നിവയുടെ നടുവിലാണ് എത്തിച്ചേരുന്നത് - നമ്മുടെ ശക്തി മാത്രം പോരാ എന്ന് നാം തിരിച്ചറിയുന്ന സമയങ്ങളിൽ.

അത്തരമൊരു നിമിഷത്തിന്റെ ഫലമാണ് ഈ പ്രാർത്ഥനാ ഗൈഡ്.
2006 മാർച്ചിൽ , എന്റെ കുടുംബജീവിതത്തിലെ വളരെ വെല്ലുവിളി നിറഞ്ഞ ഒരു കാലഘട്ടത്തിൽ, എന്റെ ഭാര്യ ലണ്ടനിലെ ആശുപത്രിയിൽ ഒരു പ്രയാസകരമായ പ്രസവത്തെ അഭിമുഖീകരിക്കുകയായിരുന്നു, ആ സമയത്ത്, തുടർന്നുള്ള വർഷങ്ങളുടെ ഗതിയെ രൂപപ്പെടുത്തുന്ന പരിശുദ്ധാത്മാവിന്റെ ഒരു പ്രചോദനം ഞാൻ അനുഭവിച്ചു.

ആ പ്രാർത്ഥനാ സമയത്ത്, കർത്താവ് എന്റെ ഹൃദയത്തിൽ വച്ച ഭാരം എന്റെ വ്യക്തിപരമായ സാഹചര്യങ്ങളെ കേന്ദ്രീകരിച്ചായിരുന്നില്ല. പകരം, സഭയെയും അതിന്റെ നേതാക്കളെയും ജനതകളിലുടനീളമുള്ള ക്രിസ്തുവിന്റെ ശരീരത്തിന്റെ ആത്മീയ അവസ്ഥയെയും കുറിച്ചായിരുന്നു മതിപ്പ് . സമൂഹത്തിൽ സ്വാധീനം ചെലുത്തുന്ന സ്ഥലങ്ങളിലേക്ക് - സമൂഹങ്ങളുടെയും സംസ്കാരങ്ങളുടെയും ഗവൺമെന്റുകളുടെയും ദിശയെ രൂപപ്പെടുത്തുന്ന മേഖലകളിലേക്കാണ് ആ പ്രാർത്ഥനകളുടെ ശ്രദ്ധ ആവർത്തിച്ച് വിരൽ ചൂണ്ടുന്നത്.

കാലക്രമേണ, ഇത് ഒരു ഒറ്റത്തവണ അനുഭവമായിരിക്കണമെന്നില്ല, മറിച്ച് തുടർച്ചയായ ഒരു മധ്യസ്ഥ പ്രാർഥനയുടെ തുടക്കമാണെന്ന് വ്യക്തമായി. 2006 ലെ ആദ്യ സീസൺ മുതൽ , എല്ലാ വർഷവും മാർച്ച് 17 മുതൽ ഏപ്രിൽ 25 വരെ ഈ നാല്പത് ദിവസത്തെ പ്രാർത്ഥനയും ഉപവാസവും ആചരിച്ചുവരുന്നു .

ഈ വർഷങ്ങളിലെല്ലാം ഈ ദൗത്യം സ്ഥിരതയോടെ തുടരുന്നു: സഭയ്ക്കുവേണ്ടി അകലം പാലിക്കുക, നമ്മുടെ ലോകത്തെ രൂപപ്പെടുത്തുന്ന സ്വാധീന മേഖലകളിൽ

നേതാക്കൾ എവിടെ സ്ഥാനം പിടിച്ചാലും അവർക്കുവേണ്ടി പ്രാർത്ഥിക്കുക, രാഷ്ട്രങ്ങൾക്കായുള്ള ദൈവത്തിന്റെ ഉദ്ദേശ്യങ്ങൾ അന്വേഷിക്കുക. വ്യക്തിപരമായ അനുസരണ പ്രവൃത്തിയായി ആരംഭിച്ചത്, ദൈവകൃപയാൽ, സഭയ്ക്കും രാഷ്ട്രങ്ങൾക്കും വേണ്ടി മധ്യസ്ഥത വഹിക്കാനുള്ള അതേ ആഹ്വാനം അനുഭവിക്കുന്ന വിശ്വാസികൾ വഹിക്കുന്ന ഒരു പങ്കിട്ട ഭാരമായി മാറിയിരിക്കുന്നു. ആ യാത്രയിലെ ഒരു നാഴികക്കല്ലാണ് ഈ പുസ്തകം. **വിശ്വസ്ത മധ്യസ്ഥതയുടെ ഇരുപതു വർഷങ്ങൾ ആഘോഷിക്കുന്ന വേളയിൽ** , ഈ പ്രാർത്ഥനാ ഗൈഡ് മറ്റുള്ളവരെ ഈ പ്രാർത്ഥനാ യാമത്തിൽ പങ്കെടുക്കാൻ സഹായിക്കുന്നതിനായി തയ്യാറാക്കിയിരിക്കുന്നു. നാല്പത് ദിവസത്തെ കേന്ദ്രീകൃത മധ്യസ്ഥതയിലൂടെ വിശ്വാസികളെ നയിക്കാൻ രൂപകൽപ്പന ചെയ്തിട്ടുള്ള തിരുവെഴുത്ത് അടിസ്ഥാനമാക്കിയുള്ള പ്രാർത്ഥന പോയിന്റുകളുടെ ഒരു ഘടനാപരമായ ചട്ടക്കൂട് ഇത് നൽകുന്നു.

മറ്റുള്ളവർക്കുവേണ്ടി ദൈവമുമ്പാകെ നിൽക്കുന്നതിന്റെ ശക്തി വീണ്ടും കണ്ടെത്താൻ ഈ വിഭവം പലരെയും പ്രോത്സാഹിപ്പിക്കുമെന്ന് ഞാൻ പ്രതീക്ഷിക്കുന്നു.

തുടർന്നുള്ള പേജുകളിൽ ഈ നിയമനത്തിന് തുടക്കമിട്ട കൂടിക്കാഴ്ചയുടെ കഥ ഉൾപ്പെടുന്നു. ആ അനുഭവമാണ് ഈ പ്രാർത്ഥനാ യാത്രയുടെ ദിശ രൂപപ്പെടുത്തിയത്, ഭൂമിയിലെ തന്റെ ഉദ്ദേശ്യങ്ങൾക്കായി വിടവിൽ നിൽക്കാൻ ദൈവം ഇപ്പോഴും തന്റെ ജനത്തെ വിളിക്കുന്നുവെന്ന് എന്നെ ഓർമ്മിപ്പിക്കുന്നു.

ഈ വഴികാട്ടി പ്രാർത്ഥനയോടുള്ള നിങ്ങളുടെ പ്രതിബദ്ധതയെ ശക്തിപ്പെടുത്തുകയും, പരിശുദ്ധാത്മാവുമായുള്ള നിങ്ങളുടെ ബന്ധം കൂടുതൽ ആഴത്തിലാക്കുകയും, സഭയ്ക്കും ജനതകൾക്കും വേണ്ടിയുള്ള തുടർച്ചയായ മധ്യസ്ഥതയിൽ പങ്കുചേരാൻ നിങ്ങളെ പ്രചോദിപ്പിക്കുകയും ചെയ്യട്ടെ.

നിയമനം ആരംഭിച്ച കൂടിക്കാഴ്ച

2006 മാർച്ച് 16 ന് ഞാൻ ലണ്ടനിലെ ഒരു ആശുപത്രി ഇടനാഴിയിൽ അങ്ങോട്ടും ഇങ്ങോട്ടും നടക്കുകയായിരുന്നു. എന്റെ ഭാര്യക്ക് മൂന്ന് ദിവസമായി പ്രസവവേദന അനുഭവപ്പെട്ടിരുന്നു, രാവിലെയോടെ കുഞ്ഞ് സ്വാഭാവികമായി ജനിച്ചില്ലെങ്കിൽ അവൾക്ക് സിസേറിയൻ നടത്തേണ്ടിവരുമെന്ന് ഡോക്ടർമാർ ഞങ്ങളെ അറിയിച്ചിരുന്നു. ആ സമയത്ത് ഞങ്ങൾക്ക് അറിയില്ലായിരുന്നു, എന്റെ ഭാര്യ പ്രസവത്തെ അതിജീവിച്ചേക്കില്ലെന്ന് എന്റെ അമ്മായിയമ്മ ഒരു ദർശനത്തിൽ കണ്ടിരുന്നു. ഭാഗ്യവശാൽ, അവർ അന്ന് അത് ഞങ്ങളുമായി പങ്കുവെച്ചില്ല.
ആശുപത്രി ഇടനാഴിയിലൂടെ അങ്ങോട്ടും ഇങ്ങോട്ടും നടക്കുമ്പോൾ, എന്റെ മനസ്സിൽ ശക്തമായ ഒരു മുദ്ര പതിപ്പിച്ചു - അവഗണിക്കാൻ കഴിയാത്തത്ര വ്യക്തമായ ഒരു മുദ്ര. ആശയം ലളിതമാണെങ്കിലും അത്യന്തം ആവേശഭരിതമായിരുന്നു:
നാളെ മുതൽ നാല്പത് ദിവസത്തെ ഉപവാസം ആരംഭിക്കൂ.
അടുത്ത ദിവസം 2006 മാർച്ച് 17 ആയിരിക്കും .

ഈ നിർദ്ദേശം എന്നെ ഞെട്ടിച്ചു. ഞാൻ ഇതിനുമുമ്പ് ഒരിക്കലും നാല്പത് ദിവസത്തെ ഉപവാസം എടുത്തിട്ടില്ല. എന്നിട്ടും ഈ ധാരണ എന്റെ സ്വന്തം ചിന്തകളിൽ നിന്നല്ല വരുന്നതെന്ന് എനിക്കറിയാമായിരുന്നു. പരിശുദ്ധാത്മാവിന്റെ പ്രേരണയെ തിരിച്ചറിയാനുള്ള ഒരു മാർഗം, നമ്മുടെ സ്വാഭാവിക ചായ്‌വുകൾ സാധാരണയായി ചെറുക്കുന്ന തിരുവെഴുത്ത് പ്രകാരമുള്ള എന്തെങ്കിലും ചെയ്യാൻ അവൻ പലപ്പോഴും നമ്മെ നയിക്കുന്നു എന്നതാണ്.

ആ ധാരണ നിലനിന്നപ്പോൾ, ഞാൻ എന്റെ ചിന്തകളിൽ ദൈവവുമായി ഒരു സംഭാഷണം ആരംഭിച്ചു.

" നാൽപ്പത് ദിവസം ഉപവസിച്ചാൽ ഞാൻ എന്തിനെക്കുറിച്ചാണ് പ്രാർത്ഥിക്കുക?" ഞാൻ ചോദിച്ചു.

ആ മറുപടി എന്റെ മനസ്സിൽ ഒരു മുദ്ര പതിപ്പിച്ചു. ഒരു നോട്ട്ബുക്ക് എടുത്ത് എഴുതാൻ തുടങ്ങാൻ എന്നോട് നിർദ്ദേശിച്ചു. ആശുപത്രി വാർഡിൽ വെച്ച് തന്നെ, എനിക്ക് വരുന്ന പ്രാർത്ഥനാ ഭാരങ്ങൾ ഞാൻ രേഖപ്പെടുത്താൻ തുടങ്ങി.

എന്റെ അത്ഭുതത്തിന്, പ്രാർത്ഥനകൾ എന്റെ ഭാര്യയുടെ സാഹചര്യത്തെ കേന്ദ്രീകരിച്ചായിരുന്നില്ല, പകരം, പാസ്റ്റർമാർ, പള്ളികൾ, ക്രിസ്തുവിന്റെ ശരീരത്തിനുള്ളിലെ ഐക്യം

എന്നിവയിലായിരുന്നു എന്റെ മതിപ്പ് കേന്ദ്രീകരിച്ചത്.
ആ നിമിഷം ഞാൻ ദൈവത്തോട് ഒരു അപേക്ഷ നടത്തി.
"ഈ നാല്പത് ദിവസത്തെ ഉപവാസം പൂർത്തിയാക്കണമെങ്കിൽ, ഈ ഉപവാസം അവസാനിക്കുന്നതിനുമുമ്പ് നിന്നെ കാണാൻ ഞാൻ ആഗ്രഹിക്കുന്നു" എന്ന് ഞാൻ പ്രാർത്ഥിച്ചു.
ആ അപേക്ഷയ്ക്ക് മറുപടിയൊന്നും ലഭിച്ചില്ല.
എന്തുകൊണ്ടെന്ന് പിന്നീട് എനിക്ക് മനസ്സിലായി.
ദൈവം പലപ്പോഴും തന്റെ പദ്ധതിയുടെ അടുത്ത ഘട്ടം വെളിപ്പെടുത്തുന്നതിനുമുമ്പ് നമ്മുടെ അനുസരണത്തിനായി കാത്തിരിക്കും.

തിരുവെഴുത്ത് ഈ മാതൃക വ്യക്തമായി കാണിക്കുന്നു. യോനാ ദൈവനിയോഗത്തിൽ നിന്ന് ഒളിച്ചോടിയപ്പോൾ, യോനാ അനുസരണത്തിന്റെ ഘട്ടത്തിലേക്ക് മടങ്ങിവരുന്നതുവരെ കർത്താവ് നിശബ്ദത പാലിച്ചു.
അതിനുശേഷം മാത്രമാണ് സംഭാഷണം പുനരാരംഭിച്ചത്.
ആ നാൽപ്പത് ദിവസത്തെ ഉപവാസം അവസാനിക്കുന്നതിന് മൂന്ന് ദിവസം മുമ്പ് - **2006 ഏപ്രിൽ 22 ന് പുലർച്ചെ 5:00 മണിക്ക്** - ദൈവം എന്റെ അപേക്ഷയ്ക്ക് ഉത്തരം നൽകി.

ഞാൻ പകുതി ഉണർന്നിരിക്കുമ്പോൾ മനുഷ്യരൂപത്തിൽ ഒരു ജീവി പ്രത്യക്ഷപ്പെട്ടു. അവന്റെ കൈകൾ പുറകിലേക്ക് മടക്കിവെച്ചിരുന്നു, അവൻ പതുക്കെ ജനാലയിലൂടെ എന്റെ നേരെ നടന്നു സ്വീകരണമുറിയിലേക്ക് വന്നു. അവന്റെ മുഖം പൂർണ്ണമായി കാണാനായില്ലെങ്കിലും, എനിക്ക് അവന്റെ രൂപം വ്യക്തമായി കാണാൻ കഴിഞ്ഞു.

അവൻ അടുത്തേക്ക് വരുമ്പോൾ, എനിക്ക് ചുറ്റുമുള്ള ഇടം അതിശക്തമായ ശക്തിയോടെ പ്രകമ്പനം കൊള്ളാൻ തുടങ്ങി. അവൻ അടുത്തേക്ക് വരുന്തോറും എന്റെ പാദങ്ങൾക്ക് ചുറ്റുമുള്ള ഭാഗം അലിഞ്ഞുചേരുകയും ആവർത്തിച്ച് പരിഷ്കരിക്കുകയും ചെയ്യുന്നതായി തോന്നി. ആ സാന്നിദ്ധ്യം എന്റെ നെഞ്ചിലും തലയിലും എത്തിയപ്പോൾ, ഞാൻ ഇതുവരെ അനുഭവിച്ചിട്ടില്ലാത്തത്ര ശക്തി വർദ്ധിച്ചു. ആ നിമിഷത്തിന്റെ അസംസ്കൃത ശക്തി വിവരിക്കാൻ പ്രയാസമാണ്. സമയത്തെക്കുറിച്ച് എനിക്ക് ധാരണ നഷ്ടപ്പെട്ടു. ആ കൂടിക്കാഴ്ചയുടെ തീവ്രതയിൽ ഞാൻ തളർന്നുപോയി, തറയിൽ ഉരുണ്ടു കിടന്നു, നിർത്താനും അവൻ എന്നോട് എന്താണ് ചെയ്യാൻ ആഗ്രഹിക്കുന്നതെന്ന് പറയാനും അവനോട് ആവശ്യപ്പെട്ടു.

ആ അനുഭവം ദൈവവുമായുള്ള ഒരു ആഴമേറിയ യാത്രയുടെ തുടക്കമായി.

ആ കൂടിക്കാഴ്ചയ്ക്ക് ശേഷം എനിക്ക് ക്രിസ്തുവിന്റെ ശരീരത്തെക്കുറിച്ചുള്ള സ്വപ്നങ്ങളും ദർശനങ്ങളും ലഭിക്കാൻ തുടങ്ങി. ഒരു ദർശനത്തിൽ കർത്താവായ യേശു ഒരു മുറിയിൽ പ്രവേശിക്കുന്നത് ഞാൻ കണ്ടു, അവന്റെ ശരീരം വേർപിരിഞ്ഞതായി കാണപ്പെട്ടു - ഓരോ ഭാഗവും നേർത്ത ചർമ്മ ഇഴകളാൽ മാത്രം ബന്ധിപ്പിച്ചിരിക്കുന്നു.
ഓരോ ഭാഗവും ഒരു ശുശ്രൂഷയെ പ്രതിനിധീകരിച്ചു.
അവർ തമ്മിലുള്ള ബന്ധങ്ങൾ ദുർബലമായിരുന്നു.
ആ ദർശനം വേദനാജനകമായ ഒരു സത്യം വെളിപ്പെടുത്തി: സഭയ്ക്കുള്ളിലെ ഭിന്നതകൾ - മത്സരം, അഹങ്കാരം, ശുശ്രൂഷകൾക്കിടയിലെ മത്സരം - ക്രിസ്തുവിന്റെ ശരീരത്തിന്റെ ഐക്യത്തെ ദുർബലപ്പെടുത്തുകയായിരുന്നു.
ഈ വേർപിരിഞ്ഞ ശരീരത്തിൽ ഞാൻ എവിടെയാണ് ചേരേണ്ടതെന്ന് ഞാൻ കർത്താവിനോട് ചോദിച്ചപ്പോൾ, അദ്ദേഹത്തിന്റെ മറുപടി വ്യക്തമായിരുന്നു:
"ശിഷ്യരെ ഉളവാക്കുന്ന സഭകൾക്കായി നോക്കുക. സംഖ്യകളിൽ ആകൃഷ്ടരാകരുത്."

ആ നിമിഷം മുതൽ, നിയമനം വ്യക്തമായി.

എല്ലാ വർഷവും മാർച്ച് 17 ന് ആരംഭിച്ച് ഏപ്രിൽ 25 ന് അവസാനിക്കുന്ന തരത്തിൽ , സഭയ്ക്കും അതിന്റെ നേതാക്കൾക്കും രാഷ്ട്രങ്ങൾക്കും വേണ്ടിയുള്ള വിടവിൽ നിന്ന് പ്രാർത്ഥനയുടെയും ഉപവാസത്തിന്റെയും നാൽപ്പത് ദിവസത്തെ ജാഗരണവും ആചരിക്കും.

ഈ പ്രാർത്ഥനാ ഗൈഡ് ആ തുടർച്ചയായ നിയമനത്തിന്റെ ഒരു പ്രകടനമാണ്.

രചയിതാവിന്റെ കുറിപ്പ്

2006-ൽ ആരംഭിച്ച ഒരു നിയോഗത്തോടുള്ള വർഷങ്ങളുടെ ധ്യാനത്തിന്റെയും പ്രാർത്ഥനയുടെയും അനുസരണത്തിന്റെയും ഫലമാണ് ഈ പ്രാർത്ഥനാ ഗൈഡ് പ്രതിനിധീകരിക്കുന്നത്. വ്യക്തിപരമായ ഉപവാസത്തിന്റെയും മധ്യസ്ഥതയുടെയും ഒരു സീസണായി ആരംഭിച്ചത് ക്രമേണ എല്ലാ വർഷവും മാർച്ച് 17 മുതൽ ഏപ്രിൽ 25 വരെ ആചരിക്കുന്ന പ്രാർത്ഥനയുടെ ആവർത്തിച്ചുള്ള സമയമായി മാറി . കാലക്രമേണ, സഭയ്ക്കും അതിന്റെ നേതാക്കൾക്കും രാഷ്ട്രങ്ങൾക്കും വേണ്ടി പ്രാർത്ഥിക്കാനുള്ള ഈ ഭാരത്തിൽ പങ്കുചേരാൻ മറ്റുള്ളവർ തുടങ്ങി. ഈ പ്രാർത്ഥനാകാലത്ത് പങ്കെടുക്കാൻ ആഗ്രഹിക്കുന്നവർക്ക് ഒരു ഘടനാപരമായ ഉറവിടം നൽകാനുള്ള ആഗ്രഹമാണ് ഈ ഗൈഡിന്റെ വികാസത്തിലേക്ക് നയിച്ചത്. ഈ പുസ്തകത്തിൽ അടങ്ങിയിരിക്കുന്ന പ്രാർത്ഥനകൾ തിരുവെഴുത്തുകളിൽ വേരൂന്നിയതും ഭൂമിയിലെ ദൈവത്തിന്റെ വികസിത ഉദ്ദേശ്യങ്ങളിൽ മധ്യസ്ഥത ഒരു നിർണായക പങ്ക് വഹിക്കുന്നു എന്ന ബോധ്യത്താൽ രൂപപ്പെട്ടതുമാണ്. നാല്പതു ദിവസത്തെ യാമത്തിൽ വിശ്വാസികളെ ചിന്താപൂർവ്വവും സ്ഥിരതയോടെയും

പ്രാർത്ഥനയിൽ ഏർപ്പെടാൻ സഹായിക്കുക എന്നതാണ് ഇവയുടെ ലക്ഷ്യം.
ക്രിസ്തുവിന്റെ ശരീരത്തിനും ജാതികൾക്കും വേണ്ടി നിലകൊള്ളാൻ ആഗ്രഹിക്കുന്ന വ്യക്തികൾക്കും, കുടുംബങ്ങൾക്കും, പ്രാർത്ഥനാ ഗ്രൂപ്പുകൾക്കും, സഭകൾക്കും ഈ ഗൈഡ് ഉപയോഗിക്കാം.
ഈ പ്രാർത്ഥനകളിൽ ഏർപ്പെടുന്ന ഓരോ വായനക്കാരനും ദൈവവുമായുള്ള ബന്ധത്തിൽ കൂടുതൽ ആഴത്തിൽ വളരുകയും മധ്യസ്ഥതയോടുള്ള പ്രതിബദ്ധതയിൽ കൂടുതൽ ശക്തരാകുകയും ചെയ്യട്ടെ എന്നാണ് ഞങ്ങളുടെ പ്രാർത്ഥന.

ഈ പ്രാർത്ഥനാ വിളി സ്വീകരിക്കുന്ന എല്ലാവരെയും കർത്താവ് ശക്തിപ്പെടുത്തട്ടെ.

സക്കറിയാസ് ഗോഡ്സീഗിൾ
അംബ് . MO OGBE

ദൈവത്തിന്റെ ശബ്ദം എങ്ങനെ കേൾക്കാം

തിരുവെഴുത്തുകളിലുടനീളം, ദൈവം തന്റെ ജനത്തോട് സംസാരിക്കുന്ന ഒരു ദൈവമായി തന്നെത്തന്നെ വെളിപ്പെടുത്തുന്നു. ബൈബിളിന്റെ ആദ്യകാല പേജുകൾ മുതൽ യേശുവിന്റെ ശുശ്രൂഷയും സഭയിലെ പരിശുദ്ധാത്മാവിന്റെ പ്രവർത്തനവും വരെ, ദൈവത്തിന്റെ ശബ്ദം തന്നെ അന്വേഷിക്കുന്നവരെ നയിക്കുകയും തിരുത്തുകയും നയിക്കുകയും ചെയ്തിട്ടുണ്ട്. യേശു തന്നെ പറഞ്ഞു:

"എന്റെ ആടുകൾ എന്റെ ശബ്ദം കേൾക്കുന്നു; ഞാൻ അവയെ അറിയുന്നു; അവ എന്നെ അനുഗമിക്കയും ചെയ്യുന്നു."

—യോഹന്നാൻ 10:27.

അതുകൊണ്ട് ദൈവത്തിന്റെ ശബ്ദം കേൾക്കുക എന്നത് ഏതാനും പ്രത്യേക വ്യക്തികൾക്ക് മാത്രമായി പരിമിതപ്പെടുത്തിയിരിക്കുന്ന ഒന്നല്ല. ദൈവം തന്റെ മക്കളുമായി ഉണ്ടായിരിക്കാൻ ആഗ്രഹിക്കുന്ന ബന്ധത്തിന്റെ ഭാഗമാണിത്. എന്നിരുന്നാലും, ദൈവത്തിന്റെ ശബ്ദം തിരിച്ചറിയാൻ പഠിക്കുന്നതിന് ആത്മീയ പക്വത, വിനയം, അവന്റെ വചനത്തോടുള്ള അനുരഞ്ജനം എന്നിവ ആവശ്യമാണ്.

ദൈവം സംസാരിക്കുന്ന പ്രാഥമിക രീതി

ദൈവം സംസാരിക്കുന്ന ഏറ്റവും വ്യക്തവും വിശ്വസനീയവുമായ മാർഗ്ഗം **തിരുവെഴുത്തുകളിലൂടെയാണ്** . ദൈവവചനം അവന്റെ സ്വഭാവം, അവന്റെ ഇഷ്ടം, അവന്റെ ഉദ്ദേശ്യങ്ങൾ എന്നിവ വെളിപ്പെടുത്തുന്നു. തിരുവെഴുത്തുകൾക്ക് വിരുദ്ധമായ ഏതൊരു ധാരണയും, ദർശനവും, സ്വപ്നവും, ചിന്തയും ദൈവത്തിൽ നിന്നുള്ളതാകാൻ കഴിയില്ല. ഇക്കാരണത്താൽ, വിശ്വാസികൾ വചനത്തിൽ വേരൂന്നിയവരായിരിക്കണം.

പരിശുദ്ധാത്മാവിന്റെ ആന്തരിക സാക്ഷ്യം

ആന്തരിക സാക്ഷ്യം എന്ന് വിശേഷിപ്പിക്കുന്നതിലൂടെയാണ് പരിശുദ്ധാത്മാവ് പലപ്പോഴും ആശയവിനിമയം നടത്തുന്നത് . ഇത് ശക്തമായ ഒരു ബോധ്യമായോ, ഹൃദയത്തിൽ സ്ഥിരമായ ഒരു മുദ്രയായോ, തിരുവെഴുത്തുകളുമായി പൊരുത്തപ്പെടുന്ന ആഴത്തിലുള്ള ഒരു ദിശാബോധമായോ തോന്നിയേക്കാം. ചിലപ്പോൾ ഈ ധാരണകൾ മനസ്സിലേക്ക് പെട്ടെന്ന് വരുന്ന ചിന്തകളായി പ്രത്യക്ഷപ്പെടും - ദൈവത്തിന്റെ സ്വഭാവത്തോടും അവന്റെ ഉദ്ദേശ്യങ്ങളോടും പൊരുത്തപ്പെടുന്ന ആശയങ്ങൾ.

സ്വപ്നങ്ങളും ദർശനങ്ങളും

ബൈബിളിലുടനീളം, ദൈവം പലപ്പോഴും സ്വപ്നങ്ങളിലൂടെയും ദർശനങ്ങളിലൂടെയും ആശയവിനിമയം നടത്തിയിട്ടുണ്ട്. ജോസഫ്, ദാനിയേൽ, പത്രോസ്, പൗലോസ് എന്നിവരെല്ലാം ദൈവം തന്റെ ഇഷ്ടം ഈ രീതിയിൽ വെളിപ്പെടുത്തിയ നിമിഷങ്ങൾ അനുഭവിച്ചു.

പ്രവൃത്തികൾ 2:17-ൽ, അപ്പോസ്തലനായ പത്രോസ് പ്രഖ്യാപിച്ചു:
"നിങ്ങളുടെ പുത്രന്മാരും പുത്രിമാരും പ്രവചിക്കും; നിങ്ങളുടെ യൌവനക്കാർ ദർശനങ്ങൾ ദർശിക്കും; നിങ്ങളുടെ വൃദ്ധന്മാർ സ്വപ്നങ്ങൾ കാണും."
എന്നിരുന്നാലും, ഈ അനുഭവങ്ങൾ എപ്പോഴും തിരുവെഴുത്തുകളുമായി പരീക്ഷിക്കപ്പെടുകയും പ്രാർത്ഥനയിലൂടെ സ്ഥിരീകരിക്കപ്പെടുകയും വേണം.

ദൈവം സാഹചര്യങ്ങളിലൂടെയും ആളുകളിലൂടെയും സംസാരിക്കുന്നു.
സാഹചര്യങ്ങളിലൂടെയും, ജ്ഞാനപൂർവകമായ ഉപദേശങ്ങളിലൂടെയും, മറ്റ് വിശ്വാസികളുടെ ശുശ്രൂഷയിലൂടെയും ദൈവം തന്റെ ജനത്തെ നയിച്ചേക്കാം. ദൈവത്തിന്റെ മാർഗനിർദേശം മനസ്സിലാക്കാൻ നമ്മെ സഹായിക്കുന്നതിൽ പാസ്റ്റർമാർ, ആത്മീയ ഉപദേഷ്ടാക്കൾ,

പക്വതയുള്ള വിശ്വാസികൾ എന്നിവർ പലപ്പോഴും ഒരു പ്രധാന പങ്ക് വഹിക്കുന്നു. ഏത് സാഹചര്യത്തിലും, ദൈവാത്മാവ് ഒരിക്കലും വിശ്വാസികളെ അഹങ്കാരത്തിലേക്കോ, ആശയക്കുഴപ്പത്തിലേക്കോ, ക്രിസ്തുവിന്റെ പഠിപ്പിക്കലുകൾക്ക് വിരുദ്ധമായ പ്രവൃത്തികളിലേക്കോ നയിക്കില്ല.

നമ്മൾ കേൾക്കുന്നത് പരിശോധിക്കുന്നു

ആത്മീയ ധാരണകൾ ചിലപ്പോൾ തെറ്റിദ്ധരിക്കപ്പെടാൻ സാധ്യതയുള്ളതിനാൽ, തങ്ങൾക്ക് ലഭിക്കുന്നത് പരീക്ഷിച്ചു നോക്കാൻ തിരുവെഴുത്ത് വിശ്വാസികളെ പ്രോത്സാഹിപ്പിക്കുന്നു.

അപ്പോസ്തലനായ യോഹന്നാൻ എഴുതി: *"പ്രിയമുള്ളവരേ, എല്ലാ ആത്മാവിനെയും വിശ്വസിക്കരുത്; ആത്മാക്കൾ ദൈവത്തിൽനിന്നുള്ളവയോ എന്നു ശോധന ചെയ്‌വിൻ."*

—1 യോഹന്നാൻ 4:1.

വിവേചനബുദ്ധിയെ നയിക്കാൻ മൂന്ന് പ്രധാന ചോദ്യങ്ങൾ സഹായിക്കും:

• അത് ദൈവവചനവുമായി യോജിക്കുന്നുണ്ടോ?

• അത് ക്രിസ്തുവിന്റെ സ്വഭാവത്തെ പ്രതിഫലിപ്പിക്കുന്നുണ്ടോ? • അത് വ്യക്തത, സമാധാനം, നീതി എന്നിവ കൊണ്ടുവരുമോ?

ഈ ഘടകങ്ങൾ ഉള്ളപ്പോൾ, പരിശുദ്ധാത്മാവ് തങ്ങളെ നയിക്കുന്നുണ്ടെന്ന ആത്മവിശ്വാസത്തോടെ വിശ്വാസികൾക്ക് മുന്നോട്ട് പോകാൻ കഴിയും.

ദൈവത്തോടുള്ള സംവേദനക്ഷമതയിൽ വളരുന്നു

ദൈവത്തിന്റെ ശബ്ദം കേൾക്കാൻ പഠിക്കുന്നത് ആത്മീയ വളർച്ചയുടെ യാത്രയുടെ ഭാഗമാണ്. വിശ്വാസികൾ പ്രാർത്ഥനയിൽ സമയം ചെലവഴിക്കുകയും, തിരുവെഴുത്തുകൾ പഠിക്കുകയും, പരിശുദ്ധാത്മാവിന്റെ നടത്തിപ്പിൽ ശ്രദ്ധാലുവായിരിക്കുകയും ചെയ്യുമ്പോൾ , ദൈവത്തിന്റെ മാർഗനിർദേശം തിരിച്ചറിയാനുള്ള അവരുടെ കഴിവ് കൂടുതൽ വ്യക്തമാകും.

ദൈവത്തെ കേൾക്കുന്നതിന്റെ ഉദ്ദേശ്യം അസാധാരണമായ അനുഭവങ്ങൾ പിന്തുടരുകയല്ല, മറിച്ച് അവനുമായി ആഴത്തിലുള്ള ഒരു ബന്ധം വളർത്തിയെടുക്കുകയും അവന്റെ ഹിതത്തിൽ വിശ്വസ്തതയോടെ നടക്കുകയും ചെയ്യുക എന്നതാണ്.

പ്രാർത്ഥനയുടെയും മധ്യസ്ഥതയുടെയും ഈ കാലഘട്ടത്തിലേക്ക് നിങ്ങൾ പ്രവേശിക്കുമ്പോൾ, നിങ്ങളെ നയിക്കാനും, നിങ്ങളുടെ ഹൃദയത്തോട് സംസാരിക്കാനും, ദൈവവുമായുള്ള ആഴമേറിയ

കൂട്ടായ്മയിലേക്ക് നിങ്ങളെ നയിക്കാനും
പരിശുദ്ധാത്മാവിനോട് അപേക്ഷിക്കുക.

360-ഡിഗ്രി ദൈനംദിന പ്രാർത്ഥനകൾ, പ്രഖ്യാപനങ്ങൾ, ആത്മീയ കവറിംഗ്

സ്വാധീനത്തിന്റെ ഏഴ് പർവതങ്ങൾക്കായുള്ള പോർട്ടൽ ഓപ്പണിംഗ് & സീലിംഗ് പ്രഖ്യാപനങ്ങൾ

(10 തന്ത്രപരമായ പ്രാർത്ഥന സജീവമാക്കലുകൾ)

പ്രാർത്ഥനാ ഷെഡ്യൂൾ

ഈ പ്രാർത്ഥനകൾ രണ്ട് തരത്തിൽ ഉപയോഗിക്കാം:

• ദിവസേനയുള്ള മധ്യസ്ഥത ആരംഭിക്കുന്നതിന് മുമ്പ് അർദ്ധരാത്രിയിൽ 10 ഭാഗങ്ങളും ഒരുമിച്ച് പ്രാർത്ഥിക്കുക .

• ഓരോ രണ്ട് മണിക്കൂറിലും ഒരു ഭാഗം പ്രാർത്ഥിക്കുക , ദിവസത്തിലെ മുഴുവൻ ആത്മീയ യാമവും ഉൾക്കൊള്ളുക.

നിർദ്ദേശിക്കപ്പെടുന്ന വാച്ച് ഘടന:

- **12:00 AM – പോർട്ടൽ ഓപ്പണിംഗ് & ഭാഗം 1**
- **2:00 AM – ഭാഗം 2**
- **4:00 AM – ഭാഗം 3**
- **രാവിലെ 6:00 – ഭാഗം 4**
- **രാവിലെ 8:00 – ഭാഗം 5**
- **രാവിലെ 10:00 – ഭാഗം 6**
- **12:00 PM – ഭാഗം 7**
- **2:00 PM – ഭാഗം 8**
- **4:00 PM – ഭാഗം 9**
- **6:00 PM – ഭാഗം 10 (സീലിംഗ് പ്രഖ്യാപനങ്ങൾ)**

വ്യക്തി, സഭ, സ്വാധീനത്തിന്റെ ഏഴ് പർവതങ്ങൾ എന്നിവയെ മൂടുന്ന മധ്യസ്ഥതയെ മുദ്രകുത്തുകയും ചെയ്യുന്നു .

വായന, ധ്യാനം, ധ്യാനം എന്നിവയിലൂടെ ദൈനംദിന ജീവിതത്തിൽ പ്രയോഗിക്കുന്നതിനുള്ള തിരുവെഴുത്തുകൾ:

ലൂക്കോസ് 9:23 - *പിന്നെ അവൻ എല്ലാവരോടും പറഞ്ഞതു: "ഒരുത്തൻ എന്റെ പിന്നാലെ വരുവാൻ ഇച്ഛിച്ചാൽ തന്നെത്താൻ നിഷേധിച്ചു നാൾതോറും തന്റെ ക്രൂശ് എടുത്തുംകൊണ്ടു എന്നെ അനുഗമിക്കട്ടെ.*

1 തിമോത്തി 6:11-14 " *നീയോ, ദൈവപുരുഷാ, ഇവയിൽ നിന്ന് ഓടിപ്പോയി നീതി, ഭക്തി,*

വിശ്വാസം, സ്നേഹം, ക്ഷമ, സൗമ്യത എന്നിവ പിന്തുടരുക. <u>വിശ്വാസത്തിന്റെ നല്ല പോർ പൊരുതുക; നിത്യജീവനെ പിടിച്ചുകൊൾക; അതിന്നായി നീ വിളിക്കപ്പെട്ടു അനേകം സാക്ഷികളുടെ മുമ്പാകെ നല്ല സ്വീകാരം ഏറ്റുപറഞ്ഞുവല്ലോ.</u> സകലത്തിനും ജീവൻ നൽകുന്ന ദൈവത്തിന്റെ മുമ്പാകെ, പൊന്തിയോസ് പീലാത്തോസിന്റെ മുമ്പാകെ നല്ല സ്വീകാരം കണ്ട ക്രിസ്തുയേശുവിന്റെ മുമ്പാകെ, നമ്മുടെ കർത്താവായ യേശുക്രിസ്തു പ്രത്യക്ഷപ്പെടുന്നതുവരെ നീ ഈ കല്പന കറയില്ലാതെയും കുറ്റമറ്റതുമായി പ്രമാണിച്ചുകൊള്ളണമെന്ന് ഞാൻ നിന്നോട് അപേക്ഷിക്കുന്നു.

എന്റെ വചനത്തിൽ നിലനില്ക്കുന്നു എങ്കിൽ നിങ്ങൾ വാസ്തവമായി എന്റെ ശിഷ്യന്മാരാണ്. " **യോഹന്നാൻ** 8:31.

തിന്മയോടു തോൽക്കാതെ നന്മയാൽ തിന്മയെ ജയിക്കുക ." **റോമർ** 12:21.

അതുപോലെ നിങ്ങളും പാപസംബന്ധമായി മരിച്ചവർ എന്നും നമ്മുടെ കർത്താവായ ക്രിസ്തുയേശുവിൽ ദൈവത്തിന്നു ജീവിക്കുന്നവർ എന്നും നിങ്ങളെത്തന്നേ എണ്ണുവിൻ. ആകയാൽ പാപത്തെ നിങ്ങളുടെ

മർത്യശരീരത്തിൽ അതിന്റെ മോഹങ്ങളിൽ അനുസരിക്കേണ്ടതിന്നു അതിൽ വാഴാൻ അനുവദിക്കരുതു. (റോമർ 6:11-12).

എന്നാൽ ആത്മാവിനാൽ ശരീരത്തിന്റെ പ്രവൃത്തികളെ മരിപ്പിക്കുന്നു എങ്കിൽ നിങ്ങൾ ജീവിക്കും. (റോമർ 8:13).

ക്രിസ്തു ജഡത്തിൽ കഷ്ടമനുഭവിച്ചതിനാൽ നിങ്ങളും ആ മനസ്സോടെ ആയുധം ധരിപ്പിൻ. ജഡത്തിൽ കഷ്ടമനുഭവിച്ചവൻ പാപം വിട്ടൊഴിഞ്ഞിരിക്കുന്നു... 1 പത്രോസ് 4:1.

ഭാഗം 1 - ആത്മീയ അധികാരം സ്ഥാപിക്കൽ

പിതാവേ, എന്റെ വിശ്വാസത്തിന്റെ രചയിതാവും പൂർത്തീകരണിയുമായ യേശുവിന്റെ നാമത്തിൽ, ഈ പ്രദേശത്തിനും നീ എനിക്ക് അധികാരപരിധി നൽകിയിട്ടുള്ള എല്ലാ പ്രദേശങ്ങൾക്കും മേൽ എന്റെ നിയമപരമായ അവകാശവും ആധിപത്യവും സ്ഥാപിക്കാൻ ഞാൻ എഴുന്നേൽക്കുന്നു.

ദാനിയേൽ 9:4 അനുസരിച്ച് , നിന്നെ സ്നേഹിക്കുന്നവരോടും നിന്റെ കല്പനകളെ പ്രമാണിക്കുന്നവരോടും നിയമവും കരുണയും പാലിക്കുന്ന, മഹാനും ഭയങ്കരനുമായ ഏക ദൈവം നീ മാത്രമാണ്. 2 ദിനവൃത്താന്തം 7:13-16- ൽ പറഞ്ഞ ദൈവത്തോട് ഞാൻ അപേക്ഷിക്കുന്നു :

"മഴ പെയ്യാതിരിക്കാൻ ഞാൻ ആകാശം അടച്ചാൽ, ദേശത്തെ വിഴുങ്ങാൻ വെട്ടുക്കിളിയോട് കൽപ്പിച്ചാൽ, അല്ലെങ്കിൽ എന്റെ ജനത്തിന്റെ ഇടയിൽ മഹാമാരി അയച്ചാൽ, എന്റെ നാമം വിളിക്കപ്പെട്ട എന്റെ ജനം തങ്ങളെത്തന്നെ താഴ്ത്തി പ്രാർത്ഥിക്കുകയും എന്റെ മുഖം അന്വേഷിക്കുകയും അവരുടെ ദുഷ്ടവഴികളിൽ നിന്ന് തിരിയുകയും ചെയ്താൽ, ഞാൻ

സ്വർഗ്ഗത്തിൽ നിന്ന് കേട്ട് അവരുടെ പാപങ്ങൾ ക്ഷമിച്ച് അവരുടെ ദേശത്തെ സുഖപ്പെടുത്തും."

ഈ സ്ഥലത്തു കഴിക്കുന്ന പ്രാർത്ഥനെക്കു നിങ്ങളുടെ കണ്ണു തുറന്നിരിക്കയും നിങ്ങളുടെ ചെവി ശ്രദ്ധിച്ചിരിക്കയും ചെയ്യും . എന്നേക്കും അവിടെ ഇരിക്കേണ്ടതിന്നു നീ ഇപ്പോൾ ഈ ആലയത്തെ തിരഞ്ഞെടുത്തു വിശുദ്ധീകരിച്ചിരിക്കുന്നു; നിന്റെ കണ്ണുകളും ഹൃദയവും എല്ലായ്പോഴും അവിടെ ഇരിക്കും.

ഈ സ്ഥലം പവിത്രമാക്കപ്പെട്ടതാണെന്ന് ഞാൻ പ്രഖ്യാപിക്കുന്നു.

എന്റെ രക്ഷകനും വീണ്ടെടുപ്പുകാരനുമായ യേശുവിന്റെ ചൊരിയപ്പെട്ട രക്തത്താൽ എന്റെ ശരീരത്തെ ഒരു ജീവനുള്ള യാഗമായി ഞാൻ സമർപ്പിക്കുന്നു. ഈ പ്രാർത്ഥനകളെ വിശുദ്ധവും അങ്ങേക്കു സ്വീകാര്യവുമാക്കണമേ.

എന്റെയും നമ്മുടെ പിതാക്കന്മാരുടെയും പാപങ്ങൾ ഞാൻ ഏറ്റുപറയുന്നു. കൃപയും കരുണയും നമ്മുടെ മേൽ നിലനിൽക്കട്ടെ.

എന്റെ പ്രാർത്ഥനകൾക്ക് ഭൂമിയുമായി ബന്ധിതമാകാതെ അമാനുഷികതയുടെ മണ്ഡലത്തിലേക്ക് ഉയരാൻ എനിക്ക് സ്വാതന്ത്ര്യമുണ്ടെന്ന് ഞാൻ പ്രഖ്യാപിക്കുന്നു.

സ്വർഗ്ഗത്തിലെ പരമോന്നത കോടതിയുമായി ഞാൻ യോജിക്കുന്നു.

ഞാൻ ക്രിസ്തുയേശുവിനൊപ്പം സ്വർഗ്ഗത്തിൽ ഇരിക്കുന്നു; അതിനാൽ, ഈ തലത്തിൽ നിന്നും മണ്ഡലത്തിൽ നിന്നും ഞാൻ യുദ്ധം ചെയ്യുന്നു.

ദൈവത്തിന്റെ അഭിഷേകം എല്ലാ നുകങ്ങളെയും തകർക്കുന്നുവെന്നും, എല്ലാ കവാടങ്ങളും തുറക്കുന്നുവെന്നും, പുതിയ തലങ്ങളിലേക്കും, പുതിയ മാനങ്ങളിലേക്കും, പുതിയ മേഖലകളിലേക്കും, പുതിയ പ്രദേശങ്ങളിലേക്കും ഞാൻ മുന്നേറുമ്പോൾ എന്നെ ശക്തിപ്പെടുത്താൻ മാലാഖമാരെ നിയോഗിക്കുന്നുവെന്നു ഞാൻ പ്രഖ്യാപിക്കുന്നു.

സ്വർഗ്ഗത്തിൽ ഒരു വഴിത്തിരിവ് ഉണ്ടാകട്ടെ.

ഞാൻ അപ്പോസ്തോലിക, പ്രവാചക സിരകളിൽ സ്പർശിക്കുന്നു.
ഞാൻ ഗ്ലാസ് മേൽക്കൂരകൾ തകർക്കുന്നു.
ഞാൻ ആത്മീയ ദണ്ഡുകളും ഇരുമ്പ് സ്തരങ്ങളും തകർക്കുന്നു.
ഒരു മുന്നേറ്റ അന്തരീക്ഷം സ്ഥാപിക്കപ്പെട്ടുവെന്ന് ഞാൻ പ്രഖ്യാപിക്കുന്നു.
ആത്മീയ കാലാവസ്ഥയെ ഞാൻ പുനഃക്രമീകരിക്കുകയും, ഓരോ മന്ദതയെയും

ദൈവത്തിന്റെ അഗ്നിയും തീക്ഷ്ണതയും കൊണ്ട് മാറ്റിസ്ഥാപിക്കണമെന്ന് കൽപ്പിക്കുകയും ചെയ്യുന്നു.

പരിശുദ്ധാത്മാവിനാലും തീയാലും എന്നെ സ്നാനപ്പെടുത്തേണമേ.
ഈ പ്രാർത്ഥനയിൽ ഞാൻ മുന്നേറുമ്പോൾ എന്റെ വായിൽ തീ ഉണ്ടാകട്ടെ.
യേശുവിന്റെ നാമത്തിൽ, ആരാധനാ പ്രവർത്തനങ്ങൾ, വിധി മാറ്റുന്ന ചിത്രങ്ങൾ, മന്ത്രങ്ങൾ, മോശമായി സംസാരിക്കുന്ന വാക്കുകൾ, മന്ത്രവാദം, ശത്രുതാപരമായ അന്തരീക്ഷങ്ങൾ, ഭയം, ഭീകരത, ആചാരം, വിദ്വേഷം, വംശീയ വിദ്വേഷം, അക്രമം എന്നിവയാൽ സൃഷ്ടിക്കപ്പെട്ട പൈശാചികവും പൈശാചികവുമായ അന്തരീക്ഷങ്ങളുടെയും കാലാവസ്ഥകളുടെയും മേൽ ഞാൻ അധികാരം ഏറ്റെടുക്കുന്നു.

ആത്മീയ കാലാവസ്ഥയെ മാറ്റാൻ ഞാൻ കൽപ്പിക്കുന്നു.
സാമ്പത്തിക കാലാവസ്ഥാ മാറ്റം.
സാമൂഹിക കാലാവസ്ഥാ മാറ്റം.
സാംസ്കാരിക കാലാവസ്ഥാ മാറ്റം.
വിദ്യാഭ്യാസ കാലാവസ്ഥാ മാറ്റം. രാഷ്ട്രീയ കാലാവസ്ഥാ മാറ്റം. സഭാ കാലാവസ്ഥാ മാറ്റം.

ദൈവത്തിന്റെ മഹത്വം കൊണ്ട് അന്തരീക്ഷം നിറയണമെന്ന് ഞാൻ കൽപ്പിക്കുന്നു.

പിതാവേ, അന്തരീക്ഷത്തെ നിറയ്ക്കണമേ.
പരിസ്ഥിതിയെ നിന്റെ മഹത്വം കൊണ്ട്
നിറയ്ക്കണമേ.
ഞാൻ ഈ പരിസ്ഥിതിയിൽ മാറ്റം വരുത്തി
ഇപ്പോൾ ഇത് ഇനിപ്പറയുന്നവയ്ക്ക്
അനുയോജ്യമാണെന്ന് പ്രഖ്യാപിക്കുന്നു:

**എന്റെ ശുശ്രൂഷ അഭിവൃദ്ധിപ്പെടട്ടെ.
എന്റെ ബന്ധങ്ങൾ അഭിവൃദ്ധിപ്പെടട്ടെ.
എന്റെ കുട്ടികൾ അഭിവൃദ്ധിപ്പെടട്ടെ. എന്റെ
പ്രിയപ്പെട്ടവർ അഭിവൃദ്ധിപ്പെടട്ടെ. എന്റെ
ബിസിനസ്സ് അഭിവൃദ്ധിപ്പെടട്ടെ. എന്റെ
ആശയങ്ങൾ അഭിവൃദ്ധിപ്പെടട്ടെ. എന്റെ
രാഷ്ട്രം അഭിവൃദ്ധിപ്പെടട്ടെ. എന്റെ സർക്കാർ
അഭിവൃദ്ധിപ്പെടട്ടെ. എന്റെ സമ്പദ്‌വ്യവസ്ഥ
അഭിവൃദ്ധിപ്പെടട്ടെ.**

അത്ഭുതങ്ങൾ സംഭവിക്കുന്നതിനുള്ള ഒരു
അമാനുഷിക അന്തരീക്ഷം ഞാൻ
സ്ഥാപിക്കുന്നു.
യേശുവിന്റെ നാമത്തിലും അവൻ
ചൊരിയുന്ന രക്തം കൊണ്ടും -
ലോകസ്ഥാപനത്തിനു മുമ്പ് കൊല്ലപ്പെട്ട
കുഞ്ഞാടിന്റെ രക്തം കൊണ്ടും - ഞാൻ യുദ്ധം
ചെയ്യുന്നു.

അവനാൽ തിന്മ നശിപ്പിക്കപ്പെടണം.
ഇക്കാരണത്താൽ , ഇരുട്ടിന്റെ പ്രവൃത്തികളെ
അഴിപ്പാൻ തന്നേ ദൈവപുത്രൻ
പ്രത്യക്ഷനായി.

ഇരുട്ടിന്റെ പ്രവൃത്തികൾ
നശിപ്പിക്കപ്പെട്ടുവെന്ന് ഞാൻ വിധിക്കുകയും
പ്രഖ്യാപിക്കുകയും ചെയ്യുന്നു.
എന്റെ ജീവിതത്തിലെ എല്ലാ ശാപങ്ങളും
വിപരീതമാക്കണമെന്ന് ഞാൻ വിധിക്കുന്നു.
യേശുവിന്റെ നാമത്തിൽ ഈ പ്രദേശത്ത്
നിലനിൽക്കുന്നതും നിലനിൽക്കുന്നതുമായ
അന്ധകാരശക്തികളെ ഞാൻ തകർക്കുന്നു.
നിന്റെ വചനത്താൽ എല്ലാ പൈശാചിക
ആത്മാവിനെയും ഞാൻ അറസ്റ്റ് ചെയ്യുന്നു.
എനിക്കുവേണ്ടി യുദ്ധം ചെയ്യാൻ
ദൂതസൈന്യങ്ങളെ പ്രാപ്തരാക്കേണമേ.
ഞാൻ പ്രാദേശിക ശക്തികേന്ദ്രങ്ങളെ
ചെറുക്കുന്നു.
ഞാൻ അഹങ്കാരബന്ധനങ്ങൾ
വേർപെടുത്തുന്നു.

മാനസിക തടവറകളുടെ വാതിലുകൾ തുറന്ന്
ലജ്ജ, നാണക്കേട്, പീഡനം, അധർമ്മം
എന്നിവയുടെ ആത്മാക്കളിൽ നിന്ന് ഞങ്ങളെ
മോചിപ്പിക്കണമേ.

കോട്ടകളുടെയും അഹങ്കാരത്തിന്റെയും
ആത്മാവിൽ നിന്ന് ഞങ്ങളെ വിടുവിക്കണമേ.
കളങ്കപ്പെടുത്തൽ, വൈകാരിക ബ്ലാക്ക്മെയിൽ,
സാമൂഹിക തടസ്സങ്ങൾ, വശീകരണങ്ങൾ,
പൈശാചിക പരിമിതികൾ, പൈശാചിക
മിഥ്യാധാരണകൾ, ആസക്തികൾ, പൈശാചിക
നിയന്ത്രണങ്ങൾ, സാംസ്കാരിക സ്വാധീനങ്ങൾ,

ആരാധനാ കേന്ദ്രങ്ങൾ, മന്ത്രവാദങ്ങൾ, പാരമ്പര്യങ്ങൾ, ക്രിസ്തുവിരുദ്ധ സാംസ്കാരിക ചുറ്റുപാടുകൾ എന്നിവയിൽ നിന്ന് എന്നെ വിടുവിക്കണമേ.

പരിമിതികളിൽ നിന്നും, വൈകല്യങ്ങളിൽ നിന്നും, തടസ്സങ്ങളിൽ നിന്നും എന്നെ മോചിപ്പിക്കണമേ.

അരികുവൽക്കരിക്കപ്പെടുകയോ,
കളങ്കപ്പെടുത്തപ്പെടുകയോ,
നിശ്ചലമാക്കപ്പെടുകയോ,
ഭയപ്പെടുത്തപ്പെടുകയോ,
വിശേഷിപ്പിക്കപ്പെടുകയോ,
വിമർശിക്കപ്പെടുകയോ, സഹിക്കുകയോ,
സെൻസർ ചെയ്യപ്പെടുകയോ, തെറ്റായി
വിലയിരുത്തപ്പെടുകയോ, തെറ്റായി
കൈകാര്യം ചെയ്യപ്പെടുകയോ ചെയ്യുന്നത്
ഞാൻ നിരസിക്കുന്നു.
ഞാൻ ഒരു അനുഗ്രഹത്തിന്റെ മേലങ്കി
ധരിക്കുന്നു.
ഞാൻ പൈശാചിക പ്രേരണകളും മാനസിക
ബട്ടണുകളും ഒഴിവാക്കുന്നു.
ഞാൻ അവ ഷോർട്ട് സർക്യൂട്ട് ചെയ്തു.

ഭാഗം 2 — ടെറിട്ടോറിയൽ മുന്നേറ്റം

പൈശാചിക പീഡനത്തിന് ഞാൻ വിധേയനല്ല. രക്തം, വചനം, ദൈവത്തിന്റെ ആത്മാവ് എന്നിവയാൽ ഈ പ്രദേശത്തിന്മേൽ എന്റെ ഉന്നതാധികാരം ഞാൻ സ്ഥാപിക്കുന്നു.

അതുകൊണ്ടാണ് പിശാചിന്റെ പ്രവൃത്തികളെ നശിപ്പിക്കാൻ ദൈവപുത്രൻ പ്രത്യക്ഷനായതെന്ന് ഞാൻ നിങ്ങളെ ഓർമ്മിപ്പിക്കുന്നത്. പിശാചിന്റെ പ്രവൃത്തികൾ നശിപ്പിക്കപ്പെടണമെന്ന് ഞാൻ കൽപ്പിക്കുന്നു. ഈ പ്രദേശത്തും, എന്റെ അയൽപക്കത്തും, എന്റെ ശരീരത്തിലും, എന്റെ കുടുംബത്തിലും, എന്റെ കുട്ടികളിലും, എന്റെ പ്രിയപ്പെട്ടവരുടെയും, എന്റെ ശുശ്രൂഷയുടെയും, എന്റെ പാസ്റ്ററുടെയും, എന്റെ ഡോക്ടറുടെയും, അഭിഭാഷകന്റെയും, എന്റെ സർക്കാരിന്റെയും മേൽ അവ നശിപ്പിക്കപ്പെട്ടിരിക്കുന്നു . പിശാചിന്റെ ദുഷ്പ്രവൃത്തികൾ നശിപ്പിക്കപ്പെടുന്നു.

ദൈവത്തിന്റെ പദ്ധതികളും ഉദ്ദേശ്യങ്ങളും വിജയിക്കുമെന്ന് ഞാൻ പ്രഖ്യാപിക്കുകയും വിധിക്കുകയും ചെയ്യുന്നു. ദൈവവചനം വിജയിക്കും. അവന്റെ ഇഷ്ടം വിജയിക്കും. എന്റെ പ്രവചന ലക്ഷ്യവും വിധിയും

വിജയിക്കും. എന്റെ ദർശനം വിജയിക്കും. എന്റെ ബിസിനസ്സ് വിജയിക്കും. എന്റെ ആശയങ്ങൾ വിജയിക്കും.

പൈശാചിക പ്രവർത്തനങ്ങൾ മൂലം അകാലത്തിൽ മരിക്കുകയും ഉണങ്ങിപ്പോവുകയും ചെയ്ത വസ്തുക്കൾ വീണ്ടും ജീവൻ പ്രാപിക്കുമെന്ന് ഞാൻ നാല് കാറ്റുകളോടും പ്രവചിക്കുന്നു.

എന്റെ വിധിയുടെ ഭാഗങ്ങൾ - സാമ്പത്തികം, ശുശ്രൂഷ, ബന്ധം - ഒത്തുചേരുന്നുവെന്ന് ഞാൻ പ്രഖ്യാപിക്കുന്നു.

എന്റെ ജീവിതം ഒത്തുവരുന്നു. എന്റെ പണം ഒത്തുവരുന്നു. എന്റെ ബിസിനസ്സ് ഒത്തുവരുന്നു. എന്റെ ബന്ധങ്ങൾ ഒത്തുവരുന്നു. എന്റെ കുടുംബം ഒത്തുവരുന്നു. ക്രിസ്തുവിന്റെ ശരീരം ഒത്തുവരുന്നു. എന്റെ ശുശ്രൂഷ ഒത്തുവരുന്നു. എന്റെ വിവാഹം ഒത്തുവരുന്നു. എന്റെ കുടുംബം ഒത്തുവരുന്നു. എന്റെ ബജറ്റ് ഒത്തുവരുന്നു.

നമ്മുടെ ഗവൺമെന്റുകൾ ഒന്നിക്കുന്നു.
നമ്മുടെ നേതൃത്വം ഒന്നിക്കുന്നു.
എല്ലാം നിന്റെ ഇഷ്ടമനുസരിച്ച് ഒരുമിച്ച് പ്രവർത്തിക്കുന്നു.
പിതാവേ, ഞാൻ നിനക്കു നന്ദി പറയുന്നു.
നിന്നാൽ അസാധ്യമായി ഒന്നുമില്ല.

അതുകൊണ്ട്, പിതാവേ, സ്വർഗ്ഗത്തിന്റെ
കവാടങ്ങൾ തുറന്നിരിക്കുന്നു എന്ന് ഞാൻ
കല്പിക്കുകയും പ്രഖ്യാപിക്കുകയും
ചെയ്യുന്നു.
മഴ പെയ്യട്ടെ.
ദൈവാത്മാവേ, കർത്താവിന്റെ സന്നിധിയിൽ
നിന്ന് വരുമെന്ന് നീ വാഗ്ദാനം ചെയ്ത
നവോന്മേഷത്തിന്റെ സമയങ്ങളിലേക്ക്
ഞങ്ങളെ ആനയിക്കണമേ.

ഇനി പൈശാചിക വരൾച്ച ഉണ്ടാകില്ലെന്നും,
പൈശാചിക വരൾച്ച ഉണ്ടാകില്ലെന്നും,
ദുരിതമുണ്ടാകില്ലെന്നും,
രോഗമുണ്ടാകില്ലെന്നും,
വിഷാദമുണ്ടാകില്ലെന്നും, പൈശാചിക
നാടകങ്ങൾ ഉണ്ടാകില്ലെന്നും ഞാൻ
പ്രഖ്യാപിക്കുകയും പ്രഖ്യാപിക്കുകയും
ചെയ്യുന്നു.

നമ്മളെക്കുറിച്ച്
എഴുതിയിരിക്കുന്നതുപോലെ,
പുസ്തകത്തിന്റെ വാല്യത്തിലാണ് നാം
വരുന്നത്.

ഞങ്ങൾ ദൈവത്തിന്റെ ശക്തിയിലാണ് -
ജോഷ്വയുടെ ദൈവം - വരുന്നത്, എല്ലാ
അഭേദ്യമായ മതിലുകളും യേശുവിന്റെ
നാമത്തിലും അത്യുന്നതനായ ദൈവത്തിന്റെ
ശക്തിയിലും തകർക്കപ്പെടണമെന്ന് ഞങ്ങൾ

പ്രഖ്യാപിക്കുകയും പ്രഖ്യാപിക്കുകയും ചെയ്യുന്നു.

ഞാൻ തടസ്സങ്ങൾ, തടസ്സങ്ങൾ, ബാരിക്കേഡുകൾ, പാറകൾ എന്നിവ തകർക്കുന്നു.
ദൈവത്തിന്റെ വിളിയിലേക്കും, ഉദ്ദേശ്യങ്ങളിലേക്കും, പദ്ധതികളിലേക്കും ഞാൻ മുന്നേറുകയാണെന്ന് ഞാൻ പ്രഖ്യാപിക്കുന്നു.
ക്രിസ്തുവിന്റെ ദൗത്യം ഈ മേഖലയിലും എല്ലാ മേഖലയിലും പുരോഗമിക്കുന്നു.
യേശുക്രിസ്തു കർത്താവും രാജാക്കന്മാരുടെ രാജാവുമാണെന്ന് ഞാൻ പ്രഖ്യാപിക്കുന്നു.
ദൈവരാജ്യം വന്നിരിക്കുന്നു. അവൻ എല്ലാ പ്രദേശങ്ങളുടെയും രാജാവാണ്, അവന്റെ രാജ്യം സമീപിച്ചിരിക്കുന്നു.

എല്ലാ പൈശാചിക ശക്തികേന്ദ്രങ്ങളിലും ഞങ്ങൾ അധികാരം ഏറ്റെടുക്കുകയും ദുഷ്ടതയുടെ കയറുകളും ബന്ധനങ്ങളും തകർക്കുകയും ചെയ്യുന്നു.
നാം തിന്മയെ അതിന്റെ നിയമവിരുദ്ധമായ സ്ഥാനത്തുനിന്ന് കുടഞ്ഞുകളയുകയും നമ്മുടെ യഥാർത്ഥ അധികാരസ്ഥാനം ഏറ്റെടുക്കുകയും ചെയ്യുന്നു.
പർവതങ്ങളിലെ സാത്താന്യ ബലിപീഠങ്ങളുടെ മേൽ ഞങ്ങൾ അധികാരം ഏറ്റെടുക്കുന്നു.

ഞങ്ങൾ ഏലിയാവിന്റെ ആത്മാവിൽ നിന്നുകൊണ്ട് തീയാൽ ഉത്തരം നൽകുന്ന ദൈവം ദൈവമാണെന്ന് പ്രഖ്യാപിക്കുകയും പ്രഖ്യാപിക്കുകയും ചെയ്യുന്നു.
ദൈവത്തിന്റെ അഗ്നി എല്ലാ ബലിപീഠങ്ങളെയും നശിപ്പിക്കുമെന്ന് ഞങ്ങൾ വിധിക്കുന്നു.

ശത്രുവിന്റെ ശക്തികൾ നമ്മുടെ ജീവിതത്തിൽ നിന്ന് തകർക്കപ്പെടണമെന്നും, നമ്മുടെ ശുശ്രൂഷയിൽ നിന്ന് തകർക്കപ്പെടണമെന്നും, നമ്മുടെ ഭവനത്തിൽ നിന്ന് തകർക്കപ്പെടണമെന്നും, നമ്മുടെ മനസ്സിൽ നിന്ന് തകർക്കപ്പെടണമെന്നും, നമ്മുടെ ബന്ധങ്ങളിൽ നിന്ന് തകർക്കപ്പെടണമെന്നും ഞങ്ങൾ കൽപ്പിക്കുന്നു.
അവ നമ്മുടെ ശരീരത്തിൽ നിന്നും, ജീവിതത്തിൽ നിന്നും, കുട്ടികളിൽ നിന്നും, വിവാഹത്തിൽ നിന്നും, ഇണയിൽ നിന്നും, ബിസിനസ്സിൽ നിന്നും, ആചാരങ്ങളിൽ നിന്നും വേർപെടുത്തപ്പെട്ടിരിക്കുന്നു.

നമ്മുടെ ജീവിതത്തിൽ ഇനി തിന്മയ്ക്ക് നിയന്ത്രണമില്ലെന്ന് ഞങ്ങൾ വിധിക്കുകയും പ്രഖ്യാപിക്കുകയും ചെയ്യുന്നു.

ശത്രുവിന്റെ ദുഷ്ട നിയന്ത്രണത്തിൽ നിന്ന് നാം സ്വതന്ത്രരാകുന്നു.
ദുഷ്ട മാതൃകകളിൽ നിന്ന് നാം സ്വതന്ത്രരാകുന്നു.

നാം മന്ത്രങ്ങൾ, ആഭരണങ്ങൾ, കുംഭങ്ങൾ,
വൂഡൂ കഷണങ്ങൾ, താലിസ്മുകൾ,
ചങ്ങലകൾ, ബന്ധനങ്ങൾ, മന്ത്രങ്ങൾ,
ആസക്തികൾ, തലമുറകളുടെ ശാപങ്ങൾ,
അനന്തരാവകാശ ആത്മാക്കൾ, മരണം,
ദാരിദ്ര്യം, നിസ്സംഗത, നിരാശ, ദുരുപയോഗം,
നിസ്സഹായത, പ്രാർത്ഥനാശൂന്യത
എന്നിവയിൽ നിന്ന് മുക്തരാകുന്നു.

അവ നശിപ്പിക്കപ്പെട്ടുവെന്ന് ഞങ്ങൾ
വിധിക്കുകയും പ്രഖ്യാപിക്കുകയും
ചെയ്യുന്നു.

ശാപങ്ങൾ പുറപ്പെടുവിക്കാൻ മന്ത്രവാദികൾ,
യുദ്ധമുഖികൾ, മന്ത്രവാദികൾ, മുനിമാർ,
മതപരമായ കൃത്രിമങ്ങൾ എന്നിവർ
എവിടെയായിരുന്നാലും,
എന്തുതന്നെയായാലും - ചിത്രങ്ങൾ,
വസ്ത്രങ്ങൾ, മുടിയിഴകൾ, വ്യക്തിഗത
വസ്തുക്കൾ, വസ്ത്രങ്ങൾ, പാത്രങ്ങൾ, പൊടി,
രക്തം, വൂഡൂ പാവകൾ, ബലിപീഠങ്ങൾ,
അമ്യൂലറ്റുകൾ, വെള്ളം, ചൂലുകൾ,
മിശ്രിതങ്ങൾ അല്ലെങ്കിൽ മറ്റെന്തെങ്കിലും വഴി -
യേശുവിന്റെ നാമത്തിൽ അവരെ
വിഘടിപ്പിക്കാൻ ഞാൻ കൽപ്പിക്കുന്നു.

പരിചിതരായ ആത്മാക്കൾ തമ്മിലുള്ള
ആശയവിനിമയ മാർഗങ്ങളെ നാം
തടസ്സപ്പെടുത്തുകയും നമ്മുടെ ജീവിതത്തിലെ

ദൈവത്തിന്റെ പദ്ധതികളെയും
ഉദ്ദേശ്യങ്ങളെയും പരാജയപ്പെടുത്താൻ
രൂപകൽപ്പന ചെയ്ത നിയമവിരുദ്ധ
പ്രവർത്തനങ്ങൾ വിച്ഛേദിക്കുകയും
ചെയ്യുന്നു.

**എല്ലാ ദുഷിച്ച ആസക്തിയും തകർക്കാൻ
ഞങ്ങൾ കൽപ്പിക്കുന്നു.
കയറുകൾ പൊട്ടിക്കാൻ നമ്മൾ കൽപ്പിക്കുന്നു.
എല്ലാ കോട്ടകളും തകർക്കാൻ ഞങ്ങൾ
കൽപ്പിക്കുന്നു.
സംശയം, കെണി, കെണി, ഭയം, ഭീതി,
ആശയക്കുഴപ്പം, അവിശ്വാസം,
ഭയപ്പെടുത്തൽ, പാപം, അനീതി എന്നിവയുടെ
ആത്മാക്കളുടെ മേൽ നാം അധികാരം
ഏറ്റെടുക്കുന്നു.
ശത്രുവിന്റെ ശക്തികേന്ദ്രങ്ങളിൽ നിന്നും
നമ്മുടെ മനസ്സുകളെ ആക്രമിക്കുന്ന ഇരുണ്ട
ആത്മീയ ശക്തികളിൽ നിന്നും നാം സ്വയം
മോചിതരാകുന്നു.**

പിതാവേ, യേശുവിന്റെ നാമത്തിൽ,
പ്രാർത്ഥിക്കാൻ നിൽക്കുമ്പോൾ, ശത്രുവിന്റെ
ശക്തികേന്ദ്രങ്ങളെ ഞങ്ങൾ ഇപ്രകാരം
തകർക്കുന്നു:

**ദൈവത്തിന്റെ കൈ.
ദൈവത്തിന്റെ വിരൽ. ദൈവവചനം.
യേശുക്രിസ്തുവിന്റെ രക്തം.
പരിശുദ്ധാത്മാവിന്റെ ശക്തി. ദൈവത്തിന്റെ**

അഭിഷേകം. അപ്പസ്തോലിക ഇടപെടൽ. മാലാഖ സഹായം.

പിതാവേ, ഞങ്ങൾ സെരുബ്ബാബേലിന്റെയും
ഏലീയാവിന്റെയും ആത്മാവിൽ
ഉയിർത്തെഴുന്നേറ്റ് പർവതങ്ങളോടും
അവയുടെ പൈശാചിക ബലിപീഠങ്ങളോടും
കൃപ, കൃപ സംസാരിക്കുന്നു.
പിതാവേ, അങ്ങയുടെ അഗ്നിയാൽ അവരെ
നശിപ്പിക്കണമേ.

ഭാഗം 3 - ശക്തികേന്ദ്രങ്ങളുടെ മേലുള്ള ആധിപത്യം

ഈ പ്രദേശത്ത് ക്രിസ്തുവിന്റെ ആധിപത്യം ഞങ്ങൾ സ്ഥാപിക്കുന്നു.
ഈ പ്രദേശത്തിന്മേൽ അവരുടെ അധികാരങ്ങൾ അശക്തമാണെന്ന് ഞാൻ പ്രഖ്യാപിക്കുന്നു.
യെശയ്യാവ് 9:6-7 പ്രകാരം ഞാൻ പ്രഖ്യാപിക്കുന്നു :

"നമുക്ക് ഒരു ശിശു ജനിച്ചിരിക്കുന്നു; നമുക്ക് ഒരു മകൻ നൽകപ്പെട്ടിരിക്കുന്നു; ആധിപത്യം അവന്റെ തോളിൽ ഇരിക്കും; അവന്റെ പേർ അത്ഭുതമന്ത്രി, ശക്തനായ ദൈവം, നിത്യപിതാവ്, സമാധാനപ്രഭു എന്നു വിളിക്കപ്പെടും. അവന്റെ ഭരണകൂടത്തിന്റെയും സമാധാനത്തിന്റെയും വർദ്ധനവിന് അവസാനം ഉണ്ടാകില്ല. ദാവീദിന്റെ സിംഹാസനത്തിലും അവന്റെ രാജ്യത്തിലും, അതിനെ ന്യായത്തോടും നീതിയോടും കൂടി സ്ഥാപിക്കുന്നതിനും ഇന്നുമുതൽ എന്നെന്നേക്കുമായി സ്ഥാപിക്കുന്നതിനും വേണ്ടി. സൈന്യങ്ങളുടെ കർത്താവിന്റെ തീക്ഷ്ണത ഇത് നിവർത്തിക്കും."

വാതിലുകളേ , നിങ്ങളുടെ തലകളെ ഉയർത്തുവിൻ ;

നിത്യവാതിലുകളേ, ഉയർന്നിരിക്കുവിൻ;
മഹത്വത്തിന്റെ രാജാവു പ്രവേശിക്കട്ടെ.

കർത്താവിന്റെ തീക്ഷ്ണത ഇത്
നിവർത്തിക്കുമെന്ന് ഞാൻ ഒരിക്കൽ കൂടി
നിങ്ങളെ ഓർമ്മിപ്പിക്കുന്നു.

എന്റെ ദൈവത്തെപ്പോലെ ആരുമില്ല.

എന്റെ ദൈവത്തെപ്പോലെ ശക്തനായ
മറ്റാരുമില്ല.

അവൻ യഹോവ ഗിബ്ബോർ ആണ് .

പിതാവേ, ഞങ്ങൾ നിന്നെ ആരാധിക്കുന്നു.
പിതാവേ, ഞങ്ങൾ നിന്നെ സ്തുതിക്കുന്നു.
മറ്റൊരു ദൈവത്തിനും മുന്നിൽ ഞങ്ങൾ
മുട്ടുകുത്തുകയില്ല.
യഹോവയെപ്പോലെ മറ്റൊരു ദൈവവുമില്ല.
പിതാവേ, വായുശക്തിയുടെ രാജകുമാരന്റെ
മേൽ ഞങ്ങൾ അധികാരം ഏറ്റെടുക്കുകയും
യേശുവിന്റെ നാമത്തിൽ ഈ
പ്രദേശത്തിന്മേൽ നമ്മുടെ ഉന്നത അധികാരം
സ്ഥാപിക്കുകയും ചെയ്യുന്നു.
പൈശാചിക പീഡനം, പൈശാചിക എതിർപ്പ്,
വ്യാജ ഭാരങ്ങൾ എന്നിവ അവസാനിപ്പിക്കുക.

നിന്റെ കോപത്തിൽ ഞങ്ങളുടെ ശത്രുക്കളുടെ
പ്രവൃത്തികളെ ചിതറിക്കേണമേ; നിന്റെ

പരിഹാസത്തിൽ അവരുടെ ഭിന്നതയെ സംഘടിപ്പിക്കേണമേ.

ഞങ്ങളുടെ മനസ്സ് എല്ലാ ശക്തികേന്ദ്രങ്ങളിൽ നിന്നും മുക്തമാണെന്ന് ഞങ്ങൾ പ്രഖ്യാപിക്കുകയും പ്രഖ്യാപിക്കുകയും ചെയ്യുന്നു.
പുത്രൻ സ്വതന്ത്രനാക്കുന്നവൻ സാക്ഷാൽ സ്വതന്ത്രൻ ആകുന്നു .
ആകാശങ്ങൾ തുറക്കപ്പെടാൻ നാം കൽപ്പിക്കുന്നു.

പിതാവേ, ഞങ്ങളുടെ പ്രാർത്ഥനകൾക്ക് തടസ്സമാകുന്ന എല്ലാ പൈശാചിക തടസ്സങ്ങളിൽ നിന്നും മുക്തമായി, വഴി തെളിച്ച് അമാനുഷിക പാതകൾ സൃഷ്ടിക്കണമേ.

പൈശാചിക കടത്തിന് ഉത്തരവാദികളായ സ്ഥാപനങ്ങളെ യേശുവിന്റെ നാമത്തിൽ ഞങ്ങൾ അറസ്റ്റ് ചെയ്യുകയും കൂടുതൽ തടസ്സപ്പെടുത്തൽ, ഇടപെടൽ, തടസ്സപ്പെടുത്തൽ എന്നിവ നിരോധിക്കുകയും ചെയ്യുന്നു.

ഞാൻ സ്വർഗ്ഗത്തിന്മേൽ പ്രവചനപരവും അപ്പോസ്തലികവുമായ സമ്മർദ്ദം ചെലുത്തി.
എല്ലാ പൈശാചിക കവാടങ്ങളും തുറക്കാൻ ഞാൻ കൽപ്പിക്കുന്നു.

പിച്ചള വാതിലുകളും ഇരുമ്പുകട്ടികളും തുറക്കപ്പെടും.
പിതാവേ, എല്ലാ പൈശാചിക കവാടങ്ങളും അടയ്ക്കുക.
ശത്രുവിന് അതിർത്തി കടന്നുള്ള പ്രദേശങ്ങളിലേക്ക് പ്രവേശനം നൽകരുത്.
പൈശാചികമോ പൈശാചികമോ ആയ കടന്നുകയറ്റം ഉണ്ടാകാതിരിക്കട്ടെ.
ഞാൻ മുന്നേറുമ്പോൾ, ഈ പ്രദേശത്തെ എല്ലാ ശക്തികേന്ദ്രങ്ങളും എന്റെ മനസ്സിൽ നിന്ന് തകർന്നുപോയെന്ന് ഞാൻ പ്രഖ്യാപിക്കുകയും പ്രഖ്യാപിക്കുകയും ചെയ്യുന്നു.

കർത്താവ് എന്റെ മനസ്സിനെ ശുദ്ധീകരിക്കുന്നുവെന്നും, എന്റെ മനസ്സിലേക്കും ആത്മാവിലേക്കും ആത്മാവിലേക്കും പരിശുദ്ധാത്മാവിന് അനിയന്ത്രിതവും തടസ്സമില്ലാത്തതുമായ പ്രവേശനം നൽകുന്നുവെന്നു ഞാൻ പ്രഖ്യാപിക്കുകയും പ്രഖ്യാപിക്കുകയും ചെയ്യുന്നു.
അമാനുഷിക ഉൾക്കാഴ്ചകൾ, പ്രവചന വെളിപ്പെടുത്തലുകൾ, നർമ്മബോധമുള്ള ആശയങ്ങൾ, സൃഷ്ടിപരമായ കണ്ടുപിടുത്തങ്ങൾ, ദൈവിക പ്രചോദനം, ജ്ഞാനം അല്ലെങ്കിൽ അറിവ് എന്നിവ പൈശാചികമായി തട്ടിക്കൊണ്ടുപോകില്ലെന്ന് ഞാൻ വിധിക്കുന്നു.

ഇവ യേശുവിന്റെ നാമത്തിൽ സ്വതന്ത്രമായി ഒഴുകും.
എല്ലാ പർവതങ്ങളെയും താഴ്ത്തണം.
എല്ലാ താഴ്വരകളും ഉയർത്തപ്പെടണം.
വളഞ്ഞതെല്ലാം നേരെയാക്കണം.

ഇപ്പോൾ ഞാൻ ആവശ്യപ്പെടുമ്പോൾ ജ്ഞാനം, തന്ത്രങ്ങൾ, ദിവ്യ തന്ത്രങ്ങൾ എന്നിവ ലഭ്യമാക്കിക്കൊണ്ട് സമനിലയിൽ മുന്നേറുന്നു.

ആത്മീയ പർവതങ്ങളും, ബന്ധ പർവതങ്ങളും, രാഷ്ട്രീയ പർവതങ്ങളും നീക്കപ്പെടണമെന്ന് ഞാൻ വിധിക്കുന്നു.

മറികടക്കാനാവാത്തതും അഭേദ്യവുമായതിനെ ഞാൻ തകർക്കുന്നു.

അഭേദ്യമായ മതിലുകളും തടസ്സങ്ങളും ഭേദിച്ച് ഞാൻ അത്ഭുതങ്ങളുടെ മണ്ഡലത്തിലേക്ക്, അമാനുഷികതയുടെ മണ്ഡലത്തിലേക്ക്, വർദ്ധനവ്, സമൃദ്ധി, സമൃദ്ധി, സ്വാധീനം, സമൃദ്ധി, സമ്പത്ത് എന്നിവയുടെ മണ്ഡലത്തിലേക്ക് പ്രവേശിക്കുന്നു.

അനുകൂലമായ നിയമ, സാമ്പത്തിക, ആത്മീയ ചർച്ചകൾക്ക് തടസ്സമായി നിൽക്കുന്ന വഴക്കമില്ലാത്ത ആളുകളെയും, ദുർബ്ബലമായ പ്രശ്നങ്ങളെയും സാഹചര്യങ്ങളെയും

മറികടന്ന് ഞാൻ മുന്നോട്ട് പോകുന്നുവെന്ന് ഞാൻ പ്രഖ്യാപിക്കുന്നു.

യേശുവിന്റെ നാമത്തിൽ രക്തത്തിന്റെ ശക്തിയാൽ നീങ്ങാൻ ഞാൻ നിങ്ങളോട് കൽപ്പിക്കുന്നു.

എന്റെ പുരോഗതിയെ തടസ്സപ്പെടുത്തുകയും
എന്റെ പുരോഗതിയെ തടസ്സപ്പെടുത്തുകയും
ചെയ്യുന്ന പൈശാചിക ബലിപീഠങ്ങളും പാരമ്പര്യത്തിന്റെ പൂർവ്വിക ആത്മാക്കളും നിർമ്മിക്കുന്നതിന് ഉത്തരവാദിയായ ശത്രുവിന്റെ ശക്തിയിൽ ഞാൻ അധികാരം ഏറ്റെടുക്കുന്നു.

പൈശാചികമായ ബാരിക്കേഡുകൾക്കിടയിലൂടെ ഞാൻ എന്റെ വഴി വെട്ടിത്തുറക്കുന്നു.

എല്ലാ യെരീഹോ മതിലുകളും പൊളിച്ചുമാറ്റണമെന്ന് ഞാൻ ഉത്തരവിടുകയും പ്രഖ്യാപിക്കുകയും ചെയ്യുന്നു.

എന്റെ സ്വത്തുക്കൾ എന്റെ കൈവശമുണ്ട്.

ശത്രുവിന്റെ പാളയത്തിൽ നിന്ന് ഉത്ഭവിക്കുന്ന വിഷയങ്ങളിൽ ഞാൻ അധികാരം ഏറ്റെടുക്കുന്നു.

ഞാൻ ദൈവികവും പെട്ടെന്നുള്ള ഇടപെടലും അത്ഭുതങ്ങളും വിധിക്കുന്നു.

യേശുവിന്റെ നാമത്തിൽ എല്ലാ സാഹചര്യങ്ങളെയും സാഹചര്യങ്ങളെയും ദൈവിക വിന്യാസത്തിലേക്ക് വരാൻ ഞാൻ കൽപ്പിക്കുന്നു.

ഞാൻ എല്ലാ ശാപവും തിരിച്ചെടുക്കുന്നു.

എന്റെ മനസ്സിലും ആത്മാവിലും ആത്മാവിലും നിയമപരമായി നട്ടുപിടിപ്പിച്ച പൈശാചിക വിത്തുകൾ ഞാൻ കുഴിച്ച് പുറത്തെടുക്കുന്നു.

അവ വേരൂന്നിത്തുടങ്ങുകയില്ല. അവയെ ഇൻകുബേറ്റ് ചെയ്യുകയോ വളർത്തുകയോ പോറ്റുകയോ തീറ്റിക്കുകയോ വെള്ളം നൽകുകയോ ചെയ്യരുത്.

ഞാൻ ഇപ്പോൾ അവരെ നശിപ്പിക്കും.

ദൈവത്തിന്റെ മനസ്സിൽ നിന്ന് ഉത്ഭവിക്കുന്നത് മാത്രമേ എനിക്ക് ലഭിക്കൂ:

പ്രത്യാശയുടെ വിത്തുകൾ. വിശ്വാസത്തിന്റെ വിത്തുകൾ. വിധിയുടെ വിത്തുകൾ. ശക്തിയുടെ വിത്തുകൾ. വിജയത്തിന്റെയും സമൃദ്ധിയുടെയും വിത്തുകൾ. വിശുദ്ധിയുടെ വിത്തുകൾ.

നീതിയുടെ വിത്തുകൾ. ദൈവഭക്തിയുടെ വിത്തുകൾ. ധാർമ്മിക ഇടപാടിന്റെ വിത്തുകൾ. ധാർമ്മികതയുടെ വിത്തുകൾ.

എല്ലാ ഗർഭഛിദ്ര പ്രവർത്തനങ്ങളെയും ഞാൻ ചെറുക്കുകയും ഒഴിവാക്കുകയും നിരസിക്കുകയും ചെയ്യുന്നു.

ഞാൻ മുഴുവൻ കാലാവധിയും വഹിക്കുന്നു.

എല്ലാ പൈശാചിക പരിമിതികളിൽ നിന്നും തടവറകളിൽ നിന്നും ഞാൻ പുറത്തുകടക്കുന്നു.

പിച്ചള കൊണ്ടുള്ള വാതിലുകളും ഇരുമ്പ് ദണ്ഡുകളും - ആത്മാവിന്റെ ശക്തമായ കാറ്റിനാൽ പറന്നുപോകട്ടെ.

പരിമിതമായ സാഹചര്യങ്ങളിൽ നിന്ന് പുറത്തുകടക്കാൻ ഞാൻ തിരഞ്ഞെടുക്കുന്നു.

എന്റെ മനസ്സിനും, എന്റെ ശുശ്രൂഷയ്ക്കും, എന്റെ ആത്മാവിനും, എന്റെ ആത്മാവിനും, എന്റെ വിധിക്കും, എന്റെ ഭാവിക്കും, എന്റെ ശബ്ദത്തിനും, എന്റെ കുടുംബത്തിനും, എന്റെ സാമ്പത്തികത്തിനും മേലുള്ള തടവറയുടെ ശക്തി ഞാൻ തകർക്കുന്നു.

ഞാൻ പൊട്ടിത്തെറിക്കുന്നു.

ഞാൻ സ്വതന്ത്രനാകുന്നു.

യേശുവിന്റെ നാമത്തിലുള്ള എല്ലാ വിധി മാറ്റുന്ന പ്രവർത്തനങ്ങൾക്കും, പൈശാചിക ഉപരോധങ്ങൾക്കും,
അടിച്ചേൽപ്പിക്കലുകൾക്കും മേൽ എനിക്ക് അധികാരമുണ്ടെന്ന് ഞാൻ പ്രഖ്യാപിക്കുകയും വിധിക്കുകയും ചെയ്യുന്നു.

എല്ലാ പൈശാചിക തടവറകളും തുറക്കണമെന്ന് ഞാൻ വിധിക്കുന്നു.

ഞാൻ എന്റെ പള്ളി മോചിപ്പിക്കുന്നു.

ഞാൻ എന്റെ ഭാവി സ്വതന്ത്രമാക്കുന്നു.

ഞാൻ എന്റെ രാജ്യത്തെ മോചിപ്പിക്കുന്നു.

ഞാൻ എന്റെ സർക്കാരിനെ മോചിപ്പിക്കുന്നു.

ഞാൻ എന്റെ കുടുംബത്തെ മോചിപ്പിക്കുന്നു.

ഞാൻ എന്റെ കുട്ടികളെ വിട്ടയക്കുന്നു.

ഞാൻ എന്റെ ശുശ്രൂഷ ഉപേക്ഷിക്കുന്നു.

ഞാൻ എന്റെ അഭിഷേകം പുറത്തിറക്കുന്നു.

ഞാൻ എന്റെ സ്വാധീനം സ്വതന്ത്രമാക്കുന്നു.

ഞാൻ എന്റെ പ്രശസ്തി പുറത്തുവിടുന്നു.

എന്റെ പേര് ഞാൻ പുറത്തുവിടുന്നു.

ഞാൻ എന്റെ സമാധാനം വിടുന്നു.

ഞാൻ എന്റെ സന്തോഷം പുറത്തുവിടുന്നു.

ഞാൻ എന്റെ സന്തോഷം പുറത്തുവിടുന്നു.

ഞാൻ എന്റെ ആരോഗ്യം മോചിപ്പിക്കുന്നു.

പൈശാചിക ശക്തികളുടെ നിയന്ത്രണത്തിൽ നിന്ന് യേശുവിന്റെ നാമത്തിൽ ഞാൻ അതിനെ മോചിപ്പിക്കുന്നു.

ഞാൻ തടവറകളിൽ നിന്ന് പുറത്തുകടക്കുന്നു.

ഞാൻ തടസ്സങ്ങൾ ഭേദിക്കുന്നു.

യേശുവിന്റെ നാമത്തിൽ ഞാൻ പരിമിതികൾ ലംഘിക്കുന്നു.

മാനസിക ബന്ധനം, വൈകാരിക ബന്ധനം, ശാരീരിക ബന്ധനം, ലൈംഗിക ബന്ധനം, ആത്മീയ ബന്ധനം, സാമ്പത്തിക ബന്ധനം, ലഹരിവസ്തുക്കളാൽ സൃഷ്ടിക്കപ്പെട്ട ബന്ധനം, സംഘടനാ ബന്ധനം, അഹങ്കാര ബന്ധനങ്ങൾ, പൈശാചിക കൂട്ടായ്മകൾ, സാഹോദര്യങ്ങൾ എന്നിവയിൽ നിന്ന് ഞാൻ മുക്തനാകുന്നു.

യേശുവിന്റെ നാമത്തിൽ.

ഭാഗം 4 — മോചനം, മോചനം & തലമുറകൾ

എന്റെ മരണത്തിന് ഗൂഢാലോചന നടത്തുന്ന, എന്റെ വിജയത്തോട് രഹസ്യമായി നീരസം സൂക്ഷിക്കുന്ന എല്ലാവരെയും, നിങ്ങളുടെ മനസ്സിനെയും ആത്മാവിനെയും ഞാൻ ആ ശക്തികേന്ദ്രത്തിൽ നിന്ന് മോചിപ്പിക്കുന്നു.

എന്നെ പോകാൻ അനുവദിക്കണമെന്ന് ഞാൻ ആവശ്യപ്പെടുന്നു.

നിന്റെ ഹൃദയത്തിൽ നിന്ന് എന്നെ മോചിപ്പിക്കൂ.
നിന്റെ ആത്മാവിൽ നിന്ന് എന്നെ മോചിപ്പിക്കൂ. നിന്റെ മനസ്സിൽ നിന്ന് എന്നെ മോചിപ്പിക്കൂ.

പുത്രൻ സ്വതന്ത്രനാക്കുന്നവൻ വാസ്തവമായി സ്വതന്ത്രൻ എന്നു ഞാൻ വിധിക്കുകയും പ്രഖ്യാപിക്കുകയും ചെയ്യുന്നു .

പിതാവേ, ഞാൻ ആരെയെങ്കിലും അബദ്ധവശാൽ വേദനിപ്പിക്കുകയോ നിരാശപ്പെടുത്തുകയോ ചെയ്തിട്ടുണ്ടെങ്കിൽ, നീരസം, ക്ഷമിക്കാതിരിക്കൽ, കയ്പ്പ്, വെറുപ്പ്, നിസ്സംഗത എന്നിവയുടെ ശക്തികേന്ദ്രങ്ങളിൽ നിന്ന് എന്നെ മോചിപ്പിക്കണമേ.

എന്റെ അജ്ഞതയിലും
പകവതയില്ലായ്മയിലും ഞാൻ
പശ്ചാത്തപിക്കുന്നു.
എന്റെ ഭൂതകാലം എന്റെ ഭാവിയെ
പ്രതികൂലമായി ബാധിക്കാൻ
അനുവദിക്കരുത്.
യാഥാർത്ഥ്യബോധമില്ലാത്ത പ്രതീക്ഷകൾ,
മാനസിക തടവറകൾ, ഉപരിപ്ലവത, തെറ്റായ
ഐഡന്റിറ്റികൾ, അഹംഭാവ കുരുക്കുകൾ,
ആത്മബന്ധങ്ങൾ, ലേബലുകൾ, ക്രിസ്തുവിൽ
ഞാൻ ആരാണെന്ന് ദുർബലപ്പെടുത്തുന്ന
കളങ്കങ്ങൾ എന്നിവയിൽ നിന്ന് ഞാൻ
മോചനം നേടുന്നു.
എന്റെ യഥാർത്ഥ ഐഡന്റിറ്റി ഞാൻ
അവകാശപ്പെടുന്നു.
ഇന്ന് ഒരു പുതിയ ദിവസത്തിന്റെ
ഉദയമാണെന്ന് ഞാൻ വിധിക്കുന്നു.
യേശുക്രിസ്തുവിന്റെ രക്തത്താൽ എല്ലാ
പൈശാചിക ശാരീരികവും വൈകാരികവും
സാമ്പത്തികവുമായ കടങ്ങളും ഞാൻ
റദ്ദാക്കുന്നു.

എന്റെ ആത്മാവിനെയും എന്റെ
പ്രിയപ്പെട്ടവരുടെയും, ജീവനക്കാരുടെയും,
ശുശ്രൂഷയുടെയും, ബിസിനസ്സിന്റെയും,
സർക്കാരിന്റെയും ആത്മാക്കളെ
പൈശാചിക വിപണികളിൽ നിന്ന്
വീണ്ടെടുക്കണമേ.

യൂദാസിന്റെ ആത്മാവിൽ നിന്ന് എന്നെ മോചിപ്പിക്കണമേ - സുഹൃത്തുക്കൾ, പ്രിയപ്പെട്ടവർ, സഹപ്രവർത്തകർ, സഹകാരികൾ, ബിസിനസ്സ് പങ്കാളികൾ, ജീവനക്കാർ, എന്നെ വിറ്റുകളഞ്ഞ എല്ലാവരിൽ നിന്നും.

പിതാവേ, ഞാൻ മോചിതനായെന്ന് ഞാൻ വിധിക്കുകയും പ്രഖ്യാപിക്കുകയും ചെയ്യുന്നു.
നീ എന്നെ സ്വതന്ത്രനാക്കി.

സങ്കീർത്തനം 9:15 , **സങ്കീർത്തനം** 72:14 , **യിരെമ്യാവ്** 31:11–14 എന്നിവ പ്രകാരം , എന്റെ ആത്മാവിനെ യേശുവിന്റെ രക്തത്താൽ പൈശാചിക വിപണികളിൽ നിന്നും അധോലോകത്തിന്റെ ആറ് മേഖലകളുടെ ശക്തികളിൽ നിന്നും വിടുവിക്കുകയും വീണ്ടെടുക്കുകയും ചെയ്യുമെന്ന് ഞാൻ വിധിക്കുന്നു.

എന്റെ ആത്മാവിനെ ബന്ദിയാക്കുകയില്ല. അതിനെ ഉപരോധിക്കുകയില്ല.

വേട്ടക്കാരന്റെ കെണിയിൽ നിന്ന് ഞാൻ രക്ഷപ്പെടുന്നു.
ഞാൻ കഴുകനെപ്പോലെ ചിറകടിച്ചു കയറുന്നു.
എന്റെ ജീവിതം, വിധി, ഉദ്ദേശ്യം എന്നിവയുമായി ബന്ധപ്പെട്ട എല്ലാം

വീണ്ടെടുത്ത യേശുക്രിസ്തുവിന്റെ രക്തം
ഞാൻ ഉപയോഗിക്കുകയും
പ്രയോഗിക്കുകയും ചെയ്യുന്നു.

എന്നെ മോചിപ്പിച്ചിരിക്കുന്നു.

എന്റെ കുടുംബത്തെ മോചനദ്രവ്യം നൽകി.
എന്റെ ഭാവി മോചനദ്രവ്യമായി.
എന്റെ സാമ്പത്തികം നഷ്ടമായി.

എന്റെ ഭാവിയും വിധിയും ഞാൻ
ക്രിസ്തുയേശുവിൽ സുരക്ഷിതമാക്കുന്നു.

എന്റെ പ്രിയപ്പെട്ടവരുടെയും, എന്റെ
ശുശ്രൂഷയുടെയും, ക്രിസ്തുവിലുള്ള എന്റെ
സമൂഹത്തിന്റെയും ഭാവി ഞാൻ
സുരക്ഷിതമാക്കുന്നു.

എന്റെ സഹോദരങ്ങളുടെയും, എന്റെ
കുട്ടികളുടെയും, എന്റെ
പേരക്കുട്ടികളുടെയും, എന്റെ
ദൈവമക്കളുടെയും, മരുമക്കളുടെയും,
അനന്തരവന്മാരുടെയും, അമ്മായിമാരുടെയും,
അമ്മാവന്മാരുടെയും, കസിൻസിന്റെയും,
മാതാപിതാക്കളുടെയും, മുത്തശ്ശിമാരുടെയും,
മരുമക്കളുടെയും, വിപുലമായ
കുടുംബത്തിന്റെയും ഭാവി യേശുവിന്റെ
നാമത്തിൽ ഞാൻ സുരക്ഷിതമാക്കുന്നു.

അവരുടെ ആത്മാക്കളെ അധോലോക ശക്തികളിൽ നിന്ന് വീണ്ടെടുക്കണമേ.

അവർ പരസംഗം, വേശ്യാവൃത്തി, അശ്ലീലം, കൂട്ട അക്രമം എന്നിവയ്ക്ക് ഇരയാകരുതെന്ന് ഞാൻ ഉത്തരവിടുകയും പ്രഖ്യാപിക്കുകയും ചെയ്യുന്നു.

അവർ ഭക്ഷണത്തിനായി യാചിക്കുകയില്ല.
അവർക്ക് ഭവനരഹിതതയോ
നിസ്സഹായതയോ അനുഭവപ്പെടില്ല.
അവർ അകാലത്തിൽ മരിക്കുകയോ ആസക്തി
മൂലമോ മരിക്കില്ല.
അവർ സ്ഥിതിവിവരക്കണക്കുകളായി
മാറുകയോ സ്കൂളിൽ നിന്ന്
പുറത്തുപോകുകയോ ചെയ്യരുത്.
അവർ ദൈവസ്നേഹത്തിൽ നിന്ന്
അകന്നുപോകരുത്.

അവരുടെ ആത്മാക്കളെ പൈശാചിക ചന്തകളിൽ നിന്നും ജയിലുകളിൽ നിന്നും നീക്കം ചെയ്യണമേ.

അവരുടെ ജീവിതത്തിൽ നിന്ന് മരണത്തിന്റെ വിധി നീക്കം ചെയ്യുകയും മരണത്തിന്റെ ആത്മാവിനു മുകളിൽ ക്രിസ്തുയേശുവിലുള്ള ജീവന്റെ ആത്മാവിനെ സ്ഥാപിക്കുകയും ചെയ്യുക.

ഞങ്ങളുടെ രക്തബന്ധത്തിലുള്ള ശാപങ്ങളെ
ഞാൻ വീറ്റോ ചെയ്യുകയും
തിരിച്ചെടുക്കുകയും ചെയ്യുന്നു.

ഞങ്ങളുടെ കുടുംബം മോചിതരായെന്ന്
ഞങ്ങൾ ഉത്തരവിടുകയും
പ്രഖ്യാപിക്കുകയും ചെയ്യുന്നു.

വിഗ്രഹങ്ങൾ, ശാപങ്ങൾ, മന്ത്രവാദ
പ്രാർത്ഥനകൾ, രക്തബലികൾ, ദുരാഗ്രഹങ്ങൾ,
പൈശാചികമായി നിശ്ചയിച്ച വിവാഹങ്ങൾ,
സാത്താന്റെ വധുക്കൾ, ജ്യോതിഷം, ജ്യോതിഷ
ചിഹ്നങ്ങൾ, ഇരുണ്ട കലകളിൽ മുഴുകൽ,
ഔയിജ ബോർഡുകൾ, ജുജു, വൂഡൂ, ജ്യോതിഷ
പ്രവചനങ്ങൾ, സെയൻസുകൾ, ടാരറ്റ്
കാർഡുകൾ, ചായ-ഇല വായന, യേശുവിന്റെ
നാമത്തിലുള്ള കൈപ്പത്തി വായന
എന്നിവയുമായി ബന്ധപ്പെട്ട ബന്ധനങ്ങളിൽ
നിന്ന് നാം സ്വതന്ത്രരാകുന്നു.

ഞങ്ങളുടെ കുടുംബം മന്ത്രവാദത്തിൽ നിന്ന്
മുക്തമാണെന്ന് ഞങ്ങൾ ഉത്തരവിടുകയും
പ്രഖ്യാപിക്കുകയും ചെയ്യുന്നു.

സാന്റേറിയയിൽ നിന്നും യേശുവിന്റെ
നാമത്തിലുള്ള എല്ലാത്തരം പൈശാചിക
പ്രവർത്തനങ്ങളിൽ നിന്നും സ്വതന്ത്രരാണ് .
പിതാവേ, നീ ഞങ്ങളെ എല്ലാ ദിവസവും
വിടുവിക്കുന്നതിന് ഞാൻ നിനക്കു നന്ദി
പറയുന്നു.

പിതാവേ, യേശുവിന്റെ നാമത്തിലും ക്രിസ്തുവിന്റെ രക്തത്താലും, നമ്മുടെ ഭക്ഷണം, വിറ്റാമിനുകൾ, വെള്ളം, കുറിപ്പടി എന്നിവയിൽ സ്ഥാപിച്ചിരിക്കുന്ന പൈശാചിക കുത്തിവയ്പ്പുകൾ, ഹെക്സ് മന്ത്രങ്ങൾ, നിക്ഷേപങ്ങൾ എന്നിവയുടെ ഫലങ്ങൾ ഞങ്ങൾ മാറ്റുന്നു.

ആസക്തി, കോശ മ്യൂട്ടേഷൻ, രോഗവ്യാപനം, വൈകല്യങ്ങൾ, വൈകല്യങ്ങൾ, അസാധാരണത്വങ്ങൾ, രൂപഭേദം, പക്ഷാഘാതം, വൈകല്യങ്ങൾ, ഡിമെൻഷ്യ, അലസത, ഉറക്കമില്ലായ്മ, വളർച്ച മുരടിക്കൽ, അവികസിതാവസ്ഥ, ആശയക്കുഴപ്പം, അടിച്ചമർത്തപ്പെട്ട രോഗപ്രതിരോധ സംവിധാനങ്ങൾ, ശ്രദ്ധാ വൈകല്യങ്ങൾ, ഹൈപ്പർ ആക്ടിവിറ്റി, ബൈപോളാർ ഡിസോർഡർ, ചികിത്സിക്കാൻ കഴിയാത്ത രോഗങ്ങൾ, കാൻസർ, അവയവ സങ്കീർണതകൾ, ട്യൂമറുകൾ, സിസ്റ്റുകൾ, അന്യൂറിസം, ജനന വൈകല്യങ്ങൾ, പ്രസവത്തിലെ സങ്കീർണതകൾ, സ്വയമേവയുള്ള ഗർഭഛിദ്രങ്ങൾ എന്നിവയ്ക്ക് കാരണമാകുന്ന സാത്താനിക് ഇംപ്ലാന്റുകളുടെ ഫലങ്ങൾ ഞങ്ങൾ മാറ്റുന്നു.

യേശുവിന്റെ നാമത്തിൽ ഞങ്ങൾ അത് തിരിച്ചെടുക്കുന്നു.

പിതാവേ, പൈശാചിക ആത്മാക്കളുമായി അറിഞ്ഞോ അറിയാതെയോ ഉണ്ടാക്കിയ എല്ലാ ഉടമ്പടികളെയും കരാറുകളെയും കുറിച്ച് ഞങ്ങൾ പശ്ചാത്തപിക്കുന്നു.

പൈശാചിക ആത്മാക്കളിൽ നിന്നും പൈശാചിക പ്രതിനിധികളിൽ നിന്നും ഉപദേശം സ്വീകരിക്കുന്നതിൽ ഞങ്ങൾ പശ്ചാത്തപിക്കുന്നു.

പിതാവേ, ഞങ്ങളുടെ ആത്മാക്കളുടെ പ്രത്യുത്പാദന അവയവങ്ങൾ എല്ലാത്തരം പൈശാചിക നുഴഞ്ഞുകയറ്റങ്ങളിൽ നിന്നും മുക്തമാണെന്ന് ഞങ്ങൾ പ്രഖ്യാപിക്കുകയും പ്രഖ്യാപിക്കുകയും ചെയ്യുന്നു.

പിതാവേ, വിഗ്രഹങ്ങൾക്കും ക്രിസ്തുവിരുദ്ധ സാംസ്കാരിക പ്രതിച്ഛായകൾക്കും മുമ്പിൽ മുട്ടുകുത്തുന്നതിനും, ഭൂതങ്ങളുടെ ഉപദേശങ്ങൾ സ്വീകരിക്കുന്നതിനും, പൈശാചിക പ്രത്യയശാസ്ത്ര തത്ത്വചിന്തകളും മതപരമായ പാഷണ്ഡതകളും സ്വീകരിക്കുന്നതിനും ഞങ്ങൾ പശ്ചാത്തപിക്കുന്നു.

പിതാവേ, നിന്റെ സത്യത്താൽ ഞങ്ങളെ വിടുവിക്കേണമേ, കാരണം നിന്റെ വചനം സത്യമാണ്.

ഞങ്ങളുടെ എല്ലാ ദുഷ്പ്രവൃത്തികളും,
തെറ്റിദ്ധാരണകളും, ദ്രോഹവും, ജഢികതയും,
യുക്തിസഹീകരണവും, നിസ്സംഗതയും,
കഠിനഹൃദയവും ക്ഷമിക്കണമേ.

പിതാവേ, ദുഷ്ടന് നമ്മിൽ സ്ഥാനമില്ലെന്ന്
ഞങ്ങൾ വിധിക്കുകയും പ്രഖ്യാപിക്കുകയും
ചെയ്യുന്നു.

ഈ ശക്തികേന്ദ്രങ്ങളിൽ നിന്നെല്ലാം ഞങ്ങൾ
സ്വാതന്ത്ര്യം പ്രഖ്യാപിക്കുന്നു.
വചനശുദ്ധിയിലൂടെ ഞങ്ങളുടെ മനസ്സുകളെ
ശുദ്ധീകരിക്കണമേ.
ഞങ്ങളിൽ ഒരു നിർമ്മലമായ ഹൃദയം
സൃഷ്ടിക്കുകയും ശരിയായ ഒരു ആത്മാവിനെ
ഞങ്ങളിൽ പുതുക്കുകയും ചെയ്യണമേ.

ഞങ്ങളുടെ ശക്തിയും
വീണ്ടെടുപ്പുകാരനുമായ കർത്താവേ,
ഞങ്ങളുടെ വായിലെ വാക്കുകളും
ഹൃദയത്തിലെ ധ്യാനവും നിന്റെ ദൃഷ്ടിയിൽ
സ്വീകാര്യമായിരിക്കട്ടെ.

ഞങ്ങളുടെ വായ്കൾക്കു കാവൽ
ഏർപ്പെടുത്തണമേ, ഞങ്ങളുടെ അധരങ്ങളുടെ
വാതിൽ കാത്തുകൊള്ളണമേ.

നമ്മുടെ അധരങ്ങളിൽ നിന്ന് ഒരു ദുഷിച്ച
സംസാരവും പുറപ്പെടരുത്.

നമ്മുടെ സ്വഭാവത്തിന്റെ
ബലഹീനതകൾക്കും ജഡത്തിന്റെ
ചായ്‌വുകൾക്കും മുകളിൽ ആത്മാവിന്റെ
ഫലം അടിച്ചേൽപ്പിക്കുക.

അത്യുന്നതന്റെ മറവിലും ഞങ്ങളെ
മറയ്ക്കേണമേ .

നിന്റെ നാമം നിമിത്തം ഞങ്ങളെ നീതിയുടെ
പാതയിലൂടെ നയിക്കണമേ.

ഞങ്ങൾ സത്യസന്ധതയോടെ നടക്കുന്നുവെന്ന്
ഞങ്ങൾ വിധിക്കുകയും പ്രഖ്യാപിക്കുകയും
ചെയ്യുന്നു.
പുത്രൻ സ്വതന്ത്രനാക്കുന്നവൻ സാക്ഷാൽ
സ്വതന്ത്രൻ എന്നു ഞാൻ വീണ്ടും പറയുന്നു .

ഭാഗം 5 - ബന്ധങ്ങളും ശാപങ്ങളും തകർക്കൽ

ആവർത്തനപുസ്തകം 32:13 ഉം ഇയ്യോബ് 29:6 ഉം അനുസരിച്ച് , ഭൂമിയിലെ ഉന്നതങ്ങളിൽ ഞങ്ങളെ വാഹനത്തിൽ കയറ്റി, വയലുകളിലെ വിളവ് ഭക്ഷിച്ചു, പാറയിൽ നിന്ന് തേൻ വലിച്ചെടുക്കേണമേ, ഞങ്ങളുടെ കാലടികൾ വെണ്ണ കൊണ്ട് കഴുകേണമേ, പാറയിൽ നിന്ന് എണ്ണ ഒഴുകുമാറാക്കേണമേ.

നമ്മുടെ ഭൂതകാലം കഴിഞ്ഞുപോയി എന്ന് നാം വിധിക്കുകയും പ്രഖ്യാപിക്കുകയും ചെയ്യുന്നു, ക്രിസ്തുയേശുവിൽ ദൈവത്തിന്റെ ഉന്നതമായ വിളിയുടെ അടയാളത്തിലേക്ക് നാം മുന്നേറുന്നു.

പിതാവേ, ജഢികതയ്ക്ക് ഞങ്ങളോട് ക്ഷമിക്കണമേ. ഞങ്ങളുടെ മനസ്സിലെ രഹസ്യ അജണ്ടകൾ കഴുകിക്കളയണമേ.

ബന്ധനം, ചലനമില്ലായ്മ, പക്ഷാഘാതം എന്നിവയ്ക്ക് കാരണമാകുന്ന ശത്രുവിന്റെ കെണിയിൽ നിന്ന് ഞങ്ങളുടെ പാദങ്ങൾ സ്വതന്ത്രമായിരിക്കുന്നുവെന്ന് ഞങ്ങൾ പ്രഖ്യാപിക്കുകയും പ്രഖ്യാപിക്കുകയും ചെയ്യുന്നു.

പിതാവേ, ഞങ്ങളുടെ ലക്ഷ്യം നിറവേറ്റുന്നതിനും ഞങ്ങളുടെ കഴിവുകൾ

പരമാവധിയാക്കുന്നതിനും മുന്നേറാൻ ഞങ്ങൾക്ക് സ്വാതന്ത്ര്യമുണ്ടെന്ന് ഞങ്ങൾ പ്രഖ്യാപിക്കുകയും പ്രഖ്യാപിക്കുകയും ചെയ്യുന്നു.

നമ്മളെ ആർക്കും ചെറുക്കാൻ കഴിയില്ല. നമ്മളെ തടയാൻ കഴിയില്ല. നമ്മളെ തടയാൻ കഴിയില്ല.

നമ്മുടെ പ്രദേശങ്ങൾ
വിശാലമാക്കിയിരിക്കുന്നു.

നമ്മളെ അരികുവൽക്കരിക്കുകയോ, ബഹിഷ്കരിക്കുകയോ, ഒരു ഗുഹയിൽ തടഞ്ഞുവയ്ക്കുകയോ ചെയ്തില്ല.

നമ്മളെ പിന്നോട്ട് വലിക്കുകയോ, സഹിക്കുകയോ, അടിച്ചമർത്തുകയോ, വേദനയിൽ ചവിട്ടുകയോ, വേദനയിൽ ബന്ധിക്കപ്പെടുകയോ, കയ്പിൽ നങ്കൂരമിടുകയോ, അവിശ്വാസത്തിലോ വിഷാദത്തിലോ കുടുങ്ങുകയോ ചെയ്തില്ല.

നമ്മുടെ അനന്തരാവകാശം നമുക്ക് നിഷേധിക്കപ്പെടുകയോ, പുരോഗതിയോ ഉയർച്ചയോ തടയപ്പെടുകയോ ചെയ്തില്ല. സ്വർഗ്ഗസ്ഥനായ പിതാവേ, അമാനുഷിക ദൈവമേ, അബ്രഹാമിന്റെയും യിസ്ഹാക്കിന്റെയും യാക്കോബിന്റെയും ദൈവമേ, ഉടമ്പടി ഉണ്ടാക്കുന്നവനും ഉടമ്പടി

പാലിക്കുന്നവനുമായ ദൈവമേ, പഴയതിൽ നിന്ന് പുറത്തുവന്ന് പുതിയതിലേക്ക് നടക്കാനുള്ള കൃപയും ധൈര്യവും കഴിവും ഞങ്ങൾക്ക് നൽകണമേ.

അനുചിതവും പൈശാചികവുമായ എല്ലാ ആത്മബന്ധങ്ങളും കെണികളും അഴിച്ചുമാറ്റുക.

പഴയ ഉടമ്പടി ബന്ധങ്ങളെക്കുറിച്ച് പുനർ ചർച്ച ചെയ്യുന്നതിനുള്ള ജ്ഞാനവും ഉൾക്കാഴ്ചയും നിർദ്ദേശവും ഞങ്ങൾക്ക് നൽകണമേ.

ദൈവികമായി തുറന്നിരിക്കുന്ന കവാടങ്ങൾ ഞങ്ങൾക്ക് വെളിപ്പെടുത്തി തരണമേ.

നിങ്ങളുടെ ദൈനംദിന അസൈൻമെന്റുകൾ, അജണ്ടകൾ, ടൈംടേബിളുകൾ എന്നിവ ഞങ്ങൾക്ക് വെളിപ്പെടുത്തി തന്നാൽ ഞങ്ങൾക്ക് കൃത്യസമയത്ത് പ്രവർത്തിക്കാൻ കഴിയും.

പിതാവേ, ഒരു ആത്മാവും വ്യക്തിയും കർത്താവിന്റെ സമയക്രമത്തിൽ നിന്ന് നമ്മെ വ്യതിചലിപ്പിക്കില്ലെന്ന് ഞങ്ങൾ പ്രഖ്യാപിക്കുന്നു.

ദിവ്യ സമയക്രമവുമായി ഞങ്ങൾ സമന്വയിപ്പിക്കപ്പെട്ടിരിക്കുന്നു .

അതുകൊണ്ട് പിതാവേ, യേശുവിന്റെ നാമത്തിലും പരിശുദ്ധാത്മാവിന്റെ അധികാരത്താലും, വ്യർത്ഥമായ വാക്കുകളാലും പ്രവൃത്തികളാലും ബന്ധപ്പെട്ട ശാപങ്ങളെ ഞങ്ങൾ തകർക്കുന്നു.

പൈശാചിക തീപ്പൊരികളെ കെടുത്തിക്കളയുക.

പൈശാചിക ചക്രങ്ങൾ വിപരീതമാക്കുക.

ലാഭകരമല്ലാത്തതും മോഹിപ്പിക്കുന്നതുമായ ബന്ധങ്ങളിൽ നിന്ന് ഞങ്ങളെ മോചിപ്പിക്കണമേ.

എല്ലാ ദുഷിച്ച ക്രമീകരണങ്ങളും വിപരീതമാക്കുക.

കൃത്രിമത്വങ്ങളെയും കൃത്രിമത്വങ്ങളെയും ഞങ്ങൾ ചെറുക്കുകയും നിരസിക്കുകയും ചെയ്യുന്നു.

യേശുവിന്റെ നാമത്തിൽ ഞങ്ങൾ അട്ടിമറിയെ എതിർക്കുന്നു.

പിതാവേ, ഞങ്ങളെ തളർത്തിയ, പരിമിതപ്പെടുത്തിയ, ബന്ധിച്ച, മലിനമാക്കിയ, പാളം തെറ്റിച്ച, ശ്രദ്ധ തിരിക്കുന്ന, നിയന്ത്രിക്കുന്ന വസ്തുക്കളിൽ നിന്നും, അവസ്ഥകളിൽ നിന്നും, പെരുമാറ്റങ്ങളിൽ

നിന്നും, മാനസികാവസ്ഥകളിൽ നിന്നും, പ്രവർത്തനങ്ങളിൽ നിന്നും, ആളുകളിൽ നിന്നും ഞങ്ങളെ മോചിപ്പിക്കണമേ.

സിംഹത്തിന്റെ വായിൽ നിന്നും സർപ്പത്തിന്റെ വിഷത്തിൽ നിന്നും ഞങ്ങളുടെ ആത്മാക്കളെ വിടുവിക്കേണമേ.

അഗ്നിസർപ്പങ്ങളും തേളുകളും വസിച്ചിരുന്നതും വരൾച്ചയും വെള്ളവുമില്ലാത്തതുമായ ആ വലുതും ഭയങ്കരവുമായ മരുഭൂമിയിലൂടെ ഇസ്രായേൽ മക്കളെ നയിച്ചതുപോലെ, സർപ്പാത്മാവിനെയും നിന്റെ തീയാൽ നശിപ്പിക്കണമേ.

ലൂക്കോസ് 10:19 അനുസരിച്ച് , സർപ്പങ്ങളുടെയും തേളുകളുടെയും മേൽ എന്റെ അധികാരം ഞാൻ ഏറ്റെടുക്കുകയും നമുക്ക് ഒരു ദോഷവും സംഭവിക്കരുതെന്ന് കൽപ്പിക്കുകയും ചെയ്യുന്നു.

എല്ലാ പൈശാചിക ആസക്തിയും ഞങ്ങൾ ഉപേക്ഷിച്ചുകളയുന്നു.

പിതാവേ, അങ്ങയുടെ അഗ്നിയാൽ മറഞ്ഞിരിക്കുന്ന പാറകളിൽ നിന്ന് സർപ്പാത്മാവിനെ പുറത്തെടുക്കണമേ.

യേശുവിന്റെ നാമത്തിൽ നിങ്ങളുടെ അഗ്നി അതിനെ പൂർണ്ണമായും നശിപ്പിക്കട്ടെ . പിതാവേ, ഞങ്ങൾ സ്വതന്ത്രരാണെന്ന് പ്രഖ്യാപിക്കുന്നു.

യേശുക്രിസ്തുവിന്റെ രക്തത്തിന്റെ വിഷവിരുദ്ധ ശക്തി, സർപ്പാത്മാവിന്റെ വിഷകരമായ പ്രവർത്തനങ്ങളിൽ നിന്ന് നമ്മെ സംരക്ഷിക്കട്ടെ.

അതിന്റെ വിഷലിപ്തമായ പ്രവർത്തനങ്ങൾ നമ്മുടെ ജീവിതത്തിലും, നമ്മുടെ പ്രിയപ്പെട്ടവരുടെയും, സഹകാരികളുടെയും, ജീവനക്കാരുടെയും, മന്ത്രിമാരുടെയും ജീവിതത്തിലും നിഷ്ഫലമാക്കാൻ ഇടയാക്കുക.

ലിവ്യാഥാന്റെ വായിൽ ഒരു കൊളുത്ത് ഇടുക.

ഈ ശക്തിയോട് നമുക്ക് ഒറ്റയ്ക്ക് പോരാടാൻ കഴിയില്ലെന്ന് നമുക്കറിയാം.
നീ യഹോവ ഗിബ്ബോർ ആകുന്നു , ശക്തനായ ദൈവം.

സാത്താൻ നമ്മുടെ സമൂഹങ്ങളിലും, രാജ്യങ്ങളിലും, രാഷ്ട്രങ്ങളിലും ഉണ്ടാക്കിയ പ്രത്യാഘാതങ്ങളെ നശിപ്പിക്കാൻ യേശുവിന്റെ നാമത്തിൽ ഞങ്ങൾ നിന്നോട് അപേക്ഷിക്കുന്നു.

എല്ലാ സ്ഥാപനങ്ങൾക്കും വേണ്ടി ഞങ്ങൾ നിലവിളിക്കുന്നു.

പിതാവേ, കുടുംബത്തിനും, വിവാഹത്തിനും, പള്ളിക്കും, സ്കൂളുകൾക്കും, സർക്കാരിനും വേണ്ടിയുള്ള പ്രാർത്ഥനയിൽ ഞങ്ങൾ വിജയിക്കുന്നു.

കോട്ടകളിൽ നിന്ന് ഞങ്ങളെ മോചിപ്പിക്കണമേ.

നമ്മുടെ സമ്പദ്‌വ്യവസ്ഥ മാന്ദ്യത്തിൽ നിന്നും വ്യവഹാരങ്ങളിൽ നിന്നും മുക്തമാണെന്ന് ഞങ്ങൾ ഉത്തരവിടുകയും പ്രഖ്യാപിക്കുകയും ചെയ്യുന്നു.

യേശുവിന്റെ നാമത്തിൽ നമ്മുടെ സമൂഹങ്ങളും സമൂഹങ്ങളും അക്രമം, തൊഴിലില്ലായ്മ, നിരക്ഷരത, ദാരിദ്ര്യം, ഭവനരഹിതർ, ബലാത്സംഗം, ഗാർഹിക പീഡനം, നിയമരാഹിത്യം, അഗമ്യഗമനം, മദ്യപാനം, മയക്കുമരുന്ന് ദുരുപയോഗം, വികൃതത, മതേതരവൽക്കരണം, മന്ത്രവാദം, ആരാധനാ പ്രവർത്തനങ്ങൾ, പൈശാചിക സാങ്കേതികവിദ്യകൾ, മന്ത്രവാദം, വരൾച്ച, സാമ്പത്തിക ബുദ്ധിമുട്ട്, സാംക്രമിക സാമൂഹിക രോഗങ്ങൾ, സെമിറ്റിക് വിരുദ്ധത, ഗർഭച്ഛിദ്രം, വിദ്വേഷ കുറ്റകൃത്യങ്ങൾ, വംശീയ ഉന്മൂലനം, നിസ്സംഗത, പൈശാചിക

മയക്കം എന്നിവയിൽ നിന്ന് മുക്തമാണെന്ന് ഞങ്ങൾ പ്രഖ്യാപിക്കുന്നു.

പിതാവേ, പൈശാചികമായ ഗാർഹിക പീഡനം, അഗമ്യഗമനം, തകരാറുകൾ, വിശപ്പ്, അഭാവം, ലജ്ജ, കുട്ടികളെ ദുരുപയോഗം ചെയ്യൽ, ഉപേക്ഷിക്കൽ എന്നിവയിൽ നിന്ന് കുടുംബങ്ങൾ മുക്തമാണെന്ന് ഞങ്ങൾ പ്രഖ്യാപിക്കുകയും പ്രഖ്യാപിക്കുകയും ചെയ്യുന്നു.

ഞങ്ങളുടെ വിവാഹങ്ങൾ വഞ്ചന, വ്യഭിചാരം, ഇണയുടെ പീഡനം, ഉടമ്പടി ലംഘനം, വിവാഹമോചനം, വൈകാരികവും ശാരീരികവും സാമ്പത്തികവുമായ ഉപേക്ഷിക്കൽ എന്നിവയിൽ നിന്ന് മുക്തമാണ്.

ഞങ്ങളുടെ ബിസിനസുകൾ വൈറ്റ് കോളർ കുറ്റകൃത്യങ്ങൾ, പാപ്പരത്തം, ഉപഭോക്താക്കളുടെയും ക്ലയന്റുകളുടെയും നഷ്ടം എന്നിവയിൽ നിന്ന് മുക്തമാണ്.

ഭാഗം 6 - നേതൃത്വവും സർക്കാരും

നമ്മുടെ സ്കൂളുകളും കോളേജുകളും സർവ്വകലാശാലകളും അജ്ഞത, മതേതരവും മാനുഷികവുമായ പ്രബോധനം, വികൃതത, കൂട്ട അക്രമം, മയക്കുമരുന്ന്,

നിയമവിരുദ്ധമായ പ്രേരണ, വഴിതെറ്റൽ, നിരക്ഷരത എന്നിവയിൽ നിന്ന് മുക്തമാണ്.

നമ്മുടെ സഭകൾ വിട്ടുവീഴ്ച, ജഡികത, മന്ദത, ലൗകികത, യഹൂദവിരുദ്ധത, മാനവികത, അനൈക്യം, പീഡനം, മത നിയന്ത്രണം, വിഭാഗീയത, അധാർമികത, അധാർമ്മിക ഇടപാടുകൾ എന്നിവയിൽ നിന്ന് മുക്തമാണ്.

നമ്മുടെ സർക്കാരുകൾ സ്വേച്ഛാധിപത്യം, സ്വേച്ഛാധിപത്യം, അട്ടിമറികൾ, അത്യാഗ്രഹം, അഴിമതി, മോഷണം, ക്രൂരത, കാഠിന്യം, കാഠിന്യം, സംവേദനക്ഷമതയില്ലായ്മ, മതഭ്രാന്ത്, പക്ഷപാതം എന്നിവയിൽ നിന്ന് മുക്തമാണ്.

സ്വേച്ഛാധിപത്യ ഭരണത്തിന് പകരം നീതിയും ധാർമ്മികതയും നിറഞ്ഞ ഒരു സർക്കാർ വരുമെന്ന് ഞങ്ങൾ പ്രഖ്യാപിക്കുകയും ഉത്തരവിടുകയും ചെയ്യുന്നു.

ഉന്നത സ്ഥാനങ്ങളിലും അധികാര സ്ഥാനങ്ങളിലും ഇരിക്കുന്നവർ, നമ്മെ നല്ലവരല്ലെന്ന് കരുതുന്നവർ, പകരം നമ്മെ നല്ലവരെന്ന് കരുതുന്നവർ വരുമെന്ന് ഞങ്ങൾ പ്രഖ്യാപിക്കുന്നു.

നമ്മുടെ ഗവൺമെന്റുകൾക്കും ലോക നേതാക്കൾക്കും ഇടയിൽ ഒരു യോജിപ്പ് കൊണ്ടുവരിക.

രാജാക്കന്മാരുടെയും രാജ്ഞികളുടെയും പ്രസിഡന്റുമാരുടെയും വൈസ് പ്രസിഡന്റുമാരുടെയും പ്രധാനമന്ത്രിമാരുടെയും ഹൃദയങ്ങൾ കർത്താവിന്റെ കൈകളിലാണെന്ന് നമുക്കറിയാം.
നമ്മുടെ ലോക നേതാക്കളെ രക്ഷിക്കുകയും അവരുടെ മനസ്സുകളെയും ഹൃദയങ്ങളെയും പൈശാചിക അടിച്ചമർത്തലിൽ നിന്നും വശീകരണത്തിൽ നിന്നും സംരക്ഷിക്കുകയും ചെയ്യണമേ.

സത്യവും കാരുണ്യവും സഹജീവികളായി നയിക്കാൻ അവർക്ക് ജ്ഞാനം നൽകണമേ.

അവർക്ക് ധാർമ്മികവും ധാർമ്മികവുമായ മാർഗ്ഗനിർദ്ദേശം നൽകുക.

മജിസ്ട്രേറ്റുമാർ, ഗവർണർമാർ, പാർലമെന്റുകൾ, സെനറ്റർമാർ, നഗര ഉദ്യോഗസ്ഥർ, കോൺഗ്രസുകാർ, വനിതാ കോൺഗ്രസ് പ്രതിനിധികൾ, സുപ്രീം കോടതികൾ, സമാധാന ജഡ്ജിമാർ, പോലീസ് ഉദ്യോഗസ്ഥർ, അഗ്നിശമന സേനാംഗങ്ങൾ, സംസ്ഥാന നിയമസഭാംഗങ്ങൾ, ഫെഡറൽ, സംസ്ഥാന ഗവർണർമാർ, നഗര ആസൂത്രകർ, രാഷ്ട്രീയക്കാർ, നയരൂപീകരണക്കാർ എന്നിവർക്കുവേണ്ടി ഞങ്ങൾ പ്രാർത്ഥിക്കുന്നു.

യേശുവിന്റെ നാമത്തിൽ എല്ലാ വ്യവസ്ഥിതികളെയും ദൈവിക വിന്യാസത്തിലേക്ക് കൊണ്ടുവരണമെന്ന് ഞങ്ങൾ നിലവിളിക്കുന്നു.

ഈ സംവിധാനങ്ങളുടെ എല്ലാ വശങ്ങളിലും ദിവ്യമായ വിന്യാസം കൊണ്ടുവരിക:

പരിസ്ഥിതി വ്യവസ്ഥ. വിദ്യാഭ്യാസ സമ്പ്രദായം. സാമ്പത്തിക വ്യവസ്ഥ. സാംസ്കാരിക വ്യവസ്ഥ. പ്രതിരോധ സംവിധാനം. ആത്മീയ സംവിധാനം. വൈദ്യ സംവിധാനം. വിനോദ സംവിധാനം. സാങ്കേതിക സംവിധാനം. സർക്കാർ, രാഷ്ട്രീയ സംവിധാനം. ജ്യോതിശാസ്ത്ര സംവിധാനം. ശാസ്ത്ര സംവിധാനം.

നിങ്ങളുടെ വെളിച്ചം വന്നിരിക്കുന്നു, കർത്താവിന്റെ മഹത്വം നിങ്ങളുടെ മേൽ ഉദിച്ചിരിക്കുന്നു, നമ്മുടെ അയൽപക്കങ്ങൾ, സമൂഹങ്ങൾ, നഗരങ്ങൾ, ഇടവകകൾ, കൗണ്ടികൾ, രാഷ്ട്രങ്ങൾ എന്നിവ ഉയർന്നുവരുകയും പ്രകാശിക്കുകയും ചെയ്യുമെന്ന് ഞാൻ പ്രഖ്യാപിക്കുകയും ചെയ്യുന്നു.

ഈ നഗരങ്ങളുടെയും സമൂഹങ്ങളുടെയും രാജ്യങ്ങളുടെയും ആത്മാക്കൾ അഭിവൃദ്ധി

പ്രാപിക്കുന്നതുപോലെ, നിങ്ങൾ അഭിവൃദ്ധി പ്രാപിക്കുകയും നല്ല സാമ്പത്തിക ആരോഗ്യം നേടുകയും ചെയ്യും.

നിങ്ങൾ ദൈവത്തിന്റെ കൽപ്പനകൾ അനുസരിക്കണം.

അബ്രഹാമിന്റെയും യിസ്ഹാക്കിന്റെയും യാക്കോബിന്റെയും ദൈവത്തെ നീ അറിയും.

കടലിന്റെ സമ്പത്ത് പരിവർത്തനം ചെയ്യപ്പെടുകയും രാഷ്ട്രങ്ങളുടെ സമ്പദ്‌വ്യവസ്ഥയിൽ ഗുണപരമായ സ്വാധീനം ചെലുത്തുകയും ചെയ്യും.

ഏക സത്യദൈവമായ യഹോവയെ നീ അറിയും.

നിന്റെ വാതിലുകൾ ജാതികളുടെ സമ്പത്ത് കൊണ്ടുവരും.

നിങ്ങൾ പോഷിപ്പിക്കപ്പെടുകയും രാജകീയ സാന്നിധ്യത്താൽ പോഷിപ്പിക്കപ്പെടുകയും ചെയ്യും.
വെങ്കലത്തിനു പകരം ദൈവം നിങ്ങൾക്ക് സ്വർണ്ണം നൽകും.

കല്ലിനു പകരം ദൈവം നിനക്ക് വെള്ളി തരും.

നിങ്ങളുടെ ദേശത്ത് ഇനി അക്രമത്തെക്കുറിച്ച് കേൾക്കുകയില്ല.

സമാധാനം നിന്റെ ഭരണാധികാരിയും നീതി
നിന്റെ ഭരണാധികാരിയുമായിരിക്കും.

നിങ്ങൾക്ക് നാശവും നാശവും
അനുഭവിക്കേണ്ടിവരില്ല.

ഒരു ജനതയെന്ന നിലയിൽ നിങ്ങൾ
തകർന്നുവീഴുകയില്ല, നിങ്ങളുടെ
അതിർത്തിക്കുള്ളിൽ നാശം
നിലനിൽക്കുകയുമില്ല.

ദുഷ്ടതയും അന്ധകാരവും തുടച്ചുനീക്കപ്പെടും,
കാരണം ദൈവം നിങ്ങളുടെ നിത്യപ്രകാശവും
മഹത്വവുമായിരിക്കും.

നിങ്ങളുടെ ദുഃഖത്തിന്റെയും,
പോരാട്ടത്തിന്റെയും, കഷ്ടപ്പാടുകളുടെയും
ദിനങ്ങൾ അവസാനിക്കുകയാണ്.

ദൈവത്തിൽ പ്രത്യാശ വയ്ക്കുമ്പോൾ
ജനങ്ങളുടെ ഹൃദയങ്ങൾ വീണ്ടും
സന്തോഷിക്കും.

നിങ്ങളുടെ ദുഃഖവും വിഷാദവും
കർത്താവിന്റെ സന്തോഷത്താൽ
മാറ്റിസ്ഥാപിക്കപ്പെടും.

നിങ്ങളുടെ കുറവുകൾ സമൃദ്ധിയാൽ
മാറ്റിസ്ഥാപിക്കപ്പെടും.

നിങ്ങളുടെ മുൻവിധിയും വഞ്ചനയും
വൈവിധ്യമാർന്ന ജനതകളുടെയും
സംസ്കാരങ്ങളുടെയും ആഘോഷത്തിലൂടെ
മാറ്റിസ്ഥാപിക്കപ്പെടും.

വെള്ളം കടലിനെ മൂടുന്നതുപോലെ
കർത്താവിന്റെ അനുഗ്രഹം നിങ്ങളെ മൂടും.
നിങ്ങളുടെ നാട്ടിലെ പുത്രീപുത്രന്മാർ മികച്ച
നേതാക്കളായും, നൂതനാശയക്കാരായും,
വഴികാട്ടികളായും, മികവ്, സത്യസന്ധത,
സത്യസന്ധത, വിശ്വാസ്യത, നീതി, ധാർമ്മിക
പെരുമാറ്റം എന്നിവയുടെ നിലവാരം
പുലർത്തുന്നവരായും വളരും.

ഭാഗം 7 - വ്യക്തിപരമായ യുദ്ധം

ശ്വാസംമുട്ടിക്കാൻ, ശ്വാസംമുട്ടിക്കാൻ, സ്തംഭിപ്പിക്കാൻ, ശ്വാസംമുട്ടിക്കാൻ, ചതയ്ക്കാൻ ശ്രമിക്കുന്ന ബോവ പോലുള്ള ശക്തികളുടെ തല ഞാൻ ഛേദിക്കുന്നു.

ആത്മാവിന്റെ വാൾ നാവുകൊണ്ട് പ്രഹരിക്കുകയും മയക്കൽ , വശീകരണം, ഭീകരത, അഹങ്കാര കുരുക്ക്, കൃത്രിമത്വം, മനസ്സിന്റെ നിയന്ത്രണം, വിധി മാറ്റുന്ന പ്രവർത്തനങ്ങൾ, ബ്ലാക്ക് മാജിക്, വൈറ്റ് മാജിക്, ഭാവികഥന, പൈശാചികശാസ്ത്രം, ന്യൂ ഏജ് പ്രസ്ഥാനം, സാന്ററേരിയ , ഹെക്സുകൾ, മന്ത്രവാദം, മന്ത്രവാദങ്ങൾ, സ്വപ്ന നുഴഞ്ഞുകയറ്റം, വഞ്ചന, തകർന്ന ശ്രദ്ധ എന്നിവയ്ക്ക് കാരണമാവുകയും ചെയ്യുന്ന മൂർഖൻ പോലുള്ള ആത്മാവിന്റെ തലയെ ഛേദിച്ചുകളയട്ടെ.

ദൈവത്തിന്റെ സർവ്വദായകമായ അഗ്നി, അനുഗ്രഹങ്ങളെ വിഴുങ്ങുകയും, വ്യാജഭാരങ്ങൾ സൃഷ്ടിക്കുകയും, പ്രകോപിപ്പിക്കുകയും, അടിച്ചമർത്തുകയും ചെയ്യുന്ന പെരുമ്പാമ്പുപോലുള്ള ആത്മാവിനെ നശിപ്പിക്കട്ടെ.

ശത്രു വിഴുങ്ങിയതോ, കീഴടക്കിയതോ, പ്രകോപിതനായതോ ആയ എന്തും, ഞാൻ

അതിനെ തുപ്പാനും, ചുമയ്ക്കാനും,
പുറത്തുവിടാനും കൽപ്പിക്കുന്നു.

നമ്മുടെ കുട്ടികളെ വിട്ടയക്കാൻ ഞാൻ
കൽപ്പിക്കുന്നു.
നമ്മുടെ വിവാഹങ്ങൾ അഴിച്ചുവിടാൻ ഞാൻ
കൽപ്പിക്കുന്നു.
ഞങ്ങളുടെ പണം വിട്ടുകൊടുക്കാൻ ഞാൻ
കൽപ്പിക്കുന്നു.
ഞങ്ങളുടെ ബിസിനസുകൾ പുറത്തിറക്കാൻ
ഞാൻ കൽപ്പിക്കുന്നു.
നമ്മുടെ അവസരങ്ങൾ സ്വതന്ത്രമാക്കാൻ
ഞാൻ കൽപ്പിക്കുന്നു.
ഞങ്ങളുടെ സമ്പത്ത് വിട്ടുകൊടുക്കാൻ ഞാൻ
കൽപ്പിക്കുന്നു.
നമ്മുടെ വിധി മോചിപ്പിക്കപ്പെടാൻ ഞാൻ
കൽപ്പിക്കുന്നു.
നമ്മുടെ വിജയം പുറത്തുവരാൻ ഞാൻ
കൽപ്പിക്കുന്നു.
ഞങ്ങളുടെ വീടുകൾ വിട്ടയക്കാൻ ഞാൻ
കൽപ്പിക്കുന്നു.
നമ്മുടെ ലക്ഷ്യം മോചിപ്പിക്കപ്പെടണമെന്ന്
ഞാൻ കൽപ്പിക്കുന്നു.
നമ്മുടെ അത്ഭുതങ്ങൾ പുറത്തുവിടാൻ ഞാൻ
കൽപ്പിക്കുന്നു.
യേശുവിന്റെ നാമത്തിൽ, ഞങ്ങളുടെ
അനുഗ്രഹങ്ങൾ തുറന്നുവിടണമേ .

പിതാവേ, ഞങ്ങൾ നിന്നെ സ്തുതിക്കുന്നു.

ഇപ്പോഴും നീ ഞങ്ങളെ കേൾക്കുന്നുണ്ടെന്ന്
ഞങ്ങൾക്കറിയാം.
നിന്നെ സ്തുതിക്കാൻ ഞങ്ങൾ നിർത്തുന്നു.

ഞങ്ങൾ നിനക്കു മഹത്വം നൽകുന്നു.

ദൈവമേ, പ്രാർത്ഥനയില്ലാതെ ഒന്നും
സംഭവിക്കുന്നില്ല എന്ന് ഞങ്ങൾ
തിരിച്ചറിയുന്നതിനാൽ ഞങ്ങൾ നിന്നെ
ബഹുമാനിക്കുന്നു.

പിതാവേ, ഞങ്ങൾ പ്രാർത്ഥനയുടെ ഉയർന്ന
ശക്തിയിലേക്ക് ഉയരുന്നു.

**നമ്മൾ ആധിപത്യത്തിന്റെയും
അധികാരത്തിന്റെയും ഒരു സ്ഥാനത്തേക്ക്
മാറുന്നു.
ദൈവമേ, കേൾക്കുന്നവരെ ഓർത്ത് ഞങ്ങൾ
നിനക്കു നന്ദി പറയുന്നു.
അവരുടെ ജീവിതം മാറിമറിഞ്ഞതിന് ഞങ്ങൾ
അങ്ങയോട് നന്ദി പറയുന്നു.
ദൈവികമായ മാറ്റത്തിന് ഞങ്ങൾ അങ്ങയോട്
നന്ദി പറയുന്നു.**

കാര്യങ്ങൾ മാറും.

അവർ മാറണം.

പിതാവേ, ഞങ്ങൾ സ്വർഗ്ഗത്തിലെ സിംഹാസന
മുറിയോട് അപേക്ഷിക്കുന്നു.

പ്രാർത്ഥനയിൽ ഞങ്ങൾ വിജയിക്കുമ്പോൾ പോലും, ബൈബിളിൽ പലരും അവരുടെ ഹൃദയങ്ങളെയും ആത്മാവിനെയും ഉയർത്തിയതിന് ഞങ്ങൾ നന്ദി പറയുന്നു, കാരണം നീ ഇടപെട്ടില്ലെങ്കിൽ ഇടപെടൽ ഉണ്ടാകില്ലെന്ന് അവർ മനസ്സിലാക്കി. യിസ്രായേൽമക്കൾ നിന്നോടു നിലവിളിച്ചതുപോലെയും നീ അവർക്കു രക്ഷകരെ അയച്ചതുപോലെയും ഇന്നു ഞങ്ങൾ നിന്നോടു നിലവിളിക്കുന്നു.

അവർ ശവക്കുഴിയിൽ നിന്ന് പുറത്തുവരട്ടെ.

അവർ മതിലുകൾക്ക് പുറത്തേക്ക് വരട്ടെ.

നാം ദൈവപുത്രന്മാരെ വിളിക്കുന്നു.

യേശുവിന്റെ നാമത്തിൽ അവരെ വിട്ടയക്കാൻ ഞങ്ങൾ കൽപ്പിക്കുന്നു.

പിതാവേ, യേശുവിന്റെ നാമത്തിൽ, ശത്രു നിയമവിരുദ്ധമായി പിടിച്ചുവെച്ചതും തടഞ്ഞുവച്ചതുമായ എല്ലാം അഴിച്ചുവിടണമേ.

പരിശുദ്ധാത്മാവിന്റെയും ഉന്നതങ്ങളിൽ നിന്നുള്ള ശക്തിയുടെയും ശക്തിയാൽ, വിഷം കലർന്ന മാലിന്യത്തിനും ദ്രോഹകരമായ

ഗോസിപ്പിനും കാരണമാകുന്ന റാറ്റിൽസ്നേക്ക്
പോലുള്ള ആത്മാവിനെ നശിപ്പിക്കട്ടെ.

അവരുടെ നാവ് അണ്ണാക്കിൽ പറ്റിപ്പോകട്ടെ.

ഈ ആത്മാവ് വിഷലിപ്തവും
ദോഷകരവുമായ ബന്ധങ്ങൾക്ക്
കാരണമാകുന്നു.

**ഇത് വേദനയും അസ്വസ്ഥതയും ഉണ്ടാക്കുന്നു.
അത് ആശയക്കുഴപ്പം ഉണ്ടാക്കുന്നു.
ഇത് സന്തോഷം, സമാധാനം, സാമ്പത്തികം,
പ്രകൃതിദത്തവും ആത്മീയവുമായ
വിഭവങ്ങൾ എന്നിവയിൽ
രക്തസ്രാവമുണ്ടാക്കുന്നു.**

പിതാവേ, ഇനി രക്തസ്രാവം ഉണ്ടാകില്ലെന്ന്
ഞാൻ വിധിക്കുകയും പ്രഖ്യാപിക്കുകയും
ചെയ്യുന്നു.

**നമ്മുടെ സന്തോഷം പുറത്തേക്ക്
ഒഴുകിപ്പോകില്ല.
നമ്മുടെ സമാധാനം ചോരുകയില്ല.
നമ്മുടെ വിഭവങ്ങൾ ഇനി ചോരുകയില്ല.**

മുറിവ് കെട്ടുക.

പിതാവേ, അധഃപതനം, ദിശാബോധം
നഷ്ടപ്പെടൽ, മോഹഭംഗം, നാശം എന്നിവ
നശിപ്പിക്കപ്പെടുമെന്ന് ഞങ്ങൾ

പ്രഖ്യാപിക്കുകയും പ്രഖ്യാപിക്കുകയും ചെയ്യുന്നു.
ഈ ആത്മാവ് ഉണ്ടാക്കുന്ന എല്ലാത്തരം മരണങ്ങളും - ആരോപണങ്ങൾ, ദുരുപയോഗ ബന്ധങ്ങൾ, മരണം -
വിപരീതദിശയിലാക്കപ്പെടുന്നു.

ഇത് വിപരീതമാണെന്ന് ഞാൻ ഉത്തരവിടുകയും പ്രഖ്യാപിക്കുകയും ചെയ്യുന്നു.

നമ്മൾ സ്വതന്ത്രരായിരിക്കുന്നു.
നമ്മുടെ കുട്ടികൾ സ്വതന്ത്രരായി.
നമ്മുടെ പ്രിയപ്പെട്ടവർ സ്വതന്ത്രരായി.

പ്രാർത്ഥനയിലൂടെയാണ് ഞങ്ങൾ ഇപ്പോൾ ഇടപെടുന്നത്.

യേശുവിന്റെ നാമത്തിൽ ഈ ആത്മാക്കളുടെ പ്രവർത്തനങ്ങളെ നാം തടയുന്നു.

പിതാവേ, ഞങ്ങളുടെ ഹൃദയങ്ങളിൽ ആരോടും കയ്പ്പ്, വ്യാജം, അസൂയ, ദൂഷണം, അസൂയ, ധിക്കാരം, ദ്രോഹം എന്നിവ ഉണ്ടായിരിക്കരുതെന്ന് ഞങ്ങൾ വിധിക്കുന്നു.

ഈ ആത്മാക്കൾ നമ്മെ നിയന്ത്രിക്കാൻ പാടില്ല.

നെഗറ്റീവ് വികാരങ്ങളിൽ നിന്ന് ഞങ്ങളെ മോചിപ്പിക്കുക.

പിതാവേ, രാത്രിയിലെ വേട്ടക്കാരെയാണ് നമ്മൾ നേരിടുന്നത് - സ്വയം വേഷംമാറി നടക്കുന്നവരെയും, പാറകൾക്കടിയിൽ ഒളിച്ചിരിക്കാൻ ശ്രമിക്കുന്നവരെയും, ആക്രമിക്കാൻ ശരിയായ നിമിഷത്തിനായി കാത്തിരിക്കുന്നവരെയും.

ഞങ്ങൾ അവരുടെ വേഷവിധാനങ്ങളുടെ കവർ ഊരിമാറ്റുന്നു.

വേഷംമാറി, അസത്യം, സ്വവർഗാനുരാഗം, ഇരട്ടത്താപ്പ്, കാപട്യം എന്നിവ തുറന്നുകാട്ടപ്പെടുമെന്ന് ഞങ്ങൾ പ്രഖ്യാപിക്കുകയും പ്രഖ്യാപിക്കുകയും ചെയ്യുന്നു.
യേശുവിന്റെ നാമത്തിൽ വ്യാജത്തിന്റെ മറ തുറന്നുകാട്ടപ്പെടുന്നു.

ഇരട്ടത്താപ്പ്, വഞ്ചന, അവിശ്വസ്തത, വഞ്ചന - ദൈവത്തിന്റെ ശക്തിയാൽ ഞങ്ങൾ നിങ്ങളെ നശിപ്പിക്കുന്നു.

നമുക്കെതിരെ രൂപപ്പെടുന്ന എല്ലാ ആയുധങ്ങളും ശക്തിയില്ലാത്തതാണെന്ന് ഞങ്ങൾ വിധിക്കുന്നു.

നമുക്കെതിരെ നിർമ്മിക്കപ്പെടുന്ന എല്ലാ ഭീഷണികളും പരാജയപ്പെടുന്നു. എല്ലാ പൈശാചിക കരാറും അസാധുവാക്കപ്പെടുന്നു.

എല്ലാ അപവാദ പ്രചാരണങ്ങളും
പരാജയപ്പെടുന്നു.
എല്ലാ ദുഷ്ട ശാപവും
വിപരീതമാക്കപ്പെടുകയും അതിന്റെ
ഉത്ഭവകന്റെ അടുത്തേക്ക് ഇരട്ടിയായി
തിരിച്ചയയ്ക്കപ്പെടുകയും ചെയ്യുന്നു.
എല്ലാ ആത്മീയ പാമ്പുകളും, ആടുകളുടെ
വേഷം ധരിച്ച ചെന്നായയും, കാക്കയും,
കഴുകനും, അട്ടയും, വാമ്പയറും
യേശുവിന്റെ നാമത്തിൽ തളർന്നുപോകുന്നു.

ഭാഗം 8 - വ്യക്തിപരമായ യുദ്ധം

അച്ഛാ, അനക്കോണ്ട പോലുള്ള ആത്മാവിനെ നശിപ്പിക്കൂ.

വലിയ ജലാശയങ്ങളിൽ നിന്നും, ജലാത്മാക്കളിൽ നിന്നും, ആഴത്തിലുള്ള ആത്മാക്കളിൽ നിന്നും, പാതാളത്തിലെ ആത്മാക്കളിൽ നിന്നും ഞങ്ങളെ വിടുവിക്കേണമേ.

പിതാവേ, യേശുവിന്റെ നാമത്തിൽ ദുഃഖം, ദുഃഖം, വിഷാദം, നിസ്സഹായത, നിരാശ, മരണം എന്നിവയിൽ നാം തളർന്നുപോകുകയോ മുങ്ങുകയോ ചെയ്യില്ലെന്ന് ഞങ്ങൾ വിധിക്കുകയും പ്രഖ്യാപിക്കുകയും ചെയ്യുന്നു.

നീ ഞങ്ങളെ സ്വതന്ത്രരാക്കി; പുത്രൻ സ്വതന്ത്രരാക്കുന്നവൻ സാക്ഷാൽ സ്വതന്ത്രൻ ആകുന്നു.

പിതാവേ, ദൈവമേ, ഞങ്ങൾ നിനക്കു നന്ദി പറയുന്നു. ഞങ്ങൾ പുറത്തുവരുന്നു.

നമുക്ക് ശ്വാസം നഷ്ടപ്പെടുന്നില്ല.

ഞങ്ങൾക്ക് നിയന്ത്രണം നഷ്ടപ്പെടുന്നില്ല.

പിതാവേ, ഞങ്ങളുടെ ജീവിതങ്ങളെ നിയന്ത്രിക്കുന്നത് നിങ്ങളാണ് .

ഞങ്ങൾ ഇയ്യോബിനെപ്പോലെയാണ്. "നീ ഞങ്ങളെ കൊന്നാലും ഞങ്ങൾ നിന്നിൽ ആശ്രയിക്കും" എന്ന് ഞങ്ങൾ പറയുന്നു, കാരണം ഞങ്ങളുടെ വീണ്ടെടുപ്പുകാരൻ ജീവിക്കുന്നുവെന്ന് ഞങ്ങൾക്കറിയാം.

പിതാവേ, അങ്ങയുടെ ഇടിമുഴക്കം, ആലിപ്പഴം, തീക്കനൽ എന്നിവയാൽ ഞങ്ങളുടെ ശത്രുക്കളുടെ ഹൃദയങ്ങളിൽ ഭീതി ജനിപ്പിക്കണമേ.

തീ, മിന്നൽ, ജ്വലിക്കുന്ന ന്യായവിധി എന്നിവയാൽ അവരെ നശിപ്പിക്കണമേ.

നിന്റെ അസ്ത്രങ്ങൾ മിനുക്കി അവയുടെ പാതകളിൽ അവയെ നിർത്തേണമേ.

അവരുടെ വിഷമുള്ള, വിഷപ്പല്ല് പോലുള്ള ആയുധങ്ങൾ ഫലപ്രദമല്ലാതാക്കൂ.

അവരുടെ പല്ലുകൾ തകർക്കുക.

യേശുക്രിസ്തുവിന്റെ രക്തത്തിന്റെ ആന്റിവൈറൽ ശക്തിയാൽ ഞങ്ങൾക്ക് പ്രതിരോധശേഷി നൽകണമേ.

സർപ്പത്തിന്റെ മുട്ടകൾ - ഇരുട്ടിന്റെ കൂടുകെട്ടൽ, ഗർഭധാരണം, ഇൻകുബേഷൻ

പ്രവർത്തനങ്ങൾ - അവ വിരിയുന്നതിനുമുമ്പ് നശിപ്പിക്കുക.

യേശുവിന്റെ നാമത്തിൽ അണലി പോലുള്ള ആത്മാവിനെ നശിപ്പിക്കുക.

ഹോരോന്യനായ സൻബല്ലത്ത് , അമ്മോന്യനായ തോബീയ , ഫറവോൻ, കയീൻ എന്നിവരുടെ ആത്മാക്കൾ നമ്മെ ഉപദ്രവിക്കില്ലെന്ന് ഞങ്ങൾ പ്രഖ്യാപിക്കുകയും പ്രഖ്യാപിക്കുകയും ചെയ്യുന്നു .

നമ്മുടെ ശത്രുക്കൾ വില്ലുകൾ കുലെക്കുമ്പോൾ അവരുടെ വാൾ അവരുടെ സ്വന്തം ഹൃദയങ്ങളിൽ തുളച്ചുകയറട്ടെ.

അവരുടെ ആയുധങ്ങൾ നന്നാക്കാനാവാത്തവിധം തകർന്നുപോകട്ടെ.

അവരുടെ അമ്പുകൾ ചിതറിപ്പോകട്ടെ.

പറക്കുന്ന അഗ്നി സർപ്പത്തിന്റെ അഗ്നി കെടുത്തി അതിനെ സ്വന്തം മരണത്തിലേക്കും നാശത്തിലേക്കും വീഴ്ത്തുക.

നമുക്കു ദോഷം ചിന്തിക്കുന്ന ശത്രുക്കൾ പിന്തിരിഞ്ഞു നാണിച്ചു പോകട്ടെ.

യേശുവിന്റെ നാമത്തിൽ, ശത്രുവിന്റെ തല തകർക്കണമേ, ദുഷ്ടന്മാരുടെ രോമമുള്ള തലയോട്ടിയിൽ മുറിവേൽപ്പിക്കണമേ.

അവൻ സ്വന്തം ദുഷ്ടതയാൽ കൊല്ലപ്പെടട്ടെ,
ഇനി ഒരിക്കലും
ഉയിർത്തെഴുന്നേൽക്കാതിരിക്കട്ടെ.

ചന്തസ്ഥലത്ത് പ്രവർത്തിക്കുന്ന ലാബാന്റെ
വഞ്ചനാത്മകമായ മനോഭാവം
തുറന്നുകാട്ടപ്പെടട്ടെ.

അവന്റെ മേൽ എനിക്ക് വിജയം
നൽകുമ്പോൾ ലജ്ജയും അപമാനവും അവനെ
ധരിപ്പിക്കണമേ.

പൈശാചിക ആതിഥേയരായും,
ഹോട്ടലുകളായും, ഗസ്റ്റ് ഹൗസുകളായും
ഉപയോഗിക്കപ്പെടുന്ന മനുഷ്യാത്മാക്കളുടെ
മേൽ ഞാൻ അധികാരം ഏറ്റെടുക്കുന്നു -
അവർ സുഹൃത്തുക്കളായാലും,
ബന്ധുക്കളായാലും, ബിസിനസ്സ്
പങ്കാളികളായാലും,
സഹപ്രവർത്തകരായാലും,
സഹകാരികളായാലും, ആത്മീയ പുത്രന്മാരും
പുത്രിമാരും ആയാലും, അല്ലെങ്കിൽ
സംരക്ഷകരായാലും.

പിതാവേ, അവരുടെ ഹൃദയങ്ങളെ
തുറന്നുകാട്ടണമേ.

അവരുടെ ഉദ്ദേശ്യങ്ങളും ഉദ്ദേശ്യങ്ങളും തുറന്നുകാട്ടുക.

യേശുവിന്റെ നാമത്തിൽ വ്യാജ സുഹൃത്തുക്കളെയും, സഹകാരികളെയും, ജീവനക്കാരെയും, സഹപ്രവർത്തകരെയും തുറന്നുകാട്ടുക.

അവരുടെ മുഖംമൂടി അണിയിക്കൽ നിർത്തൂ.

അവരുടെ യഥാർത്ഥ വ്യക്തിത്വം വെളിപ്പെടുത്തുക.

അവരുടെ രഹസ്യ അജണ്ടകൾ തുറന്നുകാട്ടുക.

അവരുടെ പൈശാചികമായ നിയമനങ്ങൾക്ക് പിന്നിലെ പ്രേരകശക്തികളെ വെളിപ്പെടുത്തുക.

ദുഷ്ട അന്വേഷണങ്ങൾ, കുറ്റം കണ്ടെത്തൽ ദൗത്യങ്ങൾ, ജ്യോതിഷ പ്രവചനങ്ങൾ, ദുഷ്ട നിർദ്ദേശങ്ങൾ എന്നിവ പരാജയപ്പെടട്ടെ.

യേശുവിന്റെ നാമത്തിൽ അവർ ഇപ്പോൾ പരാജയപ്പെടട്ടെ.

പിതാവേ, സാത്താന്യ സർവേയർമാരുടെയും നിരീക്ഷണത്തിന്റെയും ദുഷ്ട കണ്ണുകൾ അന്ധമാക്കാൻ ഇടയാക്കിക്കൊണ്ട് നിന്റെ കൈ നീട്ടിയിരിക്കുന്നു എന്ന് ഞങ്ങൾ

വിധിക്കുകയും പ്രഖ്യാപിക്കുകയും ചെയ്യുന്നു.

അസൂയ നിറഞ്ഞ മത്സരവും മത്സരവും നശിപ്പിക്കുക.

ഗൂഢാലോചനയുടെയും, സ്വേച്ഛാധിപത്യത്തിന്റെയും, വഞ്ചനയുടെയും നട്ടെല്ല് തകർക്കുക.

അന്ധരായ പൈശാചിക നിരീക്ഷകരും ജ്യോതിഷ, നിഗൂഢ ഉപകരണങ്ങളിലൂടെ ഇടപെടുന്നവരും.

ചെവികൊടുക്കുന്ന ആത്മാക്കളുടെ ചെവികളെ ബധിരരാക്കേണമേ.

ശത്രുതാപരമായ ആത്മാക്കൾ, പുരാതന ആത്മാക്കൾ, ശല്യപ്പെടുത്തുന്ന ആത്മാക്കൾ, യുക്തിരഹിതമായ ആത്മാക്കൾ, വർദ്ധിച്ച ആത്മാക്കൾ, നിരാശാജനകമായ ആത്മാക്കൾ, പ്രതികാരാത്മാക്കൾ, പ്രകോപനപരമായ ആത്മാക്കൾ, കള്ളം പറയുന്ന ആത്മാക്കൾ, ധിക്കാരപരമായ ആത്മാക്കൾ, വഞ്ചനാപരമായ ആത്മാക്കൾ എന്നിവയെയാണ് നാം ചെറുക്കുന്നത്.

ഗർഭഛിദ്ര ആത്മാക്കളും, ഫെലിസ്ത്യ ആത്മാക്കളും, അമോര്യ ആത്മാക്കളും നശിപ്പിക്കപ്പെടുന്നു.

മനസ്സിനെ മരവിപ്പിക്കുന്നതും
നിയന്ത്രിക്കുന്നതുമായ ആത്മാക്കളെ ഞങ്ങൾ
എതിർക്കുകയും ക്രിസ്തുവിന്റെ മനസ്സിൽ
നിന്ന് ഉത്ഭവിക്കുന്ന ചിന്തകളെ അവ
തട്ടിക്കൊണ്ടുപോകുന്നത് വിലക്കുകയും
ചെയ്യുന്നു.

ദൈവിക ഉൾക്കാഴ്ചകളും
വെളിപ്പെടുത്തലുകളും ഒഴുകിയെത്തും.

സൃഷ്ടിപരമായ ആശയങ്ങളും
നർമ്മബോധമുള്ള കണ്ടുപിടുത്തങ്ങളും
പ്രവഹിക്കും.
ജ്ഞാനം ഒഴുകി വരും.

നമ്മുടെ അത്യാധുനിക ആശയങ്ങളും
തന്ത്രങ്ങളും തന്ത്രങ്ങളും സ്വതന്ത്രമായി
ഒഴുകും.

ശത്രു തടയാൻ ശ്രമിച്ച കാര്യങ്ങൾ ഇപ്പോൾ
ഒഴുകും.

നമ്മുടെ ആശയങ്ങൾ ഒഴുകി നടക്കും.

നമ്മുടെ ജ്ഞാനം ഒഴുകിവരും.

നമ്മുടെ നൂതന ആശയങ്ങൾ ഒഴുകിയെത്തും.

യേശുവിന്റെ നാമത്തിൽ നമ്മുടെ
വ്യവസായങ്ങളിലും മേഖലകളിലും

നൂതനത്വത്തിന്റെയും മികവിന്റെയും
മുൻനിരയിൽ നാം പ്രവർത്തിക്കും.

പൈശാചിക ശൃംഖലകളെയും
സഖ്യങ്ങളെയും ഞങ്ങൾ അന്ധമാക്കുന്നു.

അവരുടെ ദുഷ്ട സംസാരം
ആശയക്കുഴപ്പത്തിലാക്കട്ടെ.

അവരുടെ മനസ്സിനെ
ആശയക്കുഴപ്പത്തിലാക്കുക.

അവരുടെ നാവുകൾ പിളർത്തുക.

അവരുടെ പദ്ധതികൾ പൊളിക്കുക.

യേശുവിന്റെ നാമത്തിൽ നമ്മുടെ നിര്യാണം
അന്വേഷിക്കുന്നവരെ ലജ്ജിപ്പിക്കണമേ.

സങ്കീർത്തനം 69:22–28 പ്രകാരം:

**അവരുടെ മേശ അവരുടെ മുമ്പിൽ ഒരു
കണിയായും തീരട്ടെ.
അവരുടെ ക്ഷേമത്തിനുവേണ്ടിയുള്ളത് ഒരു
കെണിയായി മാറട്ടെ.
അവരുടെ കണ്ണുകൾ കാണാൻ
കഴിയാത്തവിധം ഇരുണ്ടുപോകട്ടെ.**

അവരുടെ അര എപ്പോഴും
ആടുമാറാക്കേണമേ.
നിന്റെ ക്രോധം അവരുടെമേൽ പകരേണമേ.

നിന്റെ ഉഗ്രകോപം അവരെ
പിടിക്കുമാറാകട്ടെ.
അവരുടെ വാസസ്ഥലം ശൂന്യമായിപ്പോകട്ടെ;
ആരും അവരുടെ കൂടാരങ്ങളിലോ,
വീടുകളിലോ, വാസസ്ഥലങ്ങളിലോ,
കൊട്ടാരങ്ങളിലോ പാർക്കാതിരിക്കട്ടെ.

അവരുടെ അകൃത്യത്തോടു അകൃത്യം
കൂട്ടേണമേ; നിന്റെ നീതിയെ അവർ
പ്രാപിക്കരുതേ.

ജീവന്റെ പുസ്തകത്തിൽനിന്നു അവരെ
മായിച്ചുകളയേണമേ; നീതിമാന്മാരോടുകൂടെ
അവരെ എഴുതരുതേ.

ഭാഗം 9 — വ്യക്തിപരമായ പ്രവചന പ്രഖ്യാപനങ്ങൾ

എന്റെ ജീവിതം, സ്വാധീനം, ശുശ്രൂഷ, ബിസിനസ്സ്, സമൃദ്ധി, ബന്ധങ്ങൾ, അവസരങ്ങൾ എന്നിവ നശിപ്പിക്കാൻ രൂപകൽപ്പന ചെയ്ത എല്ലാ പുരോഗതികളെയും ഞാൻ ചെറുക്കുന്നു.

ഞാൻ പൈശാചിക ബന്ധനത്തിൽ നിന്ന് പുറത്തുകടന്ന് മന്ത്രവാദത്തെ ചെറുക്കുന്നു.

പിതാവേ, യേശുവിന്റെ നാമത്തിൽ നിയമവിരുദ്ധമായ ആത്മീയ ബന്ധങ്ങൾ, ഉടമ്പടികൾ, കരാറുകൾ, കടമകൾ, നേർച്ചകൾ എന്നിവ വേർപെടുത്തുക.

ഞാൻ പൈശാചിക മാലിന്യങ്ങളെ മാറ്റുന്നു.

യേശുവിന്റെ രക്തം എന്റെ ആത്മാവിനെയും ആത്മാവിനെയും ശുദ്ധീകരിക്കാനും മലിനമാക്കാനും ഇടയാക്കണമേ.

നിരുത്സാഹപ്പെടുത്താനോ തെറ്റിദ്ധരിപ്പിക്കാനോ ആശയക്കുഴപ്പത്തിലാക്കാനോ വേണ്ടി രൂപകൽപ്പന ചെയ്തിട്ടുള്ള എല്ലാ ദുഷ്ട ചിന്തകളിൽ നിന്നും, മാനസിക ശക്തികളിൽ നിന്നും, പ്രൊജക്ഷനിൽ നിന്നും,

നിർദ്ദേശങ്ങളിൽ നിന്നും, വ്യംഗ്യമായി പറയുന്ന കാര്യങ്ങളിൽ നിന്നും ഞാൻ നിന്റെ നാമത്തിൽ സ്വതന്ത്രനാകുന്നു.

ദുഷ്ട ആത്മീയ കൈമാറ്റങ്ങളെ നശിപ്പിക്കുക.

നിയമവിരുദ്ധമായ ആത്മബന്ധങ്ങളും അഹങ്കാര കെട്ടുപാടുകളും റദ്ദാക്കുക.

എല്ലാ ദൈവവിരുദ്ധ ബന്ധങ്ങളും അഴിച്ചുമാറ്റി വേർപെടുത്തുക.

എന്നെ കഴുകിയാൽ ഞാൻ ശുദ്ധനാകും.

പൈശാചിക വൈകാരിക കൃത്രിമത്വത്തിൽ നിന്ന് എന്നെ മോചിപ്പിക്കണമേ.

അട്ടിമറി, വശീകരണം, വഞ്ചന എന്നിവയുടെ ആത്മാക്കളെ ഞാൻ ഇല്ലാതാക്കുന്നു.
എന്നെ താഴ്ത്തിക്കെട്ടുകയോ,
കുറച്ചുകാണുകയോ, വിലകുറച്ച്
കാണുകയോ ചെയ്യില്ല.
അപവാദത്തിലൂടെ സ്വഭാവത്തെ
അപകീർത്തിപ്പെടുത്തുന്നത് ഞാൻ
അസാധുവാക്കുന്നു.
കൂട്ടുകെട്ടിൽ നിന്നുള്ള ചീത്തപ്പേരും
കളങ്കപ്പെടുത്തലും ഞാൻ മാറ്റുന്നു.
എല്ലാ മാലിന്യങ്ങളും യേശുവിന്റെ
രക്തത്താൽ പുനർനിർമ്മിക്കപ്പെട്ടതാണെന്ന്
ഞാൻ പ്രഖ്യാപിക്കുന്നു.

എന്റെ പേര് സത്യസന്ധത, സത്യസന്ധത, നീതി, വിശുദ്ധി, നേരുള്ളത, പരിശുദ്ധി എന്നിവയുമായി ബന്ധപ്പെട്ടിരിക്കുന്നുവെന്ന് ഞാൻ പ്രഖ്യാപിക്കുന്നു.

ദുഷ്ട പ്രവചകരുടെ പദ്ധതികളെ നിരാശപ്പെടുത്തുകയും നിഷ്ഫലമാക്കുകയും ചെയ്യുക.

പിതാവേ, ദുഷ്ട കല്പനകളെ മാറ്റിമറിക്കണമേ.

ഹാമാന്റെ മനോഭാവത്തിൽ പ്രവർത്തിക്കുന്നവരെ നിരാശരാക്കുക.

പൈശാചികമായി ഉത്ഭവിച്ച നിയമനിർമ്മാണങ്ങളെയും നയങ്ങളെയും നിയന്ത്രണങ്ങളെയും മറികടക്കുകയും വീറ്റോ ചെയ്യുകയും ചെയ്യുക.

ശത്രുവിന്റെ എല്ലാ പദ്ധതികളിലും, തന്ത്രങ്ങളിലും, തന്ത്രങ്ങളിലും, ഗൂഢാലോചനകളിലും, വഞ്ചനാപരമായ വഴികളിലും അവരെ തുറന്നുകാട്ടുകയും അപമാനിക്കുകയും ചെയ്യുക.

ഞാൻ ഒരു ചെറുത്തുനിൽപ്പ് നടത്തി.

ദൈവത്തിന്റെ അഗ്നി ശത്രുവിന്റെ പ്രവർത്തനങ്ങളെ നശിപ്പിക്കട്ടെ.

പൈശാചിക കെണികളും പൈശാചിക
കെണികളും നിർമ്മിച്ചിരിക്കുന്നവർ -
അവരുടെ പദ്ധതികൾ പാഴാക്കപ്പെടുകയും
അവരുടെ നിയോഗങ്ങൾ
നിരാശപ്പെടുത്തപ്പെടുകയും ചെയ്യട്ടെ.

ദുഷ്ട സഹകാരികളെയും
സഹകരണങ്ങളെയും അനാവരണം
ചെയ്യുകയും തുറന്നുകാട്ടുകയും ചെയ്യുക.

എനിക്കെതിരെ ഒത്തുകൂടിയവർ
ചിതറിപ്പോകട്ടെ, ഇനി ഒരിക്കലും
ഒത്തുകൂടാതിരിക്കട്ടെ.

അവരുടെ കണ്ണുകൾ കാണാൻ
കഴിയാത്തവിധം ഇരുണ്ടുപോകട്ടെ.
കേൾക്കാൻ കഴിയാത്തവിധം അവരുടെ
ചെവികൾ അടഞ്ഞുപോകട്ടെ.
അവർ വിജനമായ സ്ഥലങ്ങളിൽ തങ്ങളുടെ
ഉപജീവനം തേടട്ടെ.

അവർക്കെതിരെ നിന്റെ കൈ നീട്ടി നിന്ദയും
അപമാനവും ലജ്ജയും കൊണ്ട് അവരെ
മൂടേണമേ.

ന്യായവിധിയുടെ കൊടുങ്കാറ്റും
അനിഷ്ടത്തിന്റെ കൊടുങ്കാറ്റും ഉപയോഗിച്ച്
അവരെ ശിക്ഷിക്കുക.

പകൽ സമയത്ത് അസ്ത്രങ്ങളെയും രാത്രിയിൽ ഭീതിയെയും അവരെ ഭയപ്പെടുത്തണമേ.

ദൈവമേ, എഴുന്നേൽക്കേണമേ; നിന്റെ ശത്രുക്കൾ ചിതറിപ്പോകട്ടെ.

സാത്താന് വേണ്ടി എല്ലാ വാതിലുകളും വാതിലുകളും അടയ്ക്കുക.

എന്റെ വസ്തുവിൽ അയാൾക്ക് പ്രവേശനം വിലക്കുക.

രാത്രിയിൽ എന്റെ തീയും പകൽ എന്റെ പുകയും ആകുക.

എന്റെ രാജ്യ ദൗത്യത്തിൽ ഞാൻ മുന്നേറുകയും എന്റെ ലക്ഷ്യം നിറവേറ്റുകയും ചെയ്യുമ്പോൾ ശത്രു എന്നെ പിന്തുടരുകയോ പിന്തുടരുകയോ ചെയ്യരുത്.

എന്റെ അനുഗ്രഹങ്ങൾ വൈകിപ്പിക്കാനോ മന്ദഗതിയിലാക്കാനോ നിയോഗിക്കപ്പെട്ട എല്ലാ പൈശാചിക ഏജന്റുമാരെയും നിരാശരാക്കുകയും, പരാജയപ്പെടുത്തുകയും, അവരുടെ നിയോഗങ്ങൾ നിറവേറ്റുന്നതിൽ നിന്ന് തടയുകയും ചെയ്യണമേ.

എന്റെ ജീവിതത്തെക്കുറിച്ചുള്ള ഓരോ പ്രവചനവും അതിന്റേതായ സമയത്തും സമയത്തും പ്രകടമാകട്ടെ.

പിതാവേ, എന്റെ കാലങ്ങൾ അങ്ങയുടെ കൈകളിലാണ് എന്ന് ഞാൻ ആവർത്തിക്കുന്നു.

സാമ്പത്തിക ബുദ്ധിമുട്ട്, പരാജയം, തിരിച്ചടി എന്നിവയുമായി ബന്ധപ്പെട്ട എല്ലാ പൈശാചിക പ്രവർത്തനങ്ങളും അവസാനിപ്പിക്കട്ടെ.

പിതാവേ, മഹത്വത്തിലേക്ക് നീങ്ങുന്നതിൽ നിന്ന് എന്നെ തടയുന്നതെല്ലാം തളർത്തണമേ.

എന്റെ സാമ്പത്തിക, സാമൂഹിക, ശാരീരിക, ആത്മീയ മുന്നേറ്റങ്ങളെ തടയുന്ന എല്ലാ പാറകളും പാറകളും യേശുവിന്റെ നാമത്തിൽ ഉരുട്ടിമാറ്റുക.

എല്ലാ പൈശാചിക പ്രവർത്തനങ്ങളുടെയും ഫലങ്ങൾ നിർവീര്യമാക്കുക.

ചർച്ചകളുടെയും കൂടിയാലോചനകളുടെയും കൈമാറ്റങ്ങളുടെയും പൈശാചിക പട്ടികകൾ അട്ടിമറിക്കുക.

എല്ലാ ദുഷ്ട മേശയും മറിച്ചിടപ്പെട്ടുവെന്ന് ഞാൻ പ്രഖ്യാപിക്കുന്നു.

എന്റെ പരാജയത്തിനായി രൂപകൽപ്പന ചെയ്ത എല്ലാ ദുഷ്ട ഉപകരണങ്ങളെയും തന്ത്രങ്ങളെയും സാങ്കേതികവിദ്യകളെയും നശിപ്പിക്കുക.

കുഞ്ഞാടിന്റെ രക്തത്താലും എന്റെ സാക്ഷ്യവചനത്താലും ഞാൻ ജയിക്കുന്നു.

ക്രിസ്തുവിലൂടെ ഞാൻ പൈശാചികമായ കാവൽക്കാരെയും കാവൽക്കാരെയും മറികടന്ന് കടന്നുപോകുന്നു.

പിച്ചള വാതിലുകളും ഇരുമ്പുകട്ടകളും പൊട്ടിക്കുക.

ആത്മാവിന്റെ കാര്യങ്ങൾക്കായി എന്റെ കണ്ണുകളും കാതുകളും തുറക്കണമേ.

ആത്മീയ അന്ധതയും ബധിരതയും ഉണ്ടാക്കുകയും എന്റെ ശബ്ദം നിശബ്ദമാക്കാൻ ശ്രമിക്കുകയും ചെയ്യുന്ന ആത്മാക്കളുടെ നിയമനങ്ങളെ അട്ടിമറിക്കുകയും അസാധുവാക്കുകയും ചെയ്യുക.

യേശു കർത്താവാണെന്ന് പ്രഖ്യാപിക്കാൻ സീയോനിൽ ഒരു കാഹളം പോലെ ഞാൻ എന്റെ ശബ്ദം ഉയർത്തുന്നു.

അവൻ എന്റെ ജീവിതത്തെയും ഈ പ്രദേശത്തെയും ഭരിക്കുകയും വാഴുകയും ചെയ്യുന്നുവെന്ന് ഞാൻ പ്രഖ്യാപിക്കുന്നു.

ശത്രുവിന്റെ പ്രവൃത്തികളെ അഴിപ്പാൻ തന്നേ ദൈവപുത്രൻ പ്രത്യക്ഷനായി.

അങ്ങയുടെ സാന്നിധ്യത്തിന്റെ പ്രകാശത്താൽ - പ്രകാശം, ജ്ഞാനം, ഉൾക്കാഴ്ച, ശക്തി എന്നിവയാൽ - ഇരുട്ടിനെ തുളച്ചുകയറണമേ.

നിന്റെ നിയോഗത്തിന്റെ പൂർത്തീകരണത്തെ അന്ധകാരം ഗ്രഹിക്കയോ, പിടികൂടുകയോ, തടയുകയോ ചെയ്യരുത്.

ആത്മീയ അന്ധതയും ദൈവത്തിൽ നിന്ന് കേൾക്കാനുള്ള കഴിവില്ലായ്മയുമായി ബന്ധപ്പെട്ട എല്ലാ ശക്തരെയും ഞാൻ നഷ്ടപ്പെടുത്തുന്നു .

യേശുക്രിസ്തുവിന്റെ പാദപീഠമാകുക എന്ന പുതിയൊരു നിയോഗത്തിലേക്ക് ഞാൻ നിങ്ങളെ ബന്ധിപ്പിക്കുന്നു.

ജയിലുകളും മതിലുകളും തകർക്കാൻ ഞാൻ കൽപ്പിക്കുന്നു.

വിധി വിരുദ്ധമായ, ഉദ്ദേശ്യ വിരുദ്ധമായ, അഭിനിവേശ വിരുദ്ധമായ, ദൈവവിരുദ്ധമായ, വിജയവിരുദ്ധമായ,

സമൃദ്ധി വിരുദ്ധമായ, ക്രിസ്തുവിരുദ്ധമായ എല്ലാ പൈശാചിക ശക്തികളെയും ഞാൻ തകർക്കുന്നു.

ദൈവമേ, നിന്നാൽ ഞാൻ സൈന്യത്തിന്റെ നേരെ പാഞ്ഞുചെല്ലും.

നിന്നാൽ ഞാൻ മതിലുകൾ കടന്ന് പരിധിയില്ലാത്ത സാധ്യതകളുടെയും അവസരങ്ങളുടെയും പുതിയ മേഖലകളിലേക്ക് - പരിധികളില്ലാത്തതും അതിരുകളില്ലാത്തതുമായ മേഖലകളിലേക്ക് - ചാടുന്നു.

ഞാൻ ഒരു സമ്പന്നമായ സ്ഥലത്തേക്ക് കടക്കുന്നു.

ഞാൻ അഭിവൃദ്ധി പ്രാപിക്കുകയും, അഭിവൃദ്ധിപ്പെടുകയും, നിലനിൽക്കുകയും ചെയ്യുന്ന അമാനുഷിക മേഖലയിലേക്ക് ഞാൻ പ്രവേശിക്കുന്നു.

ഞാൻ വിധിക്കുകയും പ്രഖ്യാപിക്കുകയും ചെയ്യുന്നു: നിന്നിലാണ് ഞാൻ ജീവിക്കുന്നത്, നിന്നിലാണ് ഞാൻ ശ്വസിക്കുന്നത്, നിന്നിലാണ് എനിക്ക് എന്റെ അസ്തിത്വം.

ഞാൻ എന്റെ പ്രവാചക ഗോഷെനിലാണ് താമസിക്കുന്നത്.

ദൈവമേ, എന്റെ സ്വാധീന മേഖലകൾ
വിശാലമാക്കണമെന്ന് ഞാൻ വിധിക്കുന്നു.
അപകടങ്ങൾ, നാശം, അകാല മരണം
എന്നിവയ്ക്ക് കാരണമാകുന്ന എല്ലാ
ആത്മാവിനെയും - അത്
ജലപാതകളിലൂടെയോ,
ഹൈവേകളിലൂടെയോ,
വായുമാർഗങ്ങളിലൂടെയോ ആകട്ടെ - ഞാൻ
ഇപ്പോൾ നിങ്ങളുടെ മേൽ അധികാരം
ഏറ്റെടുക്കുന്നു.

**ദിവ്യമായ അഗ്നിയും സ്വർഗ്ഗീയ പുകമറയും
കൊണ്ട് ഞാൻ നിങ്ങളെ ബന്ധിക്കുന്നു.
ദിവ്യമായ അഗ്നിയും സ്വർഗ്ഗീയ പുകമറയും
കൊണ്ട് ഞാൻ നിങ്ങളെ അന്ധരാക്കുന്നു.
നിങ്ങളുടെ പൈശാചിക ജിപിഎസ്
സംവിധാനങ്ങൾ തകരാറിലാണെന്നും അവ
പരിഹരിക്കാനാകാത്തവിധം നശിച്ചുവെന്നും
ഞാൻ പ്രഖ്യാപിക്കുകയും
പ്രഖ്യാപിക്കുകയും ചെയ്യുന്നു.**

എല്ലാ നിയമവിരുദ്ധ പ്രവർത്തനങ്ങളും
യേശുവിന്റെ നാമത്തിൽ അറസ്റ്റ്
ചെയ്യപ്പെടുന്നു.
ഞാൻ അതിന്റെ ഫലങ്ങൾ
വിപരീതമാക്കുന്നു.

യഹോവേ, ശത്രുവിന്റെ സകല
ശക്തിയുടെയുംമേൽ നീ എനിക്കു അധികാരം
തന്നിരിക്കുന്നു.

സ്വർഗ്ഗരാജ്യം ബലാൽക്കാരം സഹിക്കുന്നു; ബലാൽക്കാരികൾ അതിനെ ബലാൽക്കാരം പിടിച്ചടക്കുന്നു.

അതുകൊണ്ട് ഞാൻ എന്റെ സ്വത്തുക്കൾ കൈവശപ്പെടുത്തി ബലപ്രയോഗത്തിലൂടെ പിടിച്ചെടുക്കുന്നു.

ഭാഗം 10 — പ്രാർത്ഥനയും സമാപന പ്രഖ്യാപനങ്ങളും മുദ്രവെക്കുക

സങ്കീർത്തനം 92:8 ഉം 14 ഉം അനുസരിച്ച് , യഹോവ എന്നേക്കും അത്യുന്നതനാണെന്ന് ഞാൻ പ്രഖ്യാപിക്കുന്നു .

ഇതാ , നിന്റെ ശത്രുക്കൾ; ഇതാ, നിന്റെ ശത്രുക്കൾ നശിച്ചുപോകുന്നു; നീതികേടു പ്രവർത്തിക്കുന്ന ഏവരും ചിതറിപ്പോകും.

എങ്കിലും എന്റെ കൊമ്പു നീ
കാട്ടുപോത്തിന്റെ കൊമ്പുപോലെ
ഉയർത്തും;
പുതിയ എണ്ണ എന്നെ തേക്കും.

എന്റെ കണ്ണു എന്റെ ശത്രുക്കളെ കണ്ടും
എന്റെ ചെവി എന്നോടു എതിർക്കുന്ന
ദുഷ്ടന്മാരെക്കുറിച്ചു കേട്ടും രസിക്കും.

നീതിമാൻ പനപോലെ തഴെക്കും;
ലെബനോനിലെ ദേവദാരുപോലെ വളരും.

യഹോവയുടെ ആലയത്തിൽ
നടുതലയായവർ
നമ്മുടെ ദൈവത്തിന്റെ പ്രാകാരങ്ങളിൽ
തഴച്ചുവളരും.

വാർദ്ധക്യത്തിലും അവർ ഫലം
കായിച്ചുകൊണ്ടിരിക്കും;

അവർ പുഷ്ടിയുള്ളവരും പച്ചപിടിച്ചവരും ആയിരിക്കും.

എന്റെ കാലങ്ങൾ നിന്റെ കൈകളിലാണെന്ന് ഞാൻ പ്രഖ്യാപിക്കുന്നു.

അതുകൊണ്ട്, ഞാൻ പൈശാചിക ചക്രങ്ങളിൽ നിന്നും, ഋതുക്കളിൽ നിന്നും, കലണ്ടറുകളിൽ നിന്നും, സമയക്രമങ്ങളിൽ നിന്നും മുക്തനാണ്.

ഞാൻ സ്വർഗ്ഗവുമായി സമന്വയത്തിലാണ്. ഞാൻ ഋതുവിലാണ്. ഞാൻ ദിവ്യമായ ക്രമത്തിലാണ്.
നല്ല സമയങ്ങളെയും അനുഗ്രഹീത നിമിഷങ്ങളെയും ഞാൻ സജീവമാക്കുന്നു, മോശം സമയങ്ങളെയും, പ്രയാസകരമായ സമയങ്ങളെയും, പോരാട്ട സമയങ്ങളെയും നിയന്ത്രിക്കുന്ന ആത്മാക്കളെ ഞാൻ നശിപ്പിക്കുന്നു.
എന്റെ കാലങ്ങൾ നിന്റെ കൈകളിലായതിനാൽ,
ഈ വർഷവും വരാനിരിക്കുന്ന വർഷങ്ങളും എനിക്ക് വലിയ സന്തോഷം നൽകുന്ന അതിശയിപ്പിക്കുന്ന അമാനുഷിക സംഭവങ്ങളാൽ നിറയുമെന്ന് ഞാൻ പ്രഖ്യാപിക്കുകയും പ്രഖ്യാപിക്കുകയും ചെയ്യുന്നു.

ദാരിദ്ര്യം, കഷ്ടപ്പാട്, അഭാവം, പോരാട്ടം, വിട്ടുമാറാത്ത രോഗം, രോഗം എന്നിവയുടെ ചക്രങ്ങളിൽ എന്നെ നിലനിർത്തുന്ന പൈശാചിക നങ്കൂരങ്ങളെ ഞാൻ പുറത്താക്കുന്നു .

വചനം, രക്തം, ആത്മാവ് എന്നിവയാൽ ഞാൻ ഇപ്പോൾ ഈ നങ്കൂരങ്ങളെ നശിപ്പിക്കുന്നു .

ഞാൻ കർത്താവിൽ നങ്കൂരമിട്ടിരിക്കുന്നു.
എന്റെ പോരാട്ടം അവസാനിച്ചുവെന്ന് ഞാൻ പ്രഖ്യാപിക്കുകയും വിധിക്കുകയും ചെയ്യുന്നു.
പെട്ടെന്നുള്ള അത്ഭുതങ്ങൾ, അമാനുഷിക വർദ്ധനവ്,
കർത്താവിൽ പരമമായ ആനന്ദം, സ്ഥിരമായ മഹത്വം, പ്രീതി, സമ്പത്ത്, സമ്പത്ത്, ശക്തി, സ്വാധീനം എന്നിവ ഞാൻ പ്രഖ്യാപിക്കുന്നു.
ഒരു പുതിയ സീസണിനായി ഞാൻ അഭിഷേകം ചെയ്യപ്പെട്ടിരിക്കുന്നു.

പഴയതു കഴിഞ്ഞുപോയി, ഇതാ, അതു പുതുതായി തീർന്നിരിക്കുന്നു.

ഈ അഭിഷേകത്തോടെ ഞാൻ ഒരു പുതിയ സീസണിലേക്ക് പ്രവേശിക്കുകയും ശക്തിയുടെയും സമാധാനത്തിന്റെയും സമ്പൂർണ്ണതയുടെയും ശ്രദ്ധയുടെയും

ശുശ്രൂഷയിലെ സമൃദ്ധിയുടെയും മഹത്വത്തിന്റെയും ഒരു പുതിയ സീസണിനെ പ്രഖ്യാപിക്കുകയും ചെയ്യുന്നു.

എന്റെ തലയിൽ ഒരിക്കലും പുതിയ എണ്ണയുടെ കുറവുണ്ടാകില്ലെന്ന് ഞാൻ പ്രഖ്യാപിക്കുന്നു.
യേശുവിന്റെ നാമത്തിൽ ഞാൻ സാന്ദ്രത, സ്ഥിരത, ശക്തി എന്നിവയിൽ വർദ്ധനവ് വരുത്തുന്നു.
ഈ എണ്ണ എന്റെ ജീവിതത്തിന്മേലുള്ള അംഗീകാര മുദ്രയായി വർത്തിക്കുമെന്ന് ഞാൻ വിധിക്കുന്നു.

അത് എന്നെ പിന്തുണയ്ക്കുന്നു. അത് എന്നെ സജ്ജരാക്കുന്നു. അത് എന്നെ ശക്തിപ്പെടുത്തുന്നു. അത് എനിക്ക് ഇടം നൽകുന്നു.

എന്നെ കവിഞ്ഞൊഴുകലിൽ ജീവിക്കാൻ ഇടയാക്കണമേ.

എനിക്ക് അവകാശം ലഭിച്ച യേശുക്രിസ്തുവിലൂടെ എന്നെ പ്രവാചക വിധിയിലേക്കും ഉന്നതിയിലേക്കും കൊണ്ടുവരണമേ .

തന്റെ ഹിതത്തിന്റെ ആലോചനപോലെ സകലവും പ്രവർത്തിക്കുന്നവന്റെ നിർണ്ണയപ്രകാരം അതു

മുൻനിർണ്ണയിക്കപ്പെട്ടിരിക്കുന്നു .

യേശുവിന്റെ നാമത്തിലും
അവന്റെ രക്തത്തിന്റെയും
വചനത്തിന്റെയും ആത്മാവിന്റെയും
ശക്തിയാൽ ഞാൻ ഈ പ്രാർത്ഥനയെ
മുദ്രയിടുന്നു.

എന്നിൽ പ്രവർത്തിക്കുന്ന ശക്തിയാൽ , ഞാൻ
ചോദിക്കുന്നതിലും ചിന്തിക്കുന്നതിലും
അത്യന്തം സമൃദ്ധമായി ചെയ്യാൻ
കഴിയുന്നവന് -

യേശുക്രിസ്തുവിന്റെ നാമത്തിൽ,
ഈ വർഷം ഞാൻ ശക്തമായി
അവസാനിപ്പിക്കുകയും
എല്ലാ പുതുവർഷവും ശക്തിയോടെ
ആരംഭിക്കുകയും ചെയ്യും.

ആമേൻ. ആമേൻ. ആമേൻ.

പ്രാർത്ഥനയുടെ എട്ട് (8) യാമങ്ങൾ മനസ്സിലാക്കൽ

തിരുവെഴുത്തുകളിലുടനീളം, പ്രാർത്ഥനയും ആത്മീയ ജാഗ്രതയും പലപ്പോഴും പ്രത്യേക ജാഗ്രതയുള്ള സമയങ്ങളുമായി ബന്ധപ്പെട്ടിരിക്കുന്നു.
നഗരങ്ങളെ കാവൽ നിൽക്കാനും, അപകടത്തെക്കുറിച്ച് മുന്നറിയിപ്പ് നൽകാനും, രാവും പകലും വ്യത്യസ്ത സമയങ്ങളിൽ ജാഗ്രത പാലിക്കാനും കാവൽക്കാരെ നിയോഗിച്ചിരുന്നു.
സമാനമായ രീതിയിൽ, വിശ്വാസികൾ ആത്മീയമായി ഉണർന്നിരിക്കാൻ വിളിക്കപ്പെട്ടിരിക്കുന്നു.
യേശു തന്റെ ശിഷ്യന്മാരോട് ഇപ്രകാരം നിർദ്ദേശിച്ചു:

"പ്രലോഭനത്തിൽ അകപ്പെടാതിരിക്കാൻ ഉണർന്നിരുന്നു പ്രാർത്ഥിക്കുവിൻ."
(മത്തായി 26:41)

എട്ട് യാമ പ്രാർത്ഥനകളുടെ ഒരു താളം പിന്തുടരുന്നു , മധ്യസ്ഥതയിൽ ദൈവത്തിലേക്ക് നമ്മുടെ ശ്രദ്ധ തിരിക്കുന്നതിനുള്ള ദിവസം മുഴുവനും ഉദ്ദേശ്യപൂർവ്വമായ നിമിഷങ്ങളെ പ്രതിനിധീകരിക്കുന്നു.

ഈ വാച്ചുകൾക്ക് ദീർഘമായ പ്രാർത്ഥന ആവശ്യമില്ല. ഓരോ വാച്ചിലും ശ്രദ്ധ കേന്ദ്രീകരിച്ച കുറച്ച് മിനിറ്റുകൾ പോലും സ്ഥിരമായി അർപ്പിക്കുമ്പോൾ ശക്തി പ്രാപിക്കും.

ആദ്യ വാച്ച് — രാവിലെ 6:00 മണിക്ക്
ദിവസത്തിന്റെ ആരംഭം.
ഈ വാച്ച് ദിവസം കർത്താവിനു സമർപ്പിക്കാനും, നമ്മുടെ ഹൃദയങ്ങളെ അവന്റെ ഉദ്ദേശ്യങ്ങളുമായി പൊരുത്തപ്പെടുത്താനും, അവന്റെ മാർഗനിർദേശം ക്ഷണിക്കാനുമുള്ള സമയമാണ്.

സെക്കൻഡ് വാച്ച് — രാവിലെ 9:00
ദിവസത്തിലെ ഉത്തരവാദിത്തങ്ങൾ നിർവഹിക്കുന്നതിന് ജ്ഞാനം, ദിശ, ശക്തി എന്നിവയ്ക്കായി പ്രാർത്ഥിക്കാനുള്ള സമയം. സഭയിലെയും സ്വാധീനത്തിന്റെ പർവതനിരകളിലൂടെയും നേതാക്കൾക്കുവേണ്ടി പ്രാർത്ഥിക്കാൻ പല വിശ്വാസികളും ഈ വാച്ച് ഉപയോഗിക്കുന്നു.

മൂന്നാം വാച്ച് — ഉച്ചയ്ക്ക് 12:00 മണി
ഉച്ചയ്ക്ക് മധ്യസ്ഥത.

ഈ വാച്ച് പലപ്പോഴും ഒരു നിമിഷം നിർത്തി ആത്മീയമായി വീണ്ടും ശ്രദ്ധ കേന്ദ്രീകരിക്കുന്നതിനുള്ള ഒരു നിമിഷമായി മാറുന്നു, കുടുംബങ്ങളെയും സമൂഹങ്ങളെയും രാഷ്ട്രങ്ങളെയും കർത്താവിന്റെ മുമ്പാകെ ഉയർത്തുന്നു.

നാലാമത്തെ വാച്ച് — ഉച്ചകഴിഞ്ഞ് 3:00 മണി
ആദിമ സഭയിൽ പരമ്പരാഗതമായി പ്രാർത്ഥനയുമായി ബന്ധപ്പെട്ടിരുന്ന മണിക്കൂർ (പ്രവൃത്തികൾ 3:1).
ദൈവിക ഇടപെടലിനും മുന്നേറ്റത്തിനും വേണ്ടി പ്രാർത്ഥിക്കാനുള്ള ശക്തമായ സമയമാണ് ഈ വാച്ച്.

അഞ്ചാം വാച്ച് — വൈകുന്നേരം 6:00 മണി
വൈകുന്നേരം സമർപ്പണം.
ദിവസം മാറുമ്പോൾ, സംരക്ഷണം, പുനഃസ്ഥാപനം, സമാധാനം എന്നിവയ്ക്കായി പ്രാർത്ഥിക്കാൻ ഈ വാച്ച് വിശ്വാസികളെ ക്ഷണിക്കുന്നു.

ആറാം വാച്ച് — രാത്രി 9:00 മണി
പകൽ സമയത്ത് ദൈവം ചെയ്ത കാര്യങ്ങൾക്ക് ധ്യാനിക്കാനും നന്ദി പറയാനുമുള്ള സമയം.
രാത്രിയാമങ്ങളിൽ പ്രവേശിക്കുന്നതിനുമുമ്പ് സഭയ്ക്കും ജനതകൾക്കും വേണ്ടി പ്രാർത്ഥിക്കാനുള്ള സമയം കൂടിയാണിത്.

സെവൻത് വാച്ച് — 12:00 AM
അർദ്ധരാത്രി പ്രാർത്ഥന.
തിരുവെഴുത്തുകളിലുടനീളം, അർദ്ധരാത്രി പലപ്പോഴും ആത്മീയ മുന്നേറ്റത്തിന്റെ സമയമായിരുന്നു (പ്രവൃത്തികൾ 16:25-26).
ഈ വാച്ച് ആഴമേറിയ ആത്മീയ യുദ്ധത്തെയും മധ്യസ്ഥതയെയും പ്രതിനിധീകരിക്കുന്നു.

എട്ടാം വാച്ച് — പുലർച്ചെ 3:00
സ്ഥിരോത്സാഹത്തിന്റെയും പ്രവാചക പ്രാർത്ഥനയുടെയും ഒരു കാവൽ.
ആത്മീയ സംവേദനക്ഷമതയ്ക്കും ആഴത്തിലുള്ള മധ്യസ്ഥതയ്ക്കും വേണ്ടിയുള്ള ശക്തമായ സമയമായി ഈ മണിക്കൂർ ചരിത്രപരമായി പല മധ്യസ്ഥരും കണ്ടെത്തിയിട്ടുണ്ട്.

ഒരു തുടർച്ചയായ നിരീക്ഷണം
വ്യക്തികളും, ഗ്രൂപ്പുകളും, സഭകളും ഈ യാമങ്ങളിലൂടെ പ്രാർത്ഥിക്കുമ്പോൾ, ഫലം **തുടർച്ചയായ പ്രാർത്ഥനാ ശൃംഖലയായി മാറുന്നു** .
ഈ മാതൃക യെഹെസ്കേൽ 22:30-ലെ ആഹ്വാനത്തെ പ്രതിഫലിപ്പിക്കുന്നു:
"ദേശത്തിനുവേണ്ടി ഒരു മതിൽ കെട്ടി എന്റെ മുമ്പാകെ ഇടിവിൽ നിൽക്കാൻ കഴിയുന്ന ഒരു

പുരുഷനെ ഞാൻ അവരുടെ ഇടയിൽ അന്വേഷിച്ചു."
വിശ്വാസികൾ ഈ യാമങ്ങളിൽ പങ്കെടുക്കുമ്പോൾ, അവർ സഭയ്ക്കും രാഷ്ട്രങ്ങൾക്കും വേണ്ടിയുള്ള ഒരു വലിയ മധ്യസ്ഥ പ്രസ്ഥാനത്തിന്റെ ഭാഗമായിത്തീരുന്നു.

ആമുഖം

വിടവിൽ നിൽക്കാനുള്ള ഒരു ആഹ്വാനം

തിരുവെഴുത്തുകളിലുടനീളം, ദൈവം രാഷ്ട്രങ്ങളുടെ കാര്യങ്ങളിൽ ഇടപെടാൻ ആഗ്രഹിച്ചപ്പോഴെല്ലാം, പ്രാർത്ഥനയിലൂടെ വിടവിൽ നിൽക്കുന്ന പുരുഷന്മാരെയും സ്ത്രീകളെയും അവൻ അന്വേഷിച്ചു.

യെഹെസ്കേൽ പ്രവാചകൻ ദൈവത്തിന്റെ ഹൃദയത്തെ ഇങ്ങനെ രേഖപ്പെടുത്തി:

"ദേശം നശിപ്പിക്കാതവണ്ണം അതിന്നു വേലി കെട്ടി എന്റെ മുമ്പാകെ ഇടിവിൽ നിൽക്കേണ്ടതിന്നു ഒരു പുരുഷനെ ഞാൻ അവരുടെ ഇടയിൽ അന്വേഷിച്ചു; ആരെയും കണ്ടില്ലല്ലോ."
—യെഹെസ്കേൽ 22:30.

ഈ പ്രസ്താവന ഒരു ശാശ്വത ആത്മീയ തത്വം വെളിപ്പെടുത്തുന്നു:
ദൈവം മദ്ധ്യസ്ഥരിലൂടെ പ്രവർത്തിക്കുന്നു.

രാഷ്ട്രങ്ങൾ ഉയർന്നുവരുകയും തകരുകയും ചെയ്യുന്നു. സംസ്കാരങ്ങൾ മാറുന്നു. അധികാര വ്യവസ്ഥകൾ സമൂഹങ്ങളുടെ

ദിശയെ സ്വാധീനിക്കുന്നു. എന്നിരുന്നാലും, ഈ ദൃശ്യ യാഥാർത്ഥ്യങ്ങൾക്ക് പിന്നിൽ ഭൂമിയിലെ സംഭവങ്ങളെ രൂപപ്പെടുത്തുന്ന ആത്മീയ ശക്തികളുണ്ട്.

ഇക്കാരണത്താൽ, പ്രാർത്ഥന വെറുമൊരു ഭക്തിപരമായ പ്രവർത്തനമല്ല. **ഭൂമിയിലെ കാര്യങ്ങളിൽ ദൈവത്തോടൊപ്പം ഗവൺമെന്റ് പങ്കാളിത്തമാണ്** പ്രാർത്ഥന .

ഭൗമിക വ്യവസ്ഥകളിൽ ഇടപെടാൻ മദ്ധ്യസ്ഥത സ്വർഗ്ഗത്തെ ക്ഷണിക്കുന്നു.

സ്വാധീനത്തിന്റെ ഏഴ് പർവതങ്ങൾ

മൂല്യങ്ങൾ, സംസ്കാരം, ദിശ എന്നിവ നിർണ്ണയിക്കുന്ന പ്രധാന സ്വാധീന മേഖലകളാൽ ഓരോ സമൂഹവും രൂപപ്പെടുന്നു. ഇവയെ പലപ്പോഴും **സ്വാധീനത്തിന്റെ ഏഴ് പർവതങ്ങൾ എന്ന് വിശേഷിപ്പിക്കാറുണ്ട്** :

• മതം
• കുടുംബം • വിദ്യാഭ്യാസം • സർക്കാർ • മാധ്യമവും ആശയവിനിമയവും • കലയും സംസ്കാരവും • ബിസിനസും സാമ്പത്തിക ശാസ്ത്രവും

ആളുകൾ എങ്ങനെ ചിന്തിക്കുന്നു, സമൂഹങ്ങൾ എന്ത് ആഘോഷിക്കുന്നു,

രാഷ്ട്രങ്ങൾ എങ്ങനെ ഭരിക്കപ്പെടുന്നു എന്നതിനെയെല്ലാം ഈ പർവതങ്ങൾ സ്വാധീനിക്കുന്നു.

ഈ മണ്ഡലങ്ങൾ നീതിയാൽ രൂപപ്പെടുമ്പോൾ, സമൂഹങ്ങൾ അഭിവൃദ്ധി പ്രാപിക്കുന്നു. അഴിമതിയോ ആത്മീയ അന്ധകാരമോ അവയിൽ ആധിപത്യം സ്ഥാപിക്കുമ്പോൾ, മുഴുവൻ തലമുറകളും അതിന്റെ അനന്തരഫലങ്ങൾ അനുഭവിക്കുന്നു.

ഇക്കാരണത്താൽ, വിശ്വാസികൾ സുവിശേഷം പ്രസംഗിക്കാൻ മാത്രമല്ല, ഈ സ്വാധീന മേഖലകൾക്കായി തന്ത്രപരമായി പ്രാർത്ഥിക്കാനും വിളിക്കപ്പെട്ടിരിക്കുന്നു , ദൈവത്തോട് തന്റെ ഉദ്ദേശ്യങ്ങളുമായി വ്യവസ്ഥകളെ വിന്യസിക്കുന്ന സമഗ്രതയും ജ്ഞാനവും ഉള്ള നേതാക്കളെ ഉയർത്താൻ ആവശ്യപ്പെടുന്നു.

മധ്യസ്ഥ ശുശ്രൂഷ

മറ്റുള്ളവർക്കുവേണ്ടി ദൈവമുമ്പാകെ നിന്ന വ്യക്തികളുടെ ഉദാഹരണങ്ങൾ ബൈബിളിൽ നിറഞ്ഞിരിക്കുന്നു.

അബ്രഹാം സൊദോമിനുവേണ്ടി മാധ്യസ്ഥ്യം വഹിച്ചു.
മോശെ യിസ്രായേലിനുവേണ്ടി മാധ്യസ്ഥ്യം വഹിച്ചു. ദാനിയേൽ യെരുശലേമിന്റെ

പുനഃസ്ഥാപനത്തിനായി മാധ്യസ്ഥ്യം വഹിച്ചു. എസ്ഥേർ തന്റെ ജനത്തിന്റെ സംരക്ഷണത്തിനായി തന്റെ ജീവൻ പണയപ്പെടുത്തി.

എല്ലാറ്റിനുമുപരി, യേശുക്രിസ്തു തന്നെ ഇന്ന് മദ്ധ്യസ്ഥ ശുശ്രൂഷ തുടരുന്നു:

അവർക്കുവേണ്ടി മാധ്യസ്ഥ്യം വഹിക്കാൻ അവൻ എന്നേക്കും ജീവിക്കുന്നു ." - എബ്രായർ 7:25

ക്രിസ്തുവിലൂടെ, വിശ്വാസികൾ ഈ തുടർച്ചയായ മധ്യസ്ഥപ്രവൃത്തിയിൽ പങ്കുചേരാൻ ക്ഷണിക്കപ്പെടുന്നു.

ഈ വിളിയിൽ പരിശുദ്ധാത്മാവ് നമ്മെ സഹായിക്കുന്നുവെന്ന് അപ്പോസ്തലനായ പൗലോസ് നമ്മെ ഓർമ്മിപ്പിക്കുന്നു:

"ആത്മാവു തന്നേ ഉച്ചരിച്ചു കൂടാത്ത ഞരക്കങ്ങളാൽ നമുക്കുവേണ്ടി പക്ഷവാദം ചെയ്യുന്നു."
—റോമർ 8:26.

അങ്ങനെ, മധ്യസ്ഥത ഇനിപ്പറയുന്നവ തമ്മിലുള്ള ഒരു പങ്കാളിത്തമായി മാറുന്നു:

• വിശ്വാസി പ്രാർത്ഥിക്കുന്നു
• പരിശുദ്ധാത്മാവ് നയിക്കുന്നു •

പിതാവിന്റെ മുമ്പാകെ ക്രിസ്തു മധ്യസ്ഥത വഹിക്കുന്നു.

നാല്പതു ദിവസത്തെ പ്രാർത്ഥനാജാഗരം

മാർച്ച് 17 മുതൽ ഏപ്രിൽ 25 വരെ വർഷം തോറും ആചരിക്കുന്ന 40 ദിവസത്തെ മധ്യസ്ഥ പ്രാർത്ഥനയുടെ ഘടനാപരമായ ഒരു രൂപത്തിലാണ് ഈ ലഘുലേഖ രൂപകൽപ്പന ചെയ്തിരിക്കുന്നത് .

ഘടനയിൽ ഇവ ഉൾപ്പെടുന്നു:

- **10 പോർട്ടൽ-തുറക്കുന്ന പ്രാർത്ഥന സജീവമാക്കലുകൾ**
- **320 തന്ത്രപരമായ പ്രാർത്ഥന പോയിന്റുകൾ**
- **ഓരോ ദിവസവും എട്ട് പ്രാർത്ഥനാ വാച്ചുകൾ**
- **മധ്യസ്ഥതയ്ക്കുള്ള തിരുവെഴുത്ത് അടിസ്ഥാനങ്ങൾ**

ഈ പ്രാർത്ഥനകൾ ആത്മീയ അധികാരം സ്ഥാപിക്കുകയും, ചെറുത്തുനിൽപ്പ് ഇല്ലാതാക്കുകയും, ദൈവോദ്ദേശ്യങ്ങളെ ജനതകളിലേക്ക് ക്ഷണിക്കുകയും ചെയ്യുന്നു.

നോമ്പിന്റെ ഓരോ ദിവസവും എട്ട് **പ്രാർത്ഥനാ യാമങ്ങൾ ഉൾപ്പെടുന്നു** , അത് ദിവസം മുഴുവൻ വ്യത്യസ്ത ആത്മീയ നിമിഷങ്ങളെ പ്രതിനിധീകരിക്കുന്നു.

ഈ വാച്ചുകൾ വിശ്വാസികളെ ആത്മീയമായി ഉണർന്നിരിക്കാനും ദൈവത്തിന്റെ ഉദ്ദേശ്യങ്ങളുമായി പൊരുത്തപ്പെടാനും സഹായിക്കുന്നു.

മധ്യസ്ഥരുടെ ഒരു ആഗോള പ്രസ്ഥാനം

ഈ നിയമനം ഒരു വ്യക്തിക്കോ ഒരു ശുശ്രൂഷയ്ക്കോ മാത്രമായി ഉദ്ദേശിച്ചുള്ളതല്ല.

സഭയ്ക്കും രാഷ്ട്രങ്ങൾക്കും വേണ്ടി മധ്യസ്ഥത വഹിക്കുന്ന വിശ്വാസികളുടെ ഒരു ആഗോള ശൃംഖലയെ ദൈവം ഉയർത്തുന്നു.

ഒന്നിലധികം ഭാഷകളിലേക്കുള്ള വിവർത്തനത്തിലൂടെയും ലോകമെമ്പാടുമുള്ള വിശ്വാസികളുടെ പങ്കാളിത്തത്തിലൂടെയും, പ്രാർത്ഥനയിൽ ഒരുമിച്ച് നിൽക്കുന്ന 10 **ദശലക്ഷത്തിലധികം മധ്യസ്ഥരുടെ ഒരു ലോകമെമ്പാടുമുള്ള സമൂഹത്തെ ഒരുമിച്ചുകൂട്ടുക എന്നതാണ് ദർശനം.**

ഈ മധ്യസ്ഥർ പ്രാർത്ഥിക്കുന്നത്:

• സഭയുടെ ശുദ്ധീകരണവും ഐക്യവും • രാഷ്ട്രങ്ങളുടെ രക്ഷ • നേതാക്കൾക്കുള്ള ജ്ഞാനം • സ്വാധീനത്തിന്റെ ഏഴ് പർവതങ്ങളിലൂടെയുള്ള പരിവർത്തനം.

ഈ നിയമനത്തിൽ നിങ്ങളുടെ പങ്ക്

നിങ്ങൾ ഒറ്റയ്ക്കോ പ്രാർത്ഥന നടത്തുകയാണെങ്കിലും, ഒരു പ്രാർത്ഥനാ ഗ്രൂപ്പിനോടൊപ്പമോ, അല്ലെങ്കിൽ ഒരു സഭാ സമൂഹത്തിന്റെ ഭാഗമായോ ആകട്ടെ, കേന്ദ്രീകൃതമായ മധ്യസ്ഥതയിൽ ഏർപ്പെടാൻ നിങ്ങളെ സഹായിക്കുന്നതിനുള്ള ഒരു ഘടനാപരമായ ഗൈഡ് ഈ ലഘുലേഖ നൽകുന്നു.

വിശ്വാസത്തോടും, വിനയത്തോടും, പ്രതീക്ഷയോടും കൂടി ഈ പ്രാർത്ഥനാവേളയിൽ പങ്കെടുക്കാൻ നിങ്ങളെ ക്ഷണിക്കുന്നു.

ഈ പേജുകളിലൂടെ പ്രാർത്ഥിക്കുമ്പോൾ, ഓർക്കുക:

പ്രാർത്ഥന അന്തരീക്ഷത്തെ മാറ്റുന്നു. പ്രാർത്ഥന ദൈവിക ഇടപെടലിനെ സ്വതന്ത്രമാക്കുന്നു. പ്രാർത്ഥന ഭൂമിയെ സ്വർഗ്ഗവുമായി യോജിപ്പിക്കുന്നു.

ക്ഷണം എല്ലായ്പ്പോഴും ഉണ്ടായിരുന്നതുപോലെ ഇന്നും അതേപടി നിലനിൽക്കുന്നു:

വിടവിൽ നിൽക്കുക.

വിശ്വസ്തമായ മധ്യസ്ഥതയാൽ, ദൈവഹിതം സ്വർഗ്ഗത്തിലെപ്പോലെ ഭൂമിയിലും നിറവേറട്ടെ.

മധ്യസ്ഥന്റെ ആജ്ഞ

അബ്രഹാം, മോശ, ദാനിയേൽ, യേശു, പരിശുദ്ധാത്മാവ്: വിടവിൽ നിൽക്കുന്നു

തിരുവെഴുത്തുകളിലുടനീളം, ദൈവം ഒരു സ്ഥിരമായ മാതൃക വെളിപ്പെടുത്തുന്നു: രാഷ്ട്രങ്ങൾ നാശത്തിലേക്ക് നീങ്ങുമ്പോൾ, തന്റെ മുമ്പാകെ പ്രാർത്ഥനയിൽ നിൽക്കാൻ ആളുകളെ കർത്താവ് അന്വേഷിക്കുന്നു.

കർത്താവിൽ നിന്നുള്ള ശക്തമായ ഒരു പ്രസ്താവനയിലൂടെ പ്രവാചകനായ യെഹെസ്കേൽ ഈ യാഥാർത്ഥ്യത്തെ പിടിച്ചെടുത്തു:

"ദേശം നശിപ്പിക്കാതവണ്ണം അതിന്നായി ഒരു മതിൽ കെട്ടി എന്റെ മുമ്പാകെ ഇടിവിൽ നിൽക്കേണ്ടതിന്നു ഒരു പുരുഷനെ ഞാൻ അവരുടെ ഇടയിൽ അന്വേഷിച്ചു."
(യെഹെസ്കേൽ 22:30)

സ്വർഗ്ഗത്തിനും ഭൂമിക്കും ഇടയിൽ നിൽക്കുന്ന പ്രവൃത്തിയാണ് മധ്യസ്ഥത - മറ്റുള്ളവരുടെ പേരിൽ ദൈവത്തിന്റെ കരുണ, നീതി, ഉദ്ദേശ്യങ്ങൾ എന്നിവയിലേക്ക് അപേക്ഷിക്കുന്നു.

ഈ ധർമ്മം നിർവഹിച്ചവരുടെ നിരവധി ശക്തമായ ഉദാഹരണങ്ങൾ ബൈബിൾ നൽകുന്നു.

അബ്രഹാം: ഒരു ദുഷ്ട നഗരത്തിനുവേണ്ടി മധ്യസ്ഥത വഹിക്കുന്നു.

വിശ്വാസത്തിന്റെ പിതാവായ അബ്രഹാം, തിരുവെഴുത്തിൽ രേഖപ്പെടുത്തിയിരിക്കുന്ന ആദ്യകാല മദ്ധ്യസ്ഥരിൽ ഒരാളായിരുന്നു.

ഉല്പത്തി 18-ൽ, സോദോം, ഗൊമോറ എന്നീ പട്ടണങ്ങൾ വളരെയധികം ദുഷിച്ചതായും ന്യായവിധി ആസന്നമാണെന്നും യഹോവ അബ്രഹാമിന് വെളിപ്പെടുത്തി.

എന്നിട്ടും ന്യായവിധി വരുന്നതിനു മുമ്പ്, താൻ എന്താണ് ചെയ്യാൻ പോകുന്നതെന്ന് അബ്രഹാമിനെ അറിയിക്കാൻ ദൈവം അനുവദിച്ചു.

"ഞാൻ ചെയ്യാൻ പോകുന്നത് അബ്രഹാമിൽ നിന്ന് മറച്ചുവെക്കണോ?"
(ഉല്പത്തി 18:17)

മൗനം പാലിക്കുന്നതിനുപകരം, കരുണയ്ക്കായി അപേക്ഷിക്കാൻ അബ്രഹാം

താഴ്മയും ധൈര്യവും കാണിച്ചുകൊണ്ട് മുന്നിട്ടിറങ്ങി.

ഉല്പത്തി 18:22 ഒരു ശ്രദ്ധേയമായ നിമിഷം രേഖപ്പെടുത്തുന്നു:

"എന്നാൽ അബ്രാഹാം ഇപ്പോഴും യഹോവയുടെ മുമ്പാകെ നിന്നു."

കർത്താവിന്റെ മുമ്പിൽ നിൽക്കുന്നത് ഒരു മദ്ധ്യസ്ഥന്റെ ഭാവമാണ്.

ദൈവത്തിന്റെ നീതിയോടും കാരുണ്യത്തോടും അബ്രഹാം അപേക്ഷിച്ചു, നീതിമാന്മാരെ അവിടെ കണ്ടെത്താൻ കഴിഞ്ഞാൽ നഗരത്തെ രക്ഷിക്കാൻ കഴിയുമോ എന്ന് ചോദിച്ചു.

അമ്പതിൽ തുടങ്ങി ക്രമേണ എണ്ണം പത്ത് ആയി കുറച്ചുകൊണ്ട്, അബ്രഹാം കരുണയ്ക്കായി യാചിച്ചുകൊണ്ടിരുന്നു.

ഓരോ അഭ്യർത്ഥനയും താഴ്മയോടെ സമർപ്പിച്ചു:

"ഇതാ, പൊടിയും ചാരവുമായ ഞാൻ കർത്താവിനോട് സംസാരിക്കാൻ എന്റെ മനസ്സു ഏറ്റെടുത്തിരിക്കുന്നു."
(ഉല്പത്തി 18:27)

തന്നോട് അടുത്ത് നടക്കുന്നവരെ ദൈവം പ്രാർത്ഥനയിലൂടെ ലോകവുമായുള്ള തന്റെ ഇടപാടുകളിൽ പങ്കെടുക്കാൻ ക്ഷണിക്കുന്നുവെന്ന് അബ്രഹാമിന്റെ മധ്യസ്ഥത കാണിക്കുന്നു.

മോശെ: മത്സരികളായ ഒരു ജനതയ്ക്കുവേണ്ടി മധ്യസ്ഥത വഹിക്കുന്നു.

മോശയുടെ ജീവിതത്തിൽ മദ്ധ്യസ്ഥതയുടെ മറ്റൊരു ശക്തമായ ഉദാഹരണം കാണാം.

പുറപ്പാട് 32-ൽ, ഇസ്രായേൽ ജനം സ്വർണ്ണ കാളക്കുട്ടിയെ ആരാധിച്ചുകൊണ്ട് വിഗ്രഹാരാധനയിൽ വീണു. അവരുടെ മത്സരം കർത്താവിന്റെ കോപത്തിന് കാരണമായി, ന്യായവിധി ഉറപ്പാണെന്ന് തോന്നി.

എന്നിട്ടും മോശെ മധ്യസ്ഥത വഹിക്കാൻ മുന്നോട്ടുവന്നു.

ജനങ്ങളിൽ നിന്ന് അകന്നു നിൽക്കുന്നതിനുപകരം, മോശ അവരുമായി താദാത്മ്യം പ്രാപിക്കുകയും ദൈവത്തിന്റെ

ഉടമ്പടി വാഗ്ദാനങ്ങളിലേക്ക് തിരിയുകയും ചെയ്തു.

അവൻ പ്രാർത്ഥിച്ചു:

"കർത്താവേ, നീ മഹാശക്തിയോടെ ഈജിപ്തിൽ നിന്ന് കൊണ്ടുവന്ന നിന്റെ ജനത്തിനെതിരെ നിന്റെ കോപം ജ്വലിക്കുന്നത് എന്തുകൊണ്ട്?"
(പുറപ്പാട് 32:11).

അബ്രഹാം, യിസ്ഹാക്ക്, ഇസ്രായേൽ എന്നിവരുമായുള്ള തന്റെ ഉടമ്പടിയെക്കുറിച്ച് മോശെ കർത്താവിനെ ഓർമ്മിപ്പിച്ചു. അവൻ ജനതകൾക്കിടയിൽ ദൈവത്തിന്റെ പ്രശസ്തിക്കായി അപേക്ഷിക്കുകയും കരുണയ്ക്കായി അപേക്ഷിക്കുകയും ചെയ്തു.

അവന്റെ മധ്യസ്ഥതയാൽ ന്യായവിധി നിയന്ത്രിക്കപ്പെടുകയും ജനങ്ങൾ സംരക്ഷിക്കപ്പെടുകയും ചെയ്തു.

ഈ നിമിഷം മധ്യസ്ഥതയെക്കുറിച്ചുള്ള നിരവധി സത്യങ്ങൾ വെളിപ്പെടുത്തുന്നു:

- മദ്ധ്യസ്ഥർ തങ്ങൾ പ്രാർത്ഥിക്കുന്ന ആളുകളുമായി താദാത്മ്യം പ്രാപിക്കുന്നു.
- മദ്ധ്യസ്ഥർ ദൈവത്തിന്റെ വാഗ്ദാനങ്ങളിലേക്കും സ്വഭാവത്തിലേക്കും

ആകർഷിക്കുന്നു. • മദ്ധ്യസ്ഥത നാശത്തെക്കാൾ പുനഃസ്ഥാപനത്തെയാണ് തേടുന്നത്.

ദാനിയേൽ: അടിമത്തത്തിലുള്ള ഒരു രാഷ്ട്രത്തിനുവേണ്ടി മധ്യസ്ഥത വഹിക്കുന്നു.

നൂറ്റാണ്ടുകൾക്ക് ശേഷം, ദേശീയ പ്രതിസന്ധിയുടെ സമയത്ത് മറ്റൊരു മധ്യസ്ഥൻ ഉയർന്നുവന്നു.

ഇസ്രായേലിന്റെ ബാബിലോണിയൻ അടിമത്തകാലത്താണ് ദാനിയേൽ ജീവിച്ചിരുന്നത്. യിരെമ്യാവിന്റെ പ്രവചനങ്ങൾ വായിക്കുകയും അടിമത്തത്തിന്റെ കാലഘട്ടം അവസാനിക്കാറായെന്ന് മനസ്സിലാക്കുകയും ചെയ്തപ്പോൾ, അവൻ പ്രാർത്ഥനയോടും അനുതാപത്തോടും കൂടെ പ്രതികരിച്ചു.

ദാനിയേൽ 9:3 അവന്റെ നിലപാടിനെ വിവരിക്കുന്നു:

"അപ്പോൾ ഞാൻ ഉപവസിച്ചും രട്ടുടുത്തും വെണ്ണീരിൽ ഇരുന്നും കൊണ്ടു പ്രാർത്ഥനയോടും യാചനകളോടും കൂടെ

അപേക്ഷിക്കേണ്ടതിന്നു ദൈവമായ കർത്താവിങ്കലേക്കു മുഖം തിരിച്ചു."

ദാനിയേലിന്റെ പ്രാർത്ഥന ശ്രദ്ധേയമായിരുന്നു, കാരണം അവൻ ജനതയുടെ പാപങ്ങളിൽ നിന്ന് തന്നെത്താൻ അകറ്റി നിർത്തിയില്ല.

പകരം, അവൻ ജനങ്ങളുമായി താദാത്മ്യം പ്രാപിക്കുകയും ദൈവമുമ്പാകെ അവരുടെ പരാജയങ്ങൾ ഏറ്റുപറയുകയും ചെയ്തു:

"ഞങ്ങൾ പാപം ചെയ്തു, അകൃത്യം പ്രവർത്തിച്ചു."
(ദാനിയേൽ 9:5)

ദാനിയേലിന്റെ മധ്യസ്ഥത ദൈവത്തിന്റെ കരുണയെയും ഉടമ്പടി വിശ്വസ്തതയെയും ആകർഷിച്ചു.

അവന്റെ പ്രാർത്ഥനയിലൂടെ സ്വർഗ്ഗം പ്രതികരിച്ചു. ഇസ്രായേലിന്റെ ഭാവിയെയും മിശിഹായുടെ വരവിനെയും കുറിച്ചുള്ള വെളിപ്പെടുത്തലുമായി ദൈവം ഗബ്രിയേൽ ദൂതനെ അയച്ചു.

ദാനിയേലിന്റെ മാതൃക കാണിക്കുന്നത് മധ്യസ്ഥതയ്ക്ക് വർത്തമാനകാല സാഹചര്യങ്ങളെ മാത്രമല്ല, ഭാവി

തലമുറകളെയും സ്വാധീനിക്കാൻ കഴിയുമെന്നാണ്.

യേശു: ആത്യന്തിക മധ്യസ്ഥൻ

അബ്രഹാമും മോശയും ദാനിയേലും മധ്യസ്ഥതയുടെ ശക്തി പ്രകടിപ്പിക്കുമ്പോൾ, ചരിത്രത്തിലെ ഏറ്റവും വലിയ മധ്യസ്ഥൻ യേശുക്രിസ്തുവാണ്.

യേശു തന്റെ ഭൗമിക ശുശ്രൂഷയിൽ മനുഷ്യവർഗത്തിനുവേണ്ടി മാത്രമല്ല പ്രാർത്ഥിച്ചത് - ഇന്നും അവൻ മധ്യസ്ഥത വഹിക്കുന്നു.

തിരുവെഴുത്ത് പ്രഖ്യാപിക്കുന്നു:

"അവർക്കുവേണ്ടി മധ്യസ്ഥത വഹിക്കാൻ അവൻ എപ്പോഴും ജീവിക്കുന്നു."
(എബ്രായർ 7:25)

കുരിശിലെ തന്റെ യാഗത്തിലൂടെ യേശു മനുഷ്യവംശത്തെ ദൈവവുമായി അനുരഞ്ജിപ്പിച്ചു. തന്റെ തുടർച്ചയായ മധ്യസ്ഥതയിലൂടെ, പിതാവിന്റെ മുമ്പാകെ അവൻ നിരന്തരം വിശ്വാസികളെ പ്രതിനിധീകരിക്കുന്നു.

ഈ നാല്പതു ദിവസത്തെ യാമത്തിൽ
അർപ്പിക്കുന്ന ഓരോ പ്രാർത്ഥനയും
ആത്യന്തികമായി ക്രിസ്തുവിന്റെ
ശുശ്രൂഷയിലൂടെ ഒഴുകുന്നു.

പ്രാർത്ഥനയിലുള്ള നമ്മുടെ ആത്മവിശ്വാസം
നമ്മുടെ സ്വന്തം നീതിയിലല്ല, മറിച്ച്
യേശുവിന്റെ പൂർത്തീകരിച്ച
പ്രവൃത്തിയിലാണ്.

പരിശുദ്ധാത്മാവ്: വിശ്വാസിയുടെ ഉള്ളിൽ മധ്യസ്ഥത വഹിക്കുന്നു.

യേശു സ്വർഗ്ഗത്തിൽ നമുക്കുവേണ്ടി
മാധ്യസ്ഥ്യം വഹിക്കുമ്പോൾ,
പരിശുദ്ധാത്മാവ് വിശ്വാസികളുടെ ഉള്ളിൽ
പ്രവർത്തിക്കുകയും നമ്മുടെ പ്രാർത്ഥനകളെ
ശക്തിപ്പെടുത്തുകയും നയിക്കുകയും
ചെയ്യുന്നു.

വിശ്വാസികൾ സ്വന്തം ശക്തിയിൽ
പ്രാർത്ഥിക്കാൻ പാടില്ല എന്ന് തിരുവെഴുത്ത്
പഠിപ്പിക്കുന്നു. വാക്കുകൾ പര്യാപ്തമല്ലാത്ത
നിമിഷങ്ങളിൽ, പ്രത്യേകിച്ച് ദൈവാത്മാവ്
പ്രാർത്ഥനയിൽ നമ്മെ സഹായിക്കുന്നു.

അപ്പോസ്തലനായ പൗലോസ് എഴുതി:

" അതുപോലെ ആത്മാവു നമ്മുടെ ബലഹീനതകളെ സഹായിക്കുന്നു: വേണ്ടുംപോലെ എന്തിനുവേണ്ടി പ്രാർത്ഥിക്കണമെന്ന് നമുക്കറിയില്ലല്ലോ; ആത്മാവുതന്നെ ഉച്ചരിച്ചു കൂടാത്ത ഞരക്കങ്ങളാൽ നമുക്കു വേണ്ടി പക്ഷവാദം ചെയ്യുന്നു."
(റോമർ 8:26)

ഇതിനർത്ഥം മദ്ധ്യസ്ഥത വെറും മാനുഷിക ശ്രമമല്ല, മറിച്ച് വിശ്വാസിയും ദൈവാത്മാവും തമ്മിലുള്ള പങ്കാളിത്തമാണ് എന്നാണ്.

വിശ്വാസികൾ പ്രാർത്ഥിക്കുമ്പോൾ, പരിശുദ്ധാത്മാവ് അവരുടെ പ്രാർത്ഥനകളെ ദൈവഹിതവുമായി സമന്വയിപ്പിക്കുന്നു.

വിശ്വാസി ദൈവത്തിന്റെ ആലയം പോലെയാണ്

വിശ്വാസികൾ തന്നെയാണ് ദൈവത്തിന്റെ വാസസ്ഥലം എന്നും തിരുവെഴുത്ത് വെളിപ്പെടുത്തുന്നു.

പൗലോസ് എഴുതി:

"നിങ്ങൾ ദൈവത്തിന്റെ മന്ദിരമാണെന്നും ദൈവത്തിന്റെ ആത്മാവ് നിങ്ങളിൽ വസിക്കുന്നുവെന്നും നിങ്ങൾ

അറിയുന്നില്ലയോ?"
(1 കൊരിന്ത്യർ 3:16).

ദൈവാത്മാവ് വിശ്വാസികളുടെ ഉള്ളിൽ വസിക്കുന്നതിനാൽ, വിശ്വാസിയുടെ ജീവിതം ദൈവവുമായുള്ള കൂട്ടായ്മ നടക്കുന്ന ഒരു ജീവനുള്ള വിശുദ്ധമന്ദിരമായി മാറുന്നു.

ദൈവത്തിന്റെ ആലയം പ്രാർത്ഥനാലയമായിരിക്കണമെന്ന് യേശു പ്രഖ്യാപിച്ചു (മത്തായി 21:13).

ഈ യാഥാർത്ഥ്യം കെട്ടിടങ്ങൾക്കും ഒത്തുചേരലുകൾക്കും അപ്പുറത്തേക്ക് വ്യാപിക്കുന്നു. ദൈവജനം തന്നെ പ്രാർത്ഥനയുടെ ജീവനുള്ള ഭവനങ്ങളായി മാറുന്നു.

പരിശുദ്ധാത്മാവിന്റെ ആലയങ്ങൾ എന്ന നിലയിൽ, വിശ്വാസികൾ ദൈവവുമായുള്ള കൂട്ടായ്മയിലേക്കുള്ള ഒരു നിരന്തരമായ ക്ഷണം ഉള്ളിൽ വഹിക്കുന്നു.

ഒരു ജീവനുള്ള പ്രാർത്ഥനാലയം

പരിശുദ്ധാത്മാവ് വിശ്വാസികളുടെ ഉള്ളിൽ വസിക്കുമ്പോൾ, പ്രാർത്ഥന ഇനി പ്രത്യേക നിമിഷങ്ങളിലോ സ്ഥലങ്ങളിലോ മാത്രമായി പരിമിതപ്പെടുന്നില്ല.

ദൈവസാന്നിധ്യത്തെക്കുറിച്ചുള്ള നിരന്തരമായ അവബോധം വിശ്വാസിയുടെ ഉള്ളിൽ ആത്മാവ് രൂപപ്പെടുത്തുന്നു.

ആത്മാവിലൂടെ:

• നമ്മുടെ ഹൃദയങ്ങൾ പ്രാർത്ഥനയിലേക്ക് ഉണർന്നിരിക്കുന്നു
• നമ്മുടെ ഭാരങ്ങൾ ദൈവത്തിന്റെ ഉദ്ദേശ്യങ്ങളാൽ രൂപപ്പെട്ടിരിക്കുന്നു • നമ്മുടെ അപേക്ഷകൾ ദൈവഹിതവുമായി യോജിപ്പിച്ചിരിക്കുന്നു

ഈ വിധത്തിൽ, വിശ്വാസി മധ്യസ്ഥതയുടെ ജീവനുള്ള ബലിപീഠമായി മാറുന്നു.

കുടുംബങ്ങൾക്കും, സഭകൾക്കും, നേതാക്കൾക്കും, രാഷ്ട്രങ്ങൾക്കും വേണ്ടിയുള്ള പ്രാർത്ഥനകൾ ആത്മാവ് പ്രേരിപ്പിക്കുന്നു.

ഹൃദയത്തിനുള്ളിൽ ഒരു ചെറിയ പ്രേരണയായി ആരംഭിക്കുന്നത് പലപ്പോഴും ദൈവത്തിന്റെ സിംഹാസനത്തിനു മുമ്പിലുള്ള ശക്തമായ ഒരു മധ്യസ്ഥ പ്രവൃത്തിയായി മാറുന്നു.

മധ്യസ്ഥതയിലെ പങ്കാളിത്തം

അതിനാൽ മധ്യസ്ഥ ശുശ്രൂഷയിൽ മനോഹരമായ ഒരു പങ്കാളിത്തം ഉൾപ്പെടുന്നു:

• യേശു പിതാവിന്റെ മുമ്പാകെ
നമുക്കുവേണ്ടി മാധ്യസ്ഥ്യം വഹിക്കുന്നു.
• പരിശുദ്ധാത്മാവ് നമ്മുടെ ഉള്ളിൽ
മാധ്യസ്ഥ്യം വഹിക്കുന്നു.
• വിശ്വാസികൾ പ്രാർത്ഥനയിലൂടെ
അനുസരണത്തിൽ പ്രതികരിക്കുന്നു.

ഈ പങ്കാളിത്തത്തിലൂടെ, ഭൂമിയിൽ
ദൈവത്തിന്റെ ഉദ്ദേശ്യങ്ങൾ
പുരോഗമിക്കുന്നു.

വിശ്വാസികൾ ഈ നാല്പതു ദിവസത്തെ
പ്രാർത്ഥനാ യാമത്തിൽ പ്രവേശിക്കുമ്പോൾ,
അവർ ഒറ്റയ്ക്ക് പ്രാർത്ഥിക്കുന്നില്ല.

ദൈവാത്മാവ് അവരിൽ പ്രവർത്തിക്കുന്നു,
മധ്യസ്ഥതയുടെ ഭാരം വഹിക്കാൻ അവരെ
സഹായിക്കുന്നു.

ക്രിസ്തു തന്നെ പിതാവിന്റെ മുമ്പാകെ
നിത്യമഹാപുരോഹിതനായി നിൽക്കുന്നു,
വിശുദ്ധരുടെ പ്രാർത്ഥനകൾ സമർപ്പിക്കുന്നു.

പ്രാർത്ഥനാലയമാകാനുള്ള ആഹ്വാനം

ഈ ഉപവാസത്തിന്റെയും
മധ്യസ്ഥതയുടെയും കാലത്ത് നിങ്ങൾ

പങ്കെടുക്കുമ്പോൾ, പ്രാർത്ഥന വെറും ഒരു പ്രവൃത്തിയല്ല എന്ന് ഓർമ്മിക്കുക.

ജീവനുള്ള ദൈവത്തിന്റെ ഒരു ആലയം എന്ന നിലയിൽ നിങ്ങൾ ആരാണെന്നതിന്റെ ഭാഗമാണിത്.

നിങ്ങളുടെ പ്രാർത്ഥനകളെ നയിക്കാനും, നിങ്ങളുടെ വിശ്വാസം ശക്തിപ്പെടുത്താനും, ദൈവഹിതവുമായി നിങ്ങളുടെ ഹൃദയത്തെ വിന്യസിക്കാനും നിങ്ങളുടെ ഉള്ളിലെ പരിശുദ്ധാത്മാവ് തയ്യാറാണ്.

ഈ നാല്പതു ദിവസത്തെ യാമം നിങ്ങളുടെ ഉള്ളിൽ കർത്താവുമായുള്ള കൂട്ടായ്മയുടെ ആഴമേറിയ ഒരു ജീവിതം ഉണർത്തട്ടെ.

ദൈവത്തിന്റെ ഭവനം എപ്പോഴും ആയിരിക്കണമെന്ന് യേശു പ്രഖ്യാപിച്ചതുപോലെ ആയിത്തീരാൻ നിങ്ങളുടെ ജീവിതം അനുവദിക്കുക:

ഒരു പ്രാർത്ഥനാലയം.

സ്വാധീനത്തിന്റെ ഏഴ് പർവതങ്ങൾ

അവർ നമ്മുടെ ലോകത്തെ എങ്ങനെ രൂപപ്പെടുത്തുന്നു

ചരിത്രത്തിലുടനീളം, ആളുകൾ എങ്ങനെ ചിന്തിക്കുന്നു, ജീവിക്കുന്നു, സ്വയം ഭരിക്കുന്നു എന്നതിനെ നിർണ്ണയിക്കുന്ന പ്രധാന സ്വാധീന മേഖലകളാണ് സമൂഹങ്ങളെ രൂപപ്പെടുത്തിയിരിക്കുന്നത്.

ഈ മേഖലകൾ മൂല്യങ്ങൾ, സംസ്കാരം, നിയമങ്ങൾ, വിദ്യാഭ്യാസം, സാമ്പത്തികശാസ്ത്രം, ആത്മീയ ദിശാബോധം എന്നിവയെ സ്വാധീനിക്കുന്നു. ഈ മേഖലകൾ നീതിയുമായി യോജിപ്പിക്കപ്പെടുമ്പോൾ, രാഷ്ട്രങ്ങൾ അഭിവൃദ്ധി പ്രാപിക്കുന്നു. അഴിമതി, വഞ്ചന, അനീതി എന്നിവയാൽ ആധിപത്യം സ്ഥാപിക്കപ്പെടുമ്പോൾ, സമൂഹങ്ങൾ ആശയക്കുഴപ്പവും അധഃപതനവും അനുഭവിക്കുന്നു.

നാഗരികതയെ രൂപപ്പെടുത്തുന്നതിൽ അവ വഹിക്കുന്ന അധികാരത്തിന്റെയും സ്വാധീനത്തിന്റെയും നിലവാരം കാരണം പല ക്രിസ്ത്യൻ നേതാക്കളും ഈ

പ്രദേശങ്ങളെ സ്വാധീനത്തിന്റെ ഏഴ് പർവതങ്ങൾ എന്ന് വിശേഷിപ്പിച്ചിട്ടുണ്ട് .

വ്യക്തികൾക്കുവേണ്ടി പ്രാർത്ഥിക്കുക മാത്രമല്ല, ദൈവത്തിന്റെ ഉദ്ദേശ്യങ്ങൾ രാഷ്ട്രങ്ങളുടെ ജീവിതത്തിൽ പ്രതിഫലിക്കുന്നതിന് ഈ സ്വാധീനമുള്ള ഘടനകളുടെ പരിവർത്തനത്തിനായി പ്രാർത്ഥിക്കുക എന്നതാണ് മദ്ധ്യസ്ഥരുടെ ആഹ്വാനം.

ജ്ഞാനം, നീതി, നീതി, സത്യം എന്നിവ സമൂഹത്തെ രൂപപ്പെടുത്തുന്ന സ്ഥലങ്ങളിലേക്ക് കൊണ്ടുവരാൻ അവർ അപേക്ഷിക്കുന്നു . ഏഴ് പർവതങ്ങളിൽ ഇവ ഉൾപ്പെടുന്നു:

1. **മതം (സഭ)**
2. **കുടുംബം**
3. **വിദ്യാഭ്യാസം**
4. **സർക്കാർ**
5. **മീഡിയ**
6. **കലയും സംസ്കാരവും**
7. **ബിസിനസും സമ്പദ്‌വ്യവസ്ഥയും**

സമൂഹങ്ങൾ എങ്ങനെ പ്രവർത്തിക്കുന്നു എന്നതിൽ ഓരോ പർവതത്തിനും വലിയ സ്വാധീനമുണ്ട്.

1. മതപർവ്വതം (സഭ)

സമൂഹത്തിന്റെ ആത്മീയ മനസ്സാക്ഷിയായി സഭ വിളിക്കപ്പെട്ടിരിക്കുന്നു .

സഭ ശക്തവും, പ്രാർത്ഥനാപൂർവ്വവും, സത്യത്തിൽ അടിയുറച്ചതുമാകുമ്പോൾ, അത് ലോകത്തിന് ധാർമ്മിക വ്യക്തതയുടെയും, ആത്മീയ മാർഗനിർദേശത്തിന്റെയും, പ്രത്യാശയുടെയും ഉറവിടമായി മാറുന്നു.

എന്നിരുന്നാലും, സഭ ദുർബലമാകുമ്പോഴോ, വിഭജിക്കപ്പെടുമ്പോഴോ, അല്ലെങ്കിൽ ശ്രദ്ധ തിരിക്കപ്പെടുമ്പോഴോ, സമൂഹത്തിന് പലപ്പോഴും അതിന്റെ ആത്മീയ ദിശാസൂചകം നഷ്ടപ്പെടും.

മത്തായി 21:13 ൽ യേശു പ്രഖ്യാപിച്ചു:

"എന്റെ ഭവനം പ്രാർത്ഥനാലയം എന്നു വിളിക്കപ്പെടും."

സഭ ശുദ്ധവും, ഏകീകൃതവും, ധൈര്യവും, യേശുക്രിസ്തുവിന്റെ സുവിശേഷത്തോട് വിശ്വസ്തതയും പുലർത്തുന്നതിന് മദ്ധ്യസ്ഥർ പ്രാർത്ഥിക്കുന്നു.

2. കുടുംബ പർവ്വതം

ഏതൊരു സമൂഹത്തിന്റെയും അടിത്തറ കുടുംബമാണ് .

കുടുംബങ്ങൾക്കുള്ളിലാണ് മൂല്യങ്ങൾ, സ്വത്വം, സ്വഭാവം, വിശ്വാസം എന്നിവ ആദ്യം രൂപപ്പെടുന്നത്. ആരോഗ്യമുള്ള കുടുംബങ്ങൾ സ്ഥിരതയുള്ള സമൂഹങ്ങളെയും ശക്തമായ രാഷ്ട്രങ്ങളെയും സൃഷ്ടിക്കുന്നു.

കുടുംബങ്ങൾ തകരുമ്പോൾ, തലമുറകൾ പലപ്പോഴും അസ്ഥിരത, ആശയക്കുഴപ്പം, ദിശാബോധം നഷ്ടപ്പെടൽ എന്നിവയാൽ പൊരുതുന്നു.

കുടുംബങ്ങൾക്കുള്ളിൽ പുനഃസ്ഥാപനം ദൈവം ആഗ്രഹിക്കുന്നുവെന്ന് തിരുവെഴുത്ത് പഠിപ്പിക്കുന്നു:

"അവൻ പിതാക്കന്മാരുടെ ഹൃദയങ്ങളെ മക്കളിലേക്കും, മക്കളുടെ ഹൃദയങ്ങളെ അവരുടെ പിതാക്കന്മാരിലേക്കും തിരിക്കും." (മലാഖി 4:6)

ഭാവിതലമുറയുടെ ആരോഗ്യം അവരെ ആശ്രയിച്ചിരിക്കുന്നതിനാൽ മദ്ധ്യസ്ഥർ കുടുംബങ്ങൾക്കുവേണ്ടി പ്രാർത്ഥിക്കുന്നു.

3. വിദ്യാഭ്യാസ പർവ്വതം

വിദ്യാഭ്യാസം ആളുകൾ എങ്ങനെ ചിന്തിക്കുന്നുവെന്നും ഭാവി നേതാക്കൾ എങ്ങനെ രൂപപ്പെടുന്നുവെന്നും രൂപപ്പെടുത്തുന്നു.

സ്കൂളുകൾ, സർവകലാശാലകൾ, പഠന സ്ഥാപനങ്ങൾ എന്നിവ മുഴുവൻ തലമുറകളുടെയും ലോകവീക്ഷണത്തെ സ്വാധീനിക്കുന്നു. ക്ലാസ് മുറികളിൽ പഠിപ്പിക്കുന്ന ആശയങ്ങൾ പലപ്പോഴും ഭാവിയെ രൂപപ്പെടുത്തുന്ന നയങ്ങളും സാങ്കേതികവിദ്യകളും സംവിധാനങ്ങളുമായി മാറുന്നു.

ഇക്കാരണത്താൽ, പഠിപ്പിക്കുന്നവരെയും പഠിക്കുന്നവരെയും സത്യം, ജ്ഞാനം, സത്യസന്ധത എന്നിവ വഴിനടത്തണമെന്ന് വിശ്വാസികൾ പ്രാർത്ഥിക്കുന്നു.

ദൈവിക ജ്ഞാനത്തിന് പഠന സാഹചര്യങ്ങളെ എങ്ങനെ സ്വാധീനിക്കാൻ കഴിയുമെന്ന് ഡാനിയേലും കൂട്ടാളികളും തെളിയിച്ചു:

"ദൈവം അവർക്ക് എല്ലാ വിദ്യയിലും ജ്ഞാനത്തിലും അറിവും സാമർത്ഥ്യവും നൽകി."
(ദാനിയേൽ 1:17)

വിദ്യാഭ്യാസ പർവതത്തിന് മുകളിലുള്ള മധ്യസ്ഥത വിദ്യാർത്ഥികൾക്കും, അധ്യാപകർക്കും, സ്ഥാപനങ്ങൾക്കും വേണ്ടി ദൈവത്തിന്റെ ജ്ഞാനം തേടുന്നു.

4. ഗവൺമെന്റ് പർവ്വതം

നിയമങ്ങൾ സ്ഥാപിക്കുക, നീതി സംരക്ഷിക്കുക, സമൂഹത്തിൽ ക്രമസമാധാനം നിലനിർത്തുക എന്നീ ഉത്തരവാദിത്തങ്ങൾ സർക്കാരിനാണ്.

ദശലക്ഷക്കണക്കിന് ആളുകളെ ബാധിക്കുന്ന തീരുമാനങ്ങളാണ് നേതാക്കൾ സർക്കാരിൽ എടുക്കുന്നത്. അവരുടെ നയങ്ങൾ സാമ്പത്തിക ശാസ്ത്രം, ദേശീയ സുരക്ഷ, സാമൂഹിക സ്ഥിരത, അന്താരാഷ്ട്ര ബന്ധങ്ങൾ എന്നിവയെ സ്വാധീനിക്കുന്നു.

ഭരിക്കുന്നവർക്കുവേണ്ടി പ്രാർത്ഥിക്കാൻ തിരുവെഴുത്ത് വിശ്വാസികളെ പ്രോത്സാഹിപ്പിക്കുന്നു:

"ആകയാൽ സകല മനുഷ്യർക്കും വേണ്ടി, രാജാക്കന്മാർക്കും അധികാരസ്ഥന്മാർക്കും വേണ്ടി, യാചനകളും പ്രാർത്ഥനകളും മധ്യസ്ഥതകളും സ്തോത്രങ്ങളും അർപ്പിക്കണമെന്ന് ഞാൻ പ്രബോധിപ്പിക്കുന്നു."
(1 തിമോത്തി 2:1-2)

നീതി, നീതി, ജ്ഞാനം എന്നിവ ദേശീയ തീരുമാനങ്ങളെ നയിക്കുന്നതിന് സർക്കാർ നേതാക്കൾക്കുവേണ്ടി മദ്ധ്യസ്ഥർ പ്രാർത്ഥിക്കുന്നു.

5. മാധ്യമ, വിനോദ പർവ്വതം

ആളുകൾക്ക് വിവരങ്ങൾ എങ്ങനെ ലഭിക്കുന്നു, ചുറ്റും നടക്കുന്ന സംഭവങ്ങളെ എങ്ങനെ വ്യാഖ്യാനിക്കുന്നു എന്നിവയെ മാധ്യമങ്ങളും വിനോദവും രൂപപ്പെടുത്തുന്നു.

ടെലിവിഷൻ, റേഡിയോ, ഡിജിറ്റൽ പ്ലാറ്റ്ഫോമുകൾ, പത്രപ്രവർത്തനം, സോഷ്യൽ മീഡിയ എന്നിവയിലൂടെ പൊതുജന ധാരണയെയും സാംസ്കാരിക മൂല്യങ്ങളെയും സ്വാധീനിക്കുന്ന ആഖ്യാനങ്ങൾ രൂപപ്പെടുന്നു.

അതിന്റെ വ്യാപ്തി കാരണം, സത്യം പ്രചരിപ്പിക്കാനോ വഞ്ചന വർദ്ധിപ്പിക്കാനോ മാധ്യമങ്ങൾക്ക് ശക്തിയുണ്ട്.

സത്യവും, സത്യസന്ധതയും, ജ്ഞാനവും പൊതുജനങ്ങളുമായി ആശയവിനിമയം നടത്തുന്നവരെ നയിക്കട്ടെ എന്ന് വിശ്വാസികൾ പ്രാർത്ഥിക്കുന്നു.

6. കലയും സംസ്കാരവും പർവ്വതം

കലയും സംസ്കാരവും ഭാവനയെയും, സർഗ്ഗാത്മകതയെയും, സമൂഹങ്ങളുടെ വൈകാരിക പ്രകടനത്തെയും സ്വാധീനിക്കുന്നു.

സംഗീതം, സിനിമ, സാഹിത്യം, ദൃശ്യകലകൾ, വിനോദം എന്നിവ ആളുകൾ സൗന്ദര്യം, ധാർമ്മികത, സ്വത്വം, അർത്ഥം എന്നിവയെ

എങ്ങനെ കാണുന്നു എന്നതിനെ
രൂപപ്പെടുത്തുന്നു.

തിരുവെഴുത്തുകളിലുടനീളം, ദൈവത്തെ മഹത്വപ്പെടുത്താൻ സർഗ്ഗാത്മകത പലപ്പോഴും ഉപയോഗിച്ചിരുന്നു, ക്ഷേത്രനിർമ്മാണത്തിൽ നിന്ന് സങ്കീർത്തനങ്ങളിൽ എഴുതിയ ആരാധനാഗീതങ്ങളിൽ വരെ.

സത്യം, സൗന്ദര്യം, പ്രത്യാശ എന്നിവ പ്രതിഫലിപ്പിക്കുന്നതിന് സർഗ്ഗാത്മകതയും സാംസ്കാരിക സ്വാധീനവും ഉപയോഗിക്കപ്പെടണമെന്ന് മദ്ധ്യസ്ഥർ പ്രാർത്ഥിക്കുന്നു.

7. ബിസിനസ്, സാമ്പത്തിക പർവ്വതം

വിഭവങ്ങൾ എങ്ങനെ ഉൽപ്പാദിപ്പിക്കപ്പെടുന്നു, വിതരണം ചെയ്യുന്നു, കൈകാര്യം ചെയ്യുന്നു എന്ന് നിർണ്ണയിക്കുന്നത് ബിസിനസ്സും സാമ്പത്തിക സംവിധാനങ്ങളുമാണ്.

സാമ്പത്തിക സംവിധാനങ്ങൾ സമഗ്രതയോടെ പ്രവർത്തിക്കുമ്പോൾ, സമൂഹങ്ങൾ അഭിവൃദ്ധി പ്രാപിക്കുകയും അവസരങ്ങൾ വർദ്ധിക്കുകയും ചെയ്യുന്നു. അഴിമതി സാമ്പത്തിക വ്യവസ്ഥകളിൽ ആധിപത്യം സ്ഥാപിക്കുമ്പോൾ, അസമത്വവും ചൂഷണവും പലപ്പോഴും പിന്തുടരുന്നു.

സമൃദ്ധിക്കും കാര്യവിചാരണയ്ക്കുമുള്ള ജ്ഞാനത്തിന്റെ ഉറവിടം ദൈവമാണെന്ന് തിരുവെഴുത്ത് വിശ്വാസികളെ ഓർമ്മിപ്പിക്കുന്നു.

ബിസിനസ്സ് നേതാക്കൾ സത്യസന്ധതയോടും, നീതിയോടും, സമൂഹത്തോടുള്ള ഉത്തരവാദിത്തബോധത്തോടും കൂടി പ്രവർത്തിക്കണമെന്ന് മധ്യസ്ഥർ പ്രാർത്ഥിക്കുന്നു.

ഏഴ് പർവതങ്ങൾക്കുവേണ്ടിയുള്ള മധ്യസ്ഥത എന്തുകൊണ്ട് പ്രധാനമാണ്

ഈ പർവതങ്ങൾക്കുവേണ്ടി പ്രാർത്ഥിക്കുന്നതിന്റെ ഉദ്ദേശ്യം ആധിപത്യമോ നിയന്ത്രണമോ അല്ല. ലക്ഷ്യം പരിവർത്തനമാണ്.

സമൂഹത്തെ രൂപപ്പെടുത്തുന്ന ഘടനകളെ നീതി സ്വാധീനിക്കുമ്പോൾ, ആളുകൾക്ക് കൂടുതൽ നീതി, അവസരം, സമാധാനം, ധാർമ്മിക വ്യക്തത എന്നിവ അനുഭവപ്പെടുന്നു.

യേശു തന്റെ അനുയായികളെ പ്രാർത്ഥിക്കാൻ പഠിപ്പിച്ചു:

"നിന്റെ രാജ്യം വരേണമേ. നിന്റെ ഇഷ്ടം സ്വർഗ്ഗത്തിലെപ്പോലെ ഭൂമിയിലും

ആകേണമേ."
(മത്തായി 6:10)

പ്രാർത്ഥനയിലൂടെ, വിശ്വാസികൾ ലോകത്തെക്കുറിച്ചുള്ള ദൈവത്തിന്റെ ഉദ്ദേശ്യങ്ങളുമായി പങ്കാളികളാകുന്നു.

മനുഷ്യന്റെ സ്വാധീനത്തിന്റെ എല്ലാ മേഖലകളിലേക്കും ദൈവത്തിന്റെ ജ്ഞാനത്തെയും ഭരണത്തെയും ക്ഷണിക്കുന്നതിനുള്ള ഒരു മാർഗമായി മദ്ധ്യസ്ഥത മാറുന്നു.

രാഷ്ട്രങ്ങളെയും തലമുറകളെയും രൂപപ്പെടുത്തുന്ന ഘടനകൾക്കും വേണ്ടിയുള്ള വിടവിൽ നിങ്ങൾ നിൽക്കും .

ഈ പ്രാർത്ഥനാ ഗൈഡ് എങ്ങനെ ഉപയോഗിക്കാം

സഭയ്ക്കും നേതാക്കൾക്കും രാഷ്ട്രങ്ങൾക്കും വേണ്ടി തന്ത്രപരമായി പ്രാർത്ഥിക്കാൻ വിശ്വാസികളെ സഹായിക്കുന്നതിന് മധ്യസ്ഥതയുടെ ഒരു ഘടനാപരമായ ചട്ടക്കൂടായിട്ടാണ് ഈ പ്രാർത്ഥനാ ഗൈഡ് രൂപകൽപ്പന ചെയ്തിരിക്കുന്നത് .

വ്യക്തിപരമായും, പ്രാർത്ഥനാ ഗ്രൂപ്പുകളിലും, അല്ലെങ്കിൽ രാഷ്ട്രങ്ങൾക്കുവേണ്ടിയുള്ള വിടവിൽ നിൽക്കാനുള്ള ആഹ്വാനം അനുഭവിക്കുന്ന മുഴുവൻ സഭാ സമൂഹങ്ങൾക്കും ഉപയോഗിക്കാം .

ഈ ഗൈഡ് മൂന്ന് പ്രധാന ഭാഗങ്ങളായി ക്രമീകരിച്ചിരിക്കുന്നു:

1. **പോർട്ടൽ തുറക്കലും സീലിംഗ് പ്രഖ്യാപനങ്ങളും (10 ഭാഗങ്ങൾ)**
2. **320 പ്രാർത്ഥന പോയിന്റുകൾ ഉൾക്കൊള്ളുന്ന 40 ദിവസത്തെ തന്ത്രപരമായ പ്രാർത്ഥന പോയിന്റുകൾ**
3. **എട്ട് ദൈനംദിന പ്രാർത്ഥനാ വാച്ചുകൾ - 320 പ്രാർത്ഥന പോയിന്റുകൾ**

മദ്ധ്യസ്ഥനെ അധികാരത്തോടെയും, വിന്യാസത്തോടെയും, ആത്മീയ ആവരണത്തോടെയും പ്രാർത്ഥിക്കാൻ ഒരുക്കുന്നതിൽ ഓരോ വിഭാഗവും ഒരു പ്രത്യേക ഉദ്ദേശ്യം നിറവേറ്റുന്നു.

1. പോർട്ടൽ ഓപ്പണിംഗ്, സീലിംഗ് പ്രഖ്യാപനങ്ങൾ

ദൈനംദിന പ്രാർത്ഥനാ പോയിന്റുകൾ ആരംഭിക്കുന്നതിനുമുമ്പ്, പുസ്തകം പത്ത് **പ്രവാചക സജീവമാക്കൽ പ്രാർത്ഥനകൾ നൽകുന്നു** :

പ്രാർത്ഥനാ വാക്കുകളുടെ ആറ്റോമിക് പവർ (ഭാഗങ്ങൾ 1–10).

ഈ പ്രഖ്യാപനങ്ങൾ നിരവധി ഉദ്ദേശ്യങ്ങൾ നിറവേറ്റുന്നു:

• ക്രിസ്തുവിൽ ആത്മീയ അധികാരം സ്ഥാപിക്കുക
• ആത്മീയ മണ്ഡലത്തിൽ പ്രാർത്ഥനാ കവാടങ്ങൾ തുറക്കുക • പൈശാചിക പ്രതിരോധവും ഇടപെടലും തകർക്കുക • മധ്യസ്ഥനെയും പ്രദേശത്തെയും കുറിച്ച് പ്രവചന പ്രഖ്യാപനങ്ങൾ പുറപ്പെടുവിക്കുക
• മധ്യസ്ഥത ആരംഭിക്കുന്നതിന് മുമ്പ് പ്രാർത്ഥനാ അന്തരീക്ഷം മുദ്രയിടുക

ഈ പ്രഖ്യാപനങ്ങൾ രണ്ട് വഴികളിൽ ഒന്നിൽ പ്രാർത്ഥിക്കാം:

ഓപ്ഷൻ 1 - അർദ്ധരാത്രി പ്രാർത്ഥന സജീവമാക്കൽ

ദിവസത്തേക്കുള്ള പ്രാർത്ഥനാ സമയം തുറന്ന് **അർദ്ധരാത്രിയിൽ ആരംഭിച്ച് പത്ത് ഭാഗങ്ങളും ഒരുമിച്ച്** പ്രാർത്ഥിക്കുക .

ഇത് ആത്മീയ അധികാരം സ്ഥാപിക്കുകയും ദിവസത്തിലെ മധ്യസ്ഥതയ്ക്കുള്ള അന്തരീക്ഷം ഒരുക്കുകയും ചെയ്യുന്നു.

ഓപ്ഷൻ 2 — രണ്ട് മണിക്കൂർ പ്രാർത്ഥനാ സമയങ്ങൾ

ഓരോ രണ്ട് മണിക്കൂറിലും ഒരു ഭാഗം പ്രാർത്ഥിക്കുക , ദിവസത്തിലെ ആത്മീയ യാമങ്ങൾ ഉൾപ്പെടുത്തുക.

ഉദാഹരണ ഷെഡ്യൂൾ:

12:00 AM – പോർട്ടൽ ഓപ്പണിംഗ് / ഭാഗം 1
2:00 AM – ഭാഗം 24:00 AM – ഭാഗം 36:00 AM – ഭാഗം 48:00 AM – ഭാഗം 510:00 AM – ഭാഗം 612:00 PM – ഭാഗം 72:00 PM – ഭാഗം 84:00 PM – ഭാഗം 96:00 PM – ഭാഗം 10 (സീലിംഗ് ഡിക്ലറേഷനുകൾ)

തുടർച്ചയായ പ്രാർത്ഥന കവറേജ് നിലനിർത്താൻ സഹായിക്കുന്നു .

2. 40 ദിവസത്തെ പ്രാർത്ഥനാ വാച്ച്

ഈ ഗൈഡിന്റെ കാതൽ ഓരോ വർഷവും നിരീക്ഷിക്കപ്പെടുന്ന 40 ദിവസത്തെ കേന്ദ്രീകൃത മധ്യസ്ഥതയാണ് :

മാർച്ച് 17 മുതൽ ഏപ്രിൽ 25 വരെ

ഈ നാല്പതു ദിവസങ്ങളിൽ, കർത്താവ് നയിക്കുന്നതുപോലെ ഉപവസിക്കാനും പ്രാർത്ഥിക്കാനും വിശ്വാസികളെ പ്രോത്സാഹിപ്പിക്കുന്നു.

ഓരോ ദിവസവും ഇവ ഉൾപ്പെടുന്നു:

• എട്ട് തന്ത്രപരമായ പ്രാർത്ഥന പോയിന്റുകൾ
• രണ്ട് അടിസ്ഥാന തിരുവെഴുത്തുകൾ
• സ്വാധീനത്തിന്റെ ഏഴ് പർവതങ്ങൾക്കുവേണ്ടിയുള്ള ലക്ഷ്യബോധമുള്ള മധ്യസ്ഥത

നാല്പത് ദിവസത്തിനുള്ളിൽ, മധ്യസ്ഥൻ 320 തന്ത്രപരമായ പ്രാർത്ഥനാ പോയിന്റുകൾ പ്രാർത്ഥിക്കും .

ഈ പ്രാർത്ഥനകൾ ബാധിക്കുന്ന ആത്മീയ അവസ്ഥകളെ അഭിസംബോധന ചെയ്യുന്നു:

* സഭ അല്ലെങ്കിൽ മത സംവിധാനങ്ങളും സംഘടനകളും
* മാധ്യമങ്ങളും വിനോദവും
* ബിസിനസും സമ്പദ്വ്യവസ്ഥയും
• കുടുംബങ്ങൾ • രാഷ്ട്രങ്ങൾ • നേതാക്കൾ • സാംസ്കാരിക സംവിധാനങ്ങൾ

3. എട്ട് ദൈനംദിന പ്രാർത്ഥനാ വാച്ചുകൾ

തുടർച്ചയായ ആത്മീയ ജാഗ്രതയെ പ്രതിനിധീകരിക്കുന്ന, എട്ട് യാമങ്ങളെ ചുറ്റിപ്പറ്റിയാണ് പ്രാർത്ഥനകൾ ക്രമീകരിച്ചിരിക്കുന്നത് .

ഈ വാച്ചുകൾ പരമ്പരാഗതമായി താഴെ പറയുന്ന സമയങ്ങളിൽ ആചരിക്കുന്നു:

6:00 AM
9:00 AM12:00 PM3:00 PM6:00 PM9:00 PM12:00 AM3:00 AM

ഈ യാമങ്ങളിൽ ഒരു സമയത്ത് ഓരോ പ്രാർത്ഥനാ പോയിന്റും പ്രാർത്ഥിക്കാം.

ദിവസം മുഴുവൻ സ്ഥിരമായ പ്രാർത്ഥനാ പരിപാടികൾ നിലനിർത്താൻ അനുവദിക്കുന്നു .

4. ഒറ്റയ്ക്കോ കൂട്ടമായോ പ്രാർത്ഥിക്കുക

ഈ ഗൈഡ് പല തരത്തിൽ ഉപയോഗിക്കാം:

വ്യക്തിഗത പ്രാർത്ഥന

വ്യക്തിപരമായ ഭക്തിയിലും ഉപവാസത്തിലും ഒരു വ്യക്തിഗത വിശ്വാസിക്ക് ഗൈഡ് വഴി പ്രാർത്ഥിക്കാം.

പ്രാർത്ഥനാ ഗ്രൂപ്പുകൾ

ചെറിയ ഗ്രൂപ്പുകൾക്ക് പ്രാർത്ഥനാ സമയങ്ങൾ പങ്കെടുക്കുന്നവർക്കിടയിൽ വിഭജിക്കാവുന്നതാണ്, അങ്ങനെ തുടർച്ചയായ പ്രാർത്ഥന കവറേജ് ഉറപ്പാക്കാം.

പള്ളി മധ്യസ്ഥത

കോർപ്പറേറ്റ് നോമ്പുകാലങ്ങളിലോ പ്രാർത്ഥനാ സമ്മേളനങ്ങളിലോ പള്ളികൾക്ക് ഗൈഡ് ഉപയോഗിക്കാം.

5. പ്രതീക്ഷയോടെ പ്രാർത്ഥിക്കുക.

ഈ പേജുകളിലൂടെ നിങ്ങൾ പ്രാർത്ഥിക്കുമ്പോൾ, മധ്യസ്ഥത വെറും

വാക്കുകൾ ഉരുവിടൽ മാത്രമല്ലെന്ന്
ഓർമ്മിക്കുക.

അത് മറ്റുള്ളവരുടെ പേരിൽ ദൈവമുമ്പാകെ നിൽക്കുന്നു .

ഇങ്ങനെ പ്രാർത്ഥിക്കുക:

• ദൈവത്തിന്റെ വാഗ്ദാനങ്ങളിലുള്ള വിശ്വാസം
• പരിശുദ്ധാത്മാവിന്റെ നടത്തിപ്പിനോടുള്ള സംവേദനക്ഷമത • ദൈവം രാഷ്ട്രങ്ങളുടെ കാര്യങ്ങളിൽ ഇടപെടുമെന്ന പ്രതീക്ഷ.

ഈ നിയമനം ആരംഭിച്ച അതേ ക്ഷണം ഇന്നും നിലനിൽക്കുന്നു:

വിടവിൽ നിൽക്കുക.

വിശ്വസ്തമായ പ്രാർത്ഥനയിലൂടെ,
ദൈവഹിതം സ്വർഗ്ഗത്തിലെപ്പോലെ
ഭൂമിയിലും ആകട്ടെ.

രാഷ്ട്രങ്ങളുടെ കാവൽക്കാർക്ക് ഒരു ആഹ്വാനം

ദൈവജനത്തിന്റെ ചരിത്രത്തിലുടനീളം, മറ്റുള്ളവർക്കുവേണ്ടി തന്റെ മുമ്പാകെ നിന്ന പുരുഷന്മാരെയും സ്ത്രീകളെയും കർത്താവ് ഉയിർപ്പിച്ചിട്ടുണ്ട്. ഈ വ്യക്തികൾ എല്ലായ്പ്പോഴും രാജാക്കന്മാരോ പ്രവാചകന്മാരോ പൊതു നേതാക്കളോ ആയിരുന്നില്ല. പ്രാർത്ഥിക്കാൻ അസാധാരണമായ ഭാരം വഹിച്ച സാധാരണ വിശ്വാസികളായിരുന്നു പലരും.

അവർ കാവൽക്കാരായി.

മറ്റുള്ളവർ ഉറങ്ങുമ്പോൾ ഒരു കാവൽക്കാരൻ ജാഗ്രതയോടെ നിൽക്കുന്നു. ഒരു കാവൽക്കാരൻ അപകടം വരുന്നതിനുമുമ്പ് അത് കാണുന്നു. ഒരു കാവൽക്കാരൻ ദൈവത്തോട് കരുണയ്ക്കും സംരക്ഷണത്തിനും ദൈവിക ഇടപെടലിനും വേണ്ടി നിലവിളിക്കുന്നു.

യെഹെസ്കേൽ പ്രവാചകനിലൂടെ കർത്താവ് അരുളിച്ചെയ്തു:

“ദേശത്തിനു വേണ്ടി വേലി കെട്ടുന്നതിനും
എന്റെ മുമ്പാകെ ഇടിവിൽ നിൽക്കുന്നതിനും
ഒരു പുരുഷനെ ഞാൻ അവരുടെ ഇടയിൽ
അന്വേഷിച്ചു.”
- യെഹെസ്കേൽ 22:30

ദൈവം ഇന്നും അങ്ങനെയുള്ള ആളുകളെ
അന്വേഷിക്കുന്നു.

സ്വന്തം ആവശ്യങ്ങൾക്കു വേണ്ടി മാത്രമല്ല,
സഭയുടെ വിധി, രാഷ്ട്രങ്ങളുടെ ഭാവി,
സമൂഹങ്ങളുടെ ആത്മീയ അവസ്ഥ
എന്നിവയ്ക്കുവേണ്ടിയും
പ്രാർത്ഥിക്കുന്നവരെ അവൻ അന്വേഷിക്കുന്നു.

ഈ പ്രാർത്ഥനാ ഗൈഡ് ആ കാവൽക്കാരിൽ
ഒരാളാകാനുള്ള ഒരു ക്ഷണമാണ്.

നിങ്ങൾ ഒരു ശാന്തമായ മുറിയിലോ,
സുഹൃത്തുക്കളുമൊത്തുള്ള ഒരു പ്രാർത്ഥനാ
ഗ്രൂപ്പിലോ, അല്ലെങ്കിൽ ഒരു സഭാ
സമൂഹത്തിലോ ഒറ്റയ്ക്ക്
പ്രാർത്ഥിക്കുന്നുണ്ടാകാം. നിങ്ങൾ
എവിടെയായിരുന്നാലും, വിശ്വാസത്തോടും
അനുസരണത്തോടും കൂടി
പ്രാർത്ഥിക്കുമ്പോൾ നിങ്ങൾ ഭൂമിയിലെ
ദൈവത്തിന്റെ വീണ്ടെടുപ്പുവേലയിൽ
പങ്കുചേരുന്നു.

പ്രാർത്ഥനയിലൂടെ:

ഹൃദയങ്ങൾ മൃദുവാകുന്നു.
കോട്ടകൾ തകർന്നുപോകുന്നു. നേതാക്കളെ ദിവ്യജ്ഞാനം സ്വാധീനിക്കുന്നു.
ദൈവത്തിന്റെ ഉദ്ദേശ്യങ്ങൾ ജനതകളിൽ പുരോഗമിക്കുന്നു.

ലോകമെമ്പാടുമുള്ള വിശ്വാസികളുടെ വളർന്നുവരുന്ന പ്രസ്ഥാനത്തിന്റെ ഭാഗമാണ് ഈ നിയമനം, **ഓരോ വർഷവും മാർച്ച് 17 മുതൽ ഏപ്രിൽ 25 വരെ 40 ദിവസത്തെ പ്രാർത്ഥനാവേളയിൽ നിൽക്കാൻ അവർ പ്രതിജ്ഞാബദ്ധരാണ്**.

സഭയ്ക്കുവേണ്ടിയും,
നേതാക്കൾക്കുവേണ്ടിയും, ഏഴ് സ്വാധീന പർവതങ്ങളുടെ
പരിവർത്തനത്തിനുവേണ്ടിയും
പ്രാർത്ഥിക്കുക എന്ന പങ്കിട്ട ഭാരവുമായി പല രാജ്യങ്ങളിലുടനീളമുള്ള മദ്ധ്യസ്ഥർ ഒന്നിച്ചുചേരുന്നു.

, ലോകമെമ്പാടുമുള്ള ദശലക്ഷക്കണക്കിന് മദ്ധ്യസ്ഥരെ ഒരുമിച്ചുകൂട്ടാൻ ശ്രമിക്കുന്നു, അവർ രാഷ്ട്രങ്ങളുടെ വിധിക്കുവേണ്ടി ദൈവമുമ്പാകെ ശബ്ദമുയർത്തുന്നു.

ആ കമ്പനിയുടെ ഭാഗമാകാൻ നിങ്ങളെ ക്ഷണിക്കുന്നു.

ഈ ഗൈഡിലൂടെ പ്രാർത്ഥിക്കാൻ തുടങ്ങുമ്പോൾ, പ്രാർത്ഥന വെറുമൊരു ആചാരമോ മതപരമായ വ്യായാമമോ അല്ലെന്ന് ഓർമ്മിക്കുക. പ്രാർത്ഥന ദൈവവുമായുള്ള ഒരു പവിത്രമായ പങ്കാളിത്തമാണ്.

പരിശുദ്ധാത്മാവ് നമ്മിലൂടെ പ്രാർത്ഥിക്കുന്നു. യേശു നമുക്കുവേണ്ടി മാധ്യസ്ഥ്യം വഹിക്കുന്നു. പിതാവ് തന്റെ ജനത്തിന്റെ നിലവിളി കേൾക്കുന്നു.

ഈ പ്രാർത്ഥനകളെ എളിമയോടെയും വിശ്വാസത്തോടെയും പ്രതീക്ഷയോടെയും സമീപിക്കുക.

കർത്താവ് നിങ്ങളുടെ ആത്മാവിനെ ശക്തിപ്പെടുത്തുകയും, നിങ്ങളുടെ വിവേചനശക്തിയെ മൂർച്ച കൂട്ടുകയും, ഈ വിടവിൽ വിശ്വസ്തതയോടെ നിൽക്കാൻ നിങ്ങളെ ശക്തിപ്പെടുത്തുകയും ചെയ്യട്ടെ.

ആ ആഹ്വാനം എപ്പോഴും ഉണ്ടായിരുന്നതുപോലെ ഇന്നും അങ്ങനെ തന്നെ തുടരുന്നു:

ഉണർന്നിരുന്നു പ്രാർത്ഥിക്കുവിൻ.

വിശ്വസ്തമായ മധ്യസ്ഥതയാൽ, ദൈവഹിതം
സ്വർഗ്ഗത്തിലെപ്പോലെ ഭൂമിയിലും
നിറവേറട്ടെ.

നാല്പതു ദിവസത്തെ വാച്ചിൽ പ്രവേശിക്കുന്നു

മധ്യസ്ഥതയ്ക്കായി ഹൃദയത്തെ ഒരുക്കുന്നു

നാല്പതു ദിവസത്തെ പ്രാർത്ഥനാജാഗരം ഒരു ആത്മീയ വ്യായാമത്തേക്കാൾ കൂടുതലാണ്. ദൈവത്തോട് അടുക്കാനും സഭയ്ക്കും ജനതകൾക്കും വേണ്ടിയുള്ള അവന്റെ ഉദ്ദേശ്യങ്ങളിൽ പങ്കുചേരാനുമുള്ള ഒരു ക്ഷണമാണിത്.

തിരുവെഴുത്തുകളിലുടനീളം, ഉപവാസത്തിന്റെയും പ്രാർത്ഥനയുടെയും കാലങ്ങൾ പലപ്പോഴും ആത്മീയ മുന്നേറ്റത്തിന്റെയും പുനഃസ്ഥാപനത്തിന്റെയും ദൈവിക മാർഗനിർദേശത്തിന്റെയും നിമിഷങ്ങൾക്ക് മുമ്പായിരുന്നു. ഈ കാലങ്ങൾ ദൈവജനം തങ്ങളെത്തന്നെ താഴ്ത്തി, അവന്റെ മുഖം അന്വേഷിച്ച്, അവരുടെ ഹൃദയങ്ങളെ അവന്റെ ഹിതവുമായി ബന്ധിപ്പിച്ച സമയങ്ങളായിരുന്നു.

ഈ നാല്പതു ദിവസത്തെ യാമത്തിലേക്ക് പ്രവേശിക്കാൻ തയ്യാറെടുക്കുമ്പോൾ,

ശരിയായ ഹൃദയനിലയോടെ ഈ സമയത്തെ സമീപിക്കേണ്ടത് പ്രധാനമാണ്.

എളിമയുടെ ഒരു കാലം

യഥാർത്ഥ മധ്യസ്ഥത ആരംഭിക്കുന്നത് എളിമയിൽ നിന്നാണ്.

രാഷ്ട്രങ്ങൾക്കും നേതാക്കൾക്കും സമൂഹങ്ങൾക്കും വേണ്ടി പ്രാർത്ഥിക്കുന്നതിനുമുമ്പ്, വിശ്വാസികൾ ആദ്യം ദൈവമുമ്പാകെ ആത്മാർത്ഥതയോടും തുറന്ന മനസ്സോടും കൂടി നിലകൊള്ളണം.

കർത്താവ് പ്രഖ്യാപിച്ചു:

"എന്റെ നാമം വിളിക്കപ്പെട്ടിരിക്കുന്ന എന്റെ ജനം തങ്ങളെത്തന്നേ താഴ്ത്തി പ്രാർത്ഥിച്ചു എന്റെ മുഖം അന്വേഷിച്ചു തങ്ങളുടെ ദുർമ്മാർഗ്ഗങ്ങളെ വിട്ടുതിരിയുമെങ്കിൽ, ഞാൻ സ്വർഗ്ഗത്തിൽനിന്നു കേട്ടു അവരുടെ പാപം ക്ഷമിച്ചു അവരുടെ ദേശത്തെ സൌഖ്യമാക്കും."
(2 ദിനവൃത്താന്തം 7:14)

നമ്മുടെ ഹൃദയങ്ങളെ പരിശോധിക്കാനും ദൈവവുമായുള്ള നമ്മുടെ കൂട്ടായ്മയെ തടസ്സപ്പെടുത്തുന്ന എന്തും നീക്കം ചെയ്യാനും പരിശുദ്ധാത്മാവിനെ അനുവദിക്കുന്നത് താഴ്മയാണ്.

ഈ സമയത്ത്, നിങ്ങളുടെ ഹൃദയത്തെ ശുദ്ധീകരിക്കാനും അവനോടുള്ള നിങ്ങളുടെ ഭക്തി പുതുക്കാനും കർത്താവിനോട് അപേക്ഷിക്കുക.

ഒരു മാനസാന്തര സമയം

മാധ്യസ്ഥ്യം പലപ്പോഴും മാനസാന്തരത്തോടെയാണ് ആരംഭിക്കുന്നത്.

ഇസ്രായേലിന്റെ പുനഃസ്ഥാപനത്തിനായി പ്രാർത്ഥിച്ചപ്പോൾ ദാനിയേൽ ഇത് പ്രകടമാക്കി. തന്റെ ജനതയുടെ പരാജയങ്ങളിൽ നിന്ന് സ്വയം അകന്നു നിൽക്കുന്നതിനുപകരം, അവൻ അവരുടെ പാപങ്ങൾ കർത്താവിന്റെ മുമ്പാകെ ഏറ്റുപറഞ്ഞു.

"ഞങ്ങൾ പാപം ചെയ്തു, അകൃത്യം പ്രവർത്തിച്ചു."
(ദാനിയേൽ 9:5)

ആത്മാർത്ഥതയോടും ആദരവോടും കൂടി ദൈവത്തെ സമീപിക്കാൻ മാനസാന്തരം ഹൃദയത്തെ ഒരുക്കുന്നു.

ഈ നാല്പതു ദിവസത്തെ യാമം ആരംഭിക്കുമ്പോൾ, ക്ഷമയ്ക്കും പുതുക്കലിനും ആത്മീയ വ്യക്തതയ്ക്കും

വേണ്ടി കർത്താവിനോട് അപേക്ഷിക്കാൻ സമയമെടുക്കുക.

ഒരു യോജിപ്പിന്റെ കാലം

പ്രാർത്ഥന ദൈവത്തോട് അപേക്ഷകൾ സമർപ്പിക്കുക മാത്രമല്ല, നമ്മുടെ ഹൃദയങ്ങളെ അവന്റെ ഉദ്ദേശ്യങ്ങളുമായി പൊരുത്തപ്പെടുത്തുക കൂടിയാണ്.

യേശു തന്റെ ശിഷ്യന്മാരെ പ്രാർത്ഥിക്കാൻ പഠിപ്പിച്ചു:

"നിന്റെ രാജ്യം വരേണമേ. നിന്റെ ഇഷ്ടം സ്വർഗ്ഗത്തിലെപ്പോലെ ഭൂമിയിലും ആകേണമേ."
(മത്തായി 6:10)

ഈ പ്രാർത്ഥനാകാലത്ത്, നിങ്ങളുടെ ചിന്തകളെയും ആഗ്രഹങ്ങളെയും മുൻഗണനകളെയും അവന്റെ ഹിതവുമായി വിന്യസിക്കാൻ കർത്താവിനോട് അപേക്ഷിക്കുക.

സഭയ്ക്കും ജനതകൾക്കും വേണ്ടിയുള്ള ദൈവത്തിന്റെ ഉദ്ദേശ്യങ്ങൾക്കനുസരിച്ച് നിങ്ങളുടെ പ്രാർത്ഥനകളെ രൂപപ്പെടുത്താൻ പരിശുദ്ധാത്മാവിനെ അനുവദിക്കുക.

ഐക്യത്തിന്റെ ഒരു കാലം

വിശ്വാസികൾ ഐക്യത്തോടെ ഒരുമിച്ച് പ്രാർത്ഥിക്കുമ്പോൾ മാധ്യസ്ഥ്യം പ്രത്യേകിച്ചും ശക്തമാകുന്നു.

ഏക ഹൃദയത്തോടും ഏക ലക്ഷ്യത്തോടും കൂടി പ്രാർത്ഥിച്ചതിനാൽ ആദിമ സഭയ്ക്ക് ശ്രദ്ധേയമായ മുന്നേറ്റങ്ങൾ അനുഭവിക്കാൻ കഴിഞ്ഞു.

പ്രവൃത്തികൾ 12:5 രേഖകൾ:

"പത്രോസിനെ തടവിൽ പാർപ്പിച്ചു, പക്ഷേ സഭ അവനുവേണ്ടി ദൈവത്തോട് നിരന്തരം പ്രാർത്ഥന നടത്തി."

ഐക്യത്തോടെയുള്ള പ്രാർത്ഥനയിലൂടെ ദൈവം അമാനുഷിക ഇടപെടൽ പുറപ്പെടുവിച്ചു.

വ്യക്തികളും, പ്രാർത്ഥനാ ഗ്രൂപ്പുകളും, സഭകളും ഈ നാല്പത് ദിവസത്തെ യാമത്തിൽ പങ്കെടുക്കുമ്പോൾ, ദൈവത്തിന്റെ ആത്മാവ് വിശ്വാസികൾക്കിടയിൽ ആഴത്തിലുള്ള ഐക്യബോധം സൃഷ്ടിക്കട്ടെ.

പ്രതീക്ഷയുടെ ഒരു സമയം

മധ്യസ്ഥത നിരാശയുടെ ഒരു പ്രവൃത്തിയല്ല, മറിച്ച് വിശ്വാസത്തിന്റെ പ്രകടനമാണ്.

വിശ്വാസികൾ പ്രാർത്ഥിക്കുമ്പോൾ, പ്രാർത്ഥന കേൾക്കുകയും ഉത്തരം നൽകുകയും ചെയ്യുന്ന ഒരു ദൈവത്തിന്റെ ക്ഷണത്തോട് പ്രതികരിക്കുകയാണ് അവർ ചെയ്യുന്നത്.

യിരെമ്യാവ് 33:3 പ്രഖ്യാപിക്കുന്നു:

"എന്നെ വിളിച്ചപേക്ഷിക്ക; ഞാൻ നിനക്കുത്തരം അരുളി, നീ അറിയാത്ത മഹത്തായും അഗോചരമായും ഉള്ള കാര്യങ്ങൾ നിന്നെ കാണിച്ചുതരാം."

ഈ നാല്പത് ദിവസത്തെ വാച്ചിലേക്ക് പ്രതീക്ഷയോടെ പ്രവേശിക്കൂ.

ദൈവം ഹൃദയങ്ങളിൽ സഞ്ചരിക്കുമെന്ന് പ്രതീക്ഷിക്കുക.

ദൈവിക കൂടിക്കാഴ്ചകൾ പ്രതീക്ഷിക്കുക.

പുനഃസ്ഥാപനം, ദിശ, പരിവർത്തനം എന്നിവ പ്രതീക്ഷിക്കുക.

ഒരു പവിത്രമായ നിയമനം

ഇരുപത് വർഷമായി, മാർച്ച് 17 മുതൽ ഏപ്രിൽ 25 വരെയുള്ള ഈ പ്രാർത്ഥനാകാലം, സഭയ്ക്കും ജനതകൾക്കും വേണ്ടിയുള്ള

മധ്യസ്ഥതയ്ക്കുള്ള സമർപ്പിത സമയമായി ആചരിച്ചുവരുന്നു.

പ്രാർത്ഥനയിലേക്കുള്ള ഒരു വ്യക്തിപരമായ ആഹ്വാനമായി തുടങ്ങിയത് ഇപ്പോൾ എല്ലായിടത്തുമുള്ള വിശ്വാസികൾക്ക് ഈ വിശുദ്ധ ദൗത്യത്തിൽ പങ്കെടുക്കാനുള്ള ഒരു ക്ഷണമായി മാറിയിരിക്കുന്നു.

നിങ്ങൾ ഈ യാത്ര ആരംഭിക്കുമ്പോൾ, നിങ്ങളുടെ പ്രാർത്ഥനകൾ പ്രധാനമാണെന്ന് ഓർമ്മിക്കുക.

വിടവിൽ നിൽക്കുന്നവരെ ദൈവം അന്വേഷിച്ചുകൊണ്ടിരിക്കുന്നു.

ഈ നാല്പതു ദിവസത്തെ യാമം ദൈവവുമായുള്ള നിങ്ങളുടെ ബന്ധം കൂടുതൽ ആഴമുള്ളതാക്കട്ടെ, മധ്യസ്ഥതയ്ക്കുള്ള നിങ്ങളുടെ ഭാരം ശക്തിപ്പെടുത്തട്ടെ, ഭൂമിയിലെ അവന്റെ ഉദ്ദേശ്യങ്ങൾ സ്വതന്ത്രമാക്കട്ടെ.

ഇനി, നമുക്ക് വാച്ച് ആരംഭിക്കാം.

നാല്പതു ദിവസത്തെ വാച്ചിനുള്ള അടിസ്ഥാന തിരുവെഴുത്തുകൾ

ഓരോ മധ്യസ്ഥ പ്രാർഥനയും ദൈവവചനത്തിൽ വേരൂന്നിയതായിരിക്കണം. തിരുവെഴുത്തിൽ വെളിപ്പെടുത്തിയിരിക്കുന്ന ദൈവത്തിന്റെ വാഗ്ദാനങ്ങൾ, ഉദ്ദേശ്യങ്ങൾ, സ്വഭാവം എന്നിവയുമായി പ്രാർത്ഥന പൊരുത്തപ്പെടുമ്പോൾ അതിന് അധികാരം ലഭിക്കുന്നു.

ഈ നാല്പതു ദിവസത്തെ പ്രാർത്ഥനാജാഗരത്തിനുള്ള ബൈബിൾ അടിസ്ഥാനം താഴെ പറയുന്ന ഭാഗങ്ങളാണ്. ഈ തിരുവെഴുത്തുകൾ നാം എന്തിനാണ് പ്രാർത്ഥിക്കുന്നത്, എങ്ങനെ പ്രാർത്ഥിക്കുന്നു, ദൈവം ഭൂമിയിൽ എന്താണ് നേടാൻ ആഗ്രഹിക്കുന്നതെന്ന് നാം വിശ്വസിക്കുന്നു എന്നിവ നമ്മെ ഓർമ്മിപ്പിക്കുന്നു.

ഉപവാസത്തിന്റെയും മധ്യസ്ഥതയുടെയും നാളുകളിലൂടെ നിങ്ങൾ സഞ്ചരിക്കുമ്പോൾ, ഈ ഭാഗങ്ങളിലേക്ക് പലപ്പോഴും മടങ്ങിവന്ന്

അവ നിങ്ങളുടെ വിശ്വാസത്തെ ശക്തിപ്പെടുത്താനും നിങ്ങളുടെ പ്രാർത്ഥനകളെ നയിക്കാനും അനുവദിക്കുക.

വിടവിൽ നിൽക്കാനുള്ള ആഹ്വാനം
യേഹേസ്കേൽ 22:30
"ദേശം നശിപ്പിക്കാതവണ്ണം അതിന്നായി ഒരു മതിൽ കെട്ടി എന്റെ മുമ്പാകെ ഇടിവിൽ നിൽക്കേണ്ടതിന്നു ഒരു പുരുഷനെ ഞാൻ അവരുടെ ഇടയിൽ അന്വേഷിച്ചു."
ദേശത്തിനു വേണ്ടി തന്റെ മുമ്പാകെ നിൽക്കാൻ വരുന്നവരെ ദൈവം അന്വേഷിച്ചുകൊണ്ടിരിക്കുന്നു.

കാവൽക്കാരന്റെ ഉത്തരവാദിത്തം
യെഹെസ്കേൽ 3:18–19
"ദുഷ്ടനോട് 'നീ തീർച്ചയായും മരിക്കും' എന്ന് ഞാൻ പറയുമ്പോൾ, നീ അവന് മുന്നറിയിപ്പ് നൽകാതിരിക്കുമ്പോൾ... അവന്റെ രക്തം ഞാൻ നിന്നോട് ചോദിക്കും. എന്നാൽ നീ ദുഷ്ടന്മാരെ മുന്നറിയിപ്പ് നൽകിയാൽ... നീ നിന്റെ പ്രാണനെ രക്ഷിച്ചിരിക്കുന്നു."
ആത്മീയ ജാഗ്രതയുടെ ഉത്തരവാദിത്തമാണ് മധ്യസ്ഥത വഹിക്കുന്നത്.

പ്രാർത്ഥനാലയം എന്ന നിലയിൽ ദൈവത്തിന്റെ ഭവനം
മത്തായി 21:13
"എന്റെ ഭവനം പ്രാർത്ഥനാലയം എന്നു വിളിക്കപ്പെടും."

യെശയ്യാ 56:7
"എന്റെ ആലയം സകല ജാതികൾക്കും ഉള്ള പ്രാർത്ഥനാലയം എന്നു വിളിക്കപ്പെടും."
ദൈവം ആഗ്രഹിക്കുന്നത്, തന്റെ ജനം ജനതകളെ തന്റെ സന്നിധിയിലേക്ക് സ്വാഗതം ചെയ്യുന്ന ഒരു പ്രാർത്ഥനാ സമൂഹമായി മാറണമെന്നാണ്.

നിരന്തരമായ പ്രാർത്ഥനയ്ക്കുള്ള ആഹ്വാനം
ലൂക്കോസ് 18:1
"പുരുഷന്മാർ എപ്പോഴും പ്രാർത്ഥിക്കണം, ഹൃദയം നഷ്ടപ്പെടരുത്."
മത്തായി 26:41
"പ്രലോഭനത്തിൽ അകപ്പെടാതിരിക്കാൻ ഉണർന്നിരുന്നു പ്രാർത്ഥിക്കുവിൻ."
പ്രാർത്ഥനയ്ക്ക് സ്ഥിരോത്സാഹം, ജാഗ്രത, ആത്മീയ ജാഗ്രത എന്നിവ ആവശ്യമാണ്.

മധ്യസ്ഥതയിൽ പരിശുദ്ധാത്മാവിന്റെ സഹായം
റോമർ 8:26
"ആത്മാവ് നമ്മുടെ ബലഹീനതകളെ സഹായിക്കുന്നു... ആത്മാവ് തന്നെ ഉച്ചരിച്ചുകൂടാത്ത ഞരക്കങ്ങളാൽ നമുക്കുവേണ്ടി മാധ്യസ്ഥ്യം വഹിക്കുന്നു."
റോമർ 8:34
"ക്രിസ്തു... ദൈവത്തിന്റെ വലതുഭാഗത്തു ഇരിക്കുന്നു; അവൻ നമുക്കുവേണ്ടി പക്ഷവാദം ചെയ്യുന്നു."

നമ്മുടെ ഉള്ളിലെ പരിശുദ്ധാത്മാവിനാലും പിതാവിന്റെ മുമ്പാകെ നമുക്കുവേണ്ടി മദ്ധ്യസ്ഥത വഹിക്കുന്ന ക്രിസ്തുവിനാലും മദ്ധ്യസ്ഥത ശക്തിപ്പെടുന്നു.

പ്രാർത്ഥനയിലും ശുശ്രൂഷയിലും ധൈര്യം
പ്രവൃത്തികൾ 4:29–30
"നിന്റെ പരിശുദ്ധദാസനായ യേശുവിന്റെ നാമത്താൽ അടയാളങ്ങളും അത്ഭുതങ്ങളും സംഭവിക്കേണ്ടതിന്... നിന്റെ വചനം പൂർണ്ണ ധൈര്യത്തോടെ പ്രസ്താവിക്കാൻ നിന്റെ ദാസന്മാരെ കൃപ ചെയ്യണമേ."
ആദിമ സഭ ധൈര്യത്തോടെയും പ്രതീക്ഷയോടെയും പ്രാർത്ഥിച്ചു.

കോർപ്പറേറ്റ് പ്രാർത്ഥനയുടെ ശക്തി
പ്രവൃത്തികൾ 12:5
"പത്രോസിനെ തടവിൽ പാർപ്പിച്ചു, പക്ഷേ സഭ അവനുവേണ്ടി ദൈവത്തോട് നിരന്തരം പ്രാർത്ഥന നടത്തി."
കോർപ്പറേറ്റ് മധ്യസ്ഥത ദൈവിക ഇടപെടൽ പുറപ്പെടുവിച്ചു.

പ്രാർത്ഥനയിൽ ദൈവത്തിനായി കാത്തിരിക്കുന്നു
ലൂക്കോസ് 6:12

"അവൻ പ്രാർത്ഥിക്കാൻ മലയിൽ പോയി, ദൈവത്തോടുള്ള പ്രാർത്ഥനയിൽ രാത്രി മുഴുവൻ ചെലവഴിച്ചു."

സങ്കീർത്തനങ്ങൾ 37:7

"കർത്താവിൽ വിശ്രമിക്കുക, ക്ഷമയോടെ അവനുവേണ്ടി കാത്തിരിക്കുക."

യഥാർത്ഥ മധ്യസ്ഥത പലപ്പോഴും ദൈവത്തിനായി കാത്തിരിക്കേണ്ടതുണ്ട്.

മാനസാന്തരവും ദേശീയ പുനഃസ്ഥാപനവും

ദാനിയേൽ 9:3–4

"ഉപവാസത്തോടും പ്രാർത്ഥനയോടും യാചനകളോടും കൂടെ അപേക്ഷിക്കേണ്ടതിന്നു ഞാൻ എന്റെ മുഖം കർത്താവായ ദൈവത്തിങ്കലേക്കു തിരിച്ചു."

ദിനവൃത്താന്തം 2 7:14

"എന്റെ നാമം വിളിക്കപ്പെട്ടിരിക്കുന്ന എന്റെ ജനം തങ്ങളെത്തന്നെ താഴ്ത്തി പ്രാർത്ഥിക്കുമെങ്കിൽ... ഞാൻ സ്വർഗ്ഗത്തിൽ നിന്ന് കേട്ട് അവരുടെ ദേശത്തെ സുഖപ്പെടുത്തും."

ദേശീയ പുനഃസ്ഥാപനം പലപ്പോഴും ആരംഭിക്കുന്നത് അനുതാപത്തോടെയും പ്രാർത്ഥനയോടെയുമാണ്.

ആത്മീയ യുദ്ധം

എഫെസ്യർ 6:18

"എല്ലാ പ്രാർത്ഥനയോടും യാചനയോടും കൂടെ എപ്പോഴും ആത്മാവിൽ പ്രാർത്ഥിക്കുക."
ആത്മീയ യുദ്ധത്തിലെ പ്രധാന ആയുധങ്ങളിലൊന്നാണ് പ്രാർത്ഥന.

നേതാക്കൾക്കും രാഷ്ട്രങ്ങൾക്കും വേണ്ടി പ്രാർത്ഥിക്കുന്നു
റോമർ 15:30–31
"എനിക്കുവേണ്ടി അല്ലാഹുവിനോട് പ്രാർത്ഥിക്കുന്നതിൽ എന്നോടൊപ്പം പരിശ്രമിക്കുക."
തെസ്സലൊനീക്യർ 2 3:1
"കർത്താവിന്റെ വചനം വേഗത്തിൽ ഓടി മഹത്വപ്പെടേണ്ടതിന് ഞങ്ങൾക്കുവേണ്ടി പ്രാർത്ഥിക്കുവിൻ."
നേതാക്കൾക്കും സുവിശേഷത്തിന്റെ പുരോഗതിക്കും വേണ്ടി പ്രാർത്ഥിക്കാൻ തിരുവെഴുത്ത് വിശ്വാസികളെ ആവർത്തിച്ച് ആഹ്വാനം ചെയ്യുന്നു.

ദൈവരാജ്യം വരാനുള്ള പ്രാർത്ഥന
മത്തായി 6:10
"നിന്റെ രാജ്യം വരേണമേ. നിന്റെ ഇഷ്ടം സ്വർഗ്ഗത്തിലെപ്പോലെ ഭൂമിയിലും ആകേണമേ."
ഈ പ്രാർത്ഥന എല്ലാ തലമുറയുടെയും മധ്യസ്ഥതയുടെ കേന്ദ്ര നിലവിളിയായി തുടരുന്നു.

പുനഃസ്ഥാപനത്തെക്കുറിച്ചുള്ള ദൈവത്തിന്റെ വാഗ്ദാനം
യിരെമ്യാവ് 31:11–12
"യഹോവ യാക്കോബിനെ വീണ്ടെടുത്തു വീണ്ടെടുത്തിരിക്കുന്നു."
ദൈവത്തിന്റെ ഉദ്ദേശ്യങ്ങൾ ആത്യന്തികമായി വീണ്ടെടുപ്പിലേക്കും പുനഃസ്ഥാപനത്തിലേക്കും നയിക്കുന്നു.

രാഷ്ട്രങ്ങളുടെ മേലുള്ള ദൈവത്തിന്റെ അധികാരം
യെശയ്യാവ് 9:6–7
"അവന്റെ ഗവൺമെൻറിന്റെ വർദ്ധനയ്ക്കും സമാധാനത്തിനും അവസാനമുണ്ടാകില്ല."
ക്രിസ്തു ജനതകളുടെ മേൽ വാഴുന്നു, അവന്റെ രാജ്യം വികസിച്ചുകൊണ്ടിരിക്കുന്നു.

നീതിമാന്മാരുടെ വിജയം
സങ്കീർത്തനങ്ങൾ 92:8
"എന്നാൽ കർത്താവേ, നീ എന്നേക്കും ഉന്നതനാകുന്നു."
അന്തിമ വിജയം അല്ലാഹുവിന്നുള്ളതാകുന്നു.

മധ്യസ്ഥത വഹിക്കാനുള്ള ഒരു ആഹ്വാനം
അബ്രഹാം നഗരങ്ങൾക്കുവേണ്ടി അപേക്ഷിക്കുന്നതും, മോശെ ഇസ്രായേലിനുവേണ്ടി നിലകൊള്ളുന്നതും, ദാനിയേൽ പുനഃസ്ഥാപനത്തിനായി

പ്രാർത്ഥിക്കുന്നതും, യേശുവും
പരിശുദ്ധാത്മാവും വിശ്വാസികൾക്കുവേണ്ടി
മധ്യസ്ഥത വഹിക്കുന്നതും വരെ,
തിരുവെഴുത്ത് നിരന്തരം പ്രാർത്ഥനയുടെ
ശക്തി വെളിപ്പെടുത്തുന്നു.
ഈ നാല്പതു ദിവസത്തെ പ്രാർത്ഥന ആ
ബൈബിൾ പാരമ്പര്യം തുടരുന്നു.
സഭയ്ക്കും, നേതാക്കൾക്കും, രാഷ്ട്രങ്ങൾക്കും
വേണ്ടിയുള്ള മധ്യസ്ഥതയുടെ ഈ യാമത്തിൽ
പ്രവേശിക്കുമ്പോൾ ഈ തിരുവെഴുത്തുകൾ
നിങ്ങളുടെ വിശ്വാസത്തെ ശക്തിപ്പെടുത്തട്ടെ.

40 ദിവസത്തെ തന്ത്രപരമായ യുദ്ധ പ്രാർത്ഥന

ദിവസം 1 - മധ്യസ്ഥതയുടെ ബലിപീഠം ഉയർത്തൽ.

തിരുവെഴുത്തുകൾ: യെഹെസ്കേൽ 22:30; ലൂക്കോസ് 18:1

യേഹേസ്കേൽ 22:30
പുതിയ കിംഗ് ജെയിംസ് പതിപ്പ് (NKJV)
"ദേശം നശിപ്പിക്കാതവണ്ണം അതിന്നായി ഒരു മതിൽ കെട്ടി എന്റെ മുമ്പാകെ ഇടിവിൽ നിൽക്കേണ്ടതിന്നു ഒരു പുരുഷനെ ഞാൻ അവരുടെ ഇടയിൽ അന്വേഷിച്ചു; ആരെയും കണ്ടില്ലതാനും."

സന്ദേശം (MSG)
"ഇതിനെല്ലാം എതിരെ എനിക്കുവേണ്ടി നിലകൊള്ളാനും, നഗരത്തിന്റെ പ്രതിരോധം നന്നാക്കാനും, എനിക്കുവേണ്ടി ഒരു നിലപാട് സ്വീകരിക്കാനും, ഈ ഭൂമിയെ നശിപ്പിക്കേണ്ടി വരാതിരിക്കാൻ ആ വിടവിൽ നിൽക്കാനും, എനിക്ക് ആ ഭൂമിയെ സംരക്ഷിക്കാൻ കഴിയുന്ന ഒരാളെ ഞാൻ അന്വേഷിച്ചു. എനിക്ക് ആരെയും കണ്ടെത്താൻ കഴിഞ്ഞില്ല."

ലൂക്കോസ് 18:1
പുതിയ കിംഗ് ജെയിംസ് പതിപ്പ് (NKJV)

"മടുത്തുപോകാതെ എപ്പോഴും പ്രാർത്ഥിക്കേണം എന്നുള്ളതിന്നു അവൻ അവരോടു ഒരു ഉപമ പറഞ്ഞു."

സന്ദേശം (MSG)
"അവർ നിരന്തരം പ്രാർത്ഥിക്കണമെന്നും ഒരിക്കലും മടുത്തുപോകരുതെന്നും കാണിക്കുന്ന ഒരു കഥ യേശു അവരോട് പറഞ്ഞു."

രാവിലെ 6 മണിക്ക് പിതാവേ, ഈ ഉപവാസകാലത്ത് വിടവിൽ നിൽക്കുകയും, വിടവുകൾ നന്നാക്കുകയും, ആത്മീയ നിഷ്ക്രിയത്വം നിരസിക്കുകയും ചെയ്യുന്ന ഒരാളായി എന്നെ ഉയർത്തണമേ.

രാവിലെ 9 മണിക്ക് ഞാൻ എന്റെ ആത്മാവിനെയും ആത്മാവിനെയും ശരീരത്തെയും ജാഗ്രതയോടെയുള്ള മധ്യസ്ഥതയ്ക്കായി സമർപ്പിക്കുന്നു; ശ്രദ്ധാശൈഥില്യത്തിന്റെ എല്ലാ ബലിപീഠങ്ങളും അട്ടിമറിക്കപ്പെടട്ടെ.

ഉച്ചയ്ക്ക് 12 മണിക്ക് പ്രാർത്ഥന ഒരു പരിപാടിയായി മാറുകയും അത് ഒരു വാസസ്ഥലമായി മാറുകയും ചെയ്യുന്നതുവരെ നിങ്ങളുടെ സഭയിൽ പ്രാർത്ഥനയുടെ അഗ്നി വീണ്ടും ജ്വലിക്കട്ടെ.

ഉച്ചകഴിഞ്ഞ് 3 മണിക്ക് ഞാൻ ഉറക്കം, നിസ്സംഗത, കാലതാമസം എന്നിവയുമായി കരാർ ലംഘിക്കുന്നു; സ്വർഗ്ഗം ഉത്തരം നൽകുന്നതുവരെ പ്രാർത്ഥിക്കാൻ എനിക്ക് ശക്തി ലഭിക്കുന്നു.

വൈകുന്നേരം 6 മണിക്ക് കർത്താവേ, എന്റെ ജീവിതത്തെ ധൂപവർഗ്ഗത്തിന്റെ ആലയവും, പ്രവേശന കവാടവും, നിന്റെ ഉദ്ദേശ്യങ്ങൾ

നടപ്പിലാക്കുന്ന നിയമാനുസൃതമായ ഒരു ബലിപീഠവുമാക്കണമേ.

രാത്രി 9 മണിക്ക് ഞാൻ കർത്താവിന്റെ മുമ്പാകെ നിൽക്കുമ്പോൾ, എന്റെ കുടുംബത്തിലെയും, പള്ളിയിലെയും, നഗരത്തിലെയും, രാഷ്ട്രത്തിലെയും എല്ലാ വിള്ളലുകളും ദൈവത്തിന്റെ കാരുണ്യത്താൽ പരിഹരിക്കപ്പെടും.

12 pm ന് ഞാൻ വിധിക്കുന്നു, ശക്തിയില്ലാതെ ഈ ഉപവാസം ഒരു ആചാരമായിരിക്കില്ല; അത് ആത്മാവിൽ ചലനവും ഭൂമിയിൽ പ്രകടനവും ഉണ്ടാക്കും.

3am ദൈവമേ, മനസ്സൊരുക്കമുള്ള ഒരു മദ്ധ്യസ്ഥനെ എന്നിൽ കണ്ടെത്തണമേ, പുനഃസ്ഥാപനത്തിനും ഉണർവിനും മോചനത്തിനുമായി എന്റെ ശബ്ദം നിന്റെ മുമ്പാകെ പ്രബലപ്പെടട്ടെ.

ദിവസം 2 - ജാഗ്രതയും ആത്മാക്കളുടെ ഭാരവും

തിരുവെഴുത്തുകൾ: യെഹെസ്കേൽ 3:18-21; **മത്തായി** 26:41

യെഹെസ്കേൽ 3:18–21
പുതിയ കിംഗ് ജെയിംസ് പതിപ്പ് (NKJV)
"ഞാൻ ദുഷ്ടനോട്: നീ മരിക്കും എന്നു പറയുമ്പോൾ നീ അവനെ ഓർപ്പിക്കാതിരിക്കയും ദുഷ്ടനെ ജീവനോടെ രക്ഷിക്കേണ്ടതിന്നു അവൻ തന്റെ ദുഷ്ടവഴി വിട്ടുമാറുവാൻ അവനെ ഓർപ്പിച്ചുകൊണ്ടു സംസാരിക്കാതിരിക്കയും ചെയ്താൽ, ആ ദുഷ്ടൻ തന്റെ അകൃത്യത്തിൽ മരിക്കും; അവന്റെ രക്തമോ ഞാൻ നിന്നോടു ചോദിക്കും."
എന്നാൽ നീ ദുഷ്ടനെ ഓർമ്മിപ്പിച്ചിട്ടും അവൻ തന്റെ ദുഷ്ടതയിൽ നിന്നും ദുഷ്ടമാർഗ്ഗത്തിൽ നിന്നും പിന്തിരിയുന്നില്ലെങ്കിൽ അവൻ തന്റെ അകൃത്യത്തിൽ മരിക്കും; നീയോ നിന്റെ പ്രാണനെ രക്ഷിച്ചിരിക്കുന്നു.
പിന്നെയും, നീതിമാൻ തന്റെ നീതി വിട്ടുമാറി നീതികേടു പ്രവർത്തിച്ചാൽ ഞാൻ അവന്റെ മുമ്പിൽ ഇടർച്ച വെക്കുന്നു; നീ അവനെ ഓർമ്മിപ്പിക്കാഞ്ഞതുകൊണ്ടു അവൻ തന്റെ പാപത്തിൽ മരിക്കും; അവൻ ചെയ്ത നീതി

അവന്നു കണക്കിടുകയുമില്ല; അവന്റെ രക്തമോ ഞാൻ നിന്നോടു ചോദിക്കും. എന്നാൽ നീതിമാൻ പാപം ചെയ്യരുതെന്ന് നീ നീതിമാനെ ഓർമ്മിപ്പിച്ചിട്ടും അവൻ പാപം ചെയ്യുന്നില്ലെങ്കിൽ, അവൻ പ്രബോധനം കൈക്കൊണ്ടിരിക്കയാൽ അവൻ തീർച്ചയായും ജീവിക്കും; നീയും നിന്റെ പ്രാണനെ രക്ഷിച്ചിരിക്കുന്നു."

സന്ദേശം (MSG)
"ദുഷ്ടനോടു ഞാൻ മുന്നറിയിപ്പ് നൽകിയിട്ടും, 'നീ മരണത്തിലേക്കുള്ള അതിവേഗ പാതയിലാണ്!' എന്നു നീ സംസാരിച്ച് അവന്റെ വഴികൾ മാറ്റാൻ മുന്നറിയിപ്പ് നൽകിയില്ലെങ്കിൽ, ദുഷ്ടൻ തന്റെ പാപത്തിൽ മുന്നറിയിപ്പില്ലാതെ മരിക്കും, ഞാൻ നിന്നെ ഉത്തരവാദിയാക്കും.
എന്നാൽ നീ ദുഷ്ടനെ താക്കീത് ചെയ്തിട്ടും അവൻ തന്റെ വഴികളിൽ നിന്ന് മാറാൻ വിസമ്മതിച്ചാൽ അവൻ തന്റെ പാപത്തിൽ മരിക്കും; നീയോ നിന്റെ ജീവൻ രക്ഷിച്ചിരിക്കുന്നു.
ഒരു നല്ല മനുഷ്യൻ നന്മയിൽ നിന്ന് പിന്തിരിഞ്ഞ് തെറ്റ് ചെയ്താൽ, ഞാൻ അവന്റെ വഴിയിൽ ഒരു തടസ്സം സൃഷ്ടിച്ച് അവൻ മരിച്ചാൽ, നീ അവനെ മുന്നറിയിപ്പ് നൽകിയില്ലെങ്കിൽ നീ ഉത്തരവാദിയായിരിക്കും. അവൻ തന്റെ പാപത്തിന് മരിക്കും, അവൻ മുമ്പ് ചെയ്ത

നന്മയ്ക്ക് വിലയില്ല - ഞാൻ നിന്നെ ഉത്തരവാദിയാക്കും.
എന്നാൽ പാപം ചെയ്യരുതെന്ന് നല്ലവനെ നീ ഉപദേശിച്ചിട്ടും അവൻ കേട്ടു പാപം ചെയ്യാതിരുന്നാൽ, അവൻ നിന്റെ മുന്നറിയിപ്പ് ഗൗരവമായി എടുത്തതിനാൽ ജീവിക്കും - നീയും നിന്റെ ജീവൻ രക്ഷിച്ചിരിക്കുന്നു."

മത്തായി 26:41
പുതിയ കിംഗ് ജെയിംസ് പതിപ്പ് (NKJV)
"പരീക്ഷയിൽ അകപ്പെടാതിരിക്കാൻ ഉണർന്നിരുന്നു പ്രാർത്ഥിക്കുവിൻ. ആത്മാവ് ഒരുക്കമുള്ളത്, ജഡമോ ബലഹീനമത്രേ."

സന്ദേശം (MSG)
"ജാഗ്രത പാലിക്കുക; അപകടത്തിലാണെന്ന് അറിയാതെ പോലും പ്രലോഭനത്തിൽ അകപ്പെടാതിരിക്കാൻ പ്രാർത്ഥനയിൽ മുഴുകുക. ദൈവത്തിൽ എന്തിനും തയ്യാറായ, ആകാംക്ഷയുള്ള ഒരു ഭാഗം നിങ്ങളിലുണ്ട്, എന്നാൽ തീയുടെ അടുത്ത് ഉറങ്ങുന്ന ഒരു പഴയ നായയെപ്പോലെ മടിയനായ മറ്റൊരു ഭാഗം ഉണ്ട്."

രാവിലെ 6 മണിക്ക് പിതാവേ, വിധികളും കുടുംബങ്ങളും രാഷ്ട്രങ്ങളും തുലാസിൽ തൂങ്ങിക്കിടക്കുമ്പോൾ നിശബ്ദത പാലിക്കാത്ത ഒരു വിശ്വസ്ത കാവൽക്കാരനാക്കണമേ.

രാവിലെ 9 മണിക്ക് പ്രാർത്ഥനയുടെ സ്ഥാനത്ത് ഞാൻ അശ്രദ്ധയെ നിരസിക്കുന്നു; അപകടം പ്രകടമാകുന്നതിനുമുമ്പ് അത് കാണാനുള്ള വിവേചനം എനിക്ക് ലഭിക്കുന്നു.

ഉച്ചയ്ക്ക് 12 മണിക്ക് നഷ്ടപ്പെട്ടവരുടെയും, പിന്മാറ്റക്കാരുടെയും, ആത്മീയമായി മുറിവേറ്റവരുടെയും ഭാരം വിശുദ്ധമായ ഭാരത്തോടെ എന്റെ മേൽ ഇരിക്കട്ടെ.

ഉച്ചകഴിഞ്ഞ് 3 മണിക്ക് എന്റെ കാവൽ ദുർബലപ്പെടുത്താൻ നിയോഗിക്കപ്പെട്ട പ്രാർത്ഥനാശൂന്യതയുടെ ഓരോ ആത്മാവും, നിങ്ങളുടെ പിടി നഷ്ടപ്പെടുത്തി യേശുക്രിസ്തുവിന്റെ കർത്തൃത്വത്തിന് മുന്നിൽ കുമ്പിടുക.

വൈകുന്നേരം 6 മണിക്ക് എന്റെ കണ്ണുകൾ തുറന്നിരിക്കണമെന്നും, എന്റെ ചെവികൾ പരിശീലിപ്പിക്കപ്പെടണമെന്നും, എന്റെ ആത്മാവ് ദിവ്യ മുന്നറിയിപ്പുകൾക്കായി ജാഗ്രത പുലർത്തണമെന്നും ഞാൻ വിധിക്കുന്നു.

രാത്രി 9 മണിക്ക് കർത്താവേ, ഈ മണിക്കൂറിൽ വിട്ടുവീഴ്ച, വശീകരണം, പൈശാചിക നുഴഞ്ഞുകയറ്റം എന്നിവയ്ക്കെതിരെ നിങ്ങളുടെ സഭയെ ജാഗ്രത പാലിക്കണമേ.

പുലർച്ചെ 12 മണിക്ക് വിശുദ്ധന്മാരെ ലക്ഷ്യം വച്ചുള്ള എല്ലാ ഇരുട്ടിന്റെ ആക്രമണങ്ങളെയും ഞാൻ എതിർക്കുന്നു, മറഞ്ഞിരിക്കുന്ന ഗൂഢാലോചനകൾക്കെതിരെ ഞാൻ ദൈവിക തടസ്സം വിളിക്കുന്നു.

പുലർച്ചെ 3 മണി പിതാവേ, കൃത്യതയോടും അധികാരത്തോടും ശക്തമായ സഹിഷ്ണുതയോടും കൂടി പ്രാർത്ഥിക്കുന്നതുവരെ ഈ ഉപവാസം എന്റെ കാവൽക്കാരന്റെ മേലങ്കിയെ മൂർച്ച കൂട്ടട്ടെ.

ദിവസം 3 - പ്രാർത്ഥനാലയം പുനഃസ്ഥാപിക്കുന്നു.

തിരുവെഴുത്തുകൾ: മത്തായി 21:13;
യെശയ്യാവു 56:7

മത്തായി 21:13
പുതിയ കിംഗ് ജെയിംസ് പതിപ്പ് (NKJV)
"അവൻ അവരോടു പറഞ്ഞു:
എന്റെ ആലയം പ്രാർത്ഥനാലയം എന്നു വിളിക്കപ്പെടും എന്ന് എഴുതിയിരിക്കുന്നു ; നിങ്ങളോ അതിനെ കള്ളന്മാരുടെ ഗുഹയാക്കി മാറ്റി."

സന്ദേശം (MSG)
എന്റെ ഭവനം പ്രാർത്ഥനാലയം എന്ന് വിളിക്കപ്പെടും
എന്ന് തിരുവെഴുത്തുകളിൽ പറയുന്നുണ്ട് . നിങ്ങൾ അതിനെ കള്ളന്മാരുടെ താവളമാക്കി മാറ്റി."

യെശയ്യാ 56:7
പുതിയ കിംഗ് ജെയിംസ് പതിപ്പ് (NKJV)
"ഞാൻ അവരെയും എന്റെ വിശുദ്ധപർവ്വതത്തിലേക്കു കൊണ്ടുവന്നു, എന്റെ പ്രാർത്ഥനാലയത്തിൽ അവരെ സന്തോഷിപ്പിക്കും. അവരുടെ ഹോമയാഗങ്ങളും ഹനനയാഗങ്ങളും എന്റെ

യാഗപീഠത്തിന്മേൽ പ്രസാദകരമായിരിക്കും; എന്റെ ആലയം സകലജാതികൾക്കും ഉള്ള പ്രാർത്ഥനാലയം എന്നു വിളിക്കപ്പെടും."

സന്ദേശം (MSG)
"ഞാൻ അവരെ എന്റെ വിശുദ്ധപർവ്വതത്തിലേക്ക് കൊണ്ടുവരും , എന്റെ പ്രാർത്ഥനാലയത്തിൽ അവർക്ക് സന്തോഷം നൽകും. അകത്തുള്ളവരെ പോലെ തന്നെ, എന്റെ യാഗപീഠത്തിലേക്ക് ഹോമയാഗങ്ങളും യാഗങ്ങളും കൊണ്ടുവരാൻ അവരെയും സ്വാഗതം ചെയ്യും.
ഓ, അതെ! എന്റെ ആരാധനാലയം എല്ലാ ജനതകൾക്കും വേണ്ടിയുള്ള പ്രാർത്ഥനാലയം എന്ന് അറിയപ്പെടും .

രാവിലെ 6 മണിക്ക് കർത്താവേ, നിന്റെ ഭവനം ശുദ്ധീകരിച്ച് യഥാർത്ഥ പ്രാർത്ഥന, വിശുദ്ധി, ശക്തി എന്നിവയ്ക്കെതിരെ പോരാടുന്ന എല്ലാ മാലിന്യങ്ങളും നീക്കം ചെയ്യണമേ.

രാവിലെ 9 മണിക്ക് ആത്മീയ വിശപ്പിന്റെ ഓരോ കള്ളനെയും എന്റെ ജീവിതത്തിൽ നിന്നും, എന്റെ വീട്ടിൽ നിന്നും, സഭയിൽ നിന്നും യേശുവിന്റെ നാമത്തിൽ പുറത്താക്കട്ടെ.

ഉച്ചയ്ക്ക് 12 മണിക്ക് ദൈവം നിയമിച്ചിരിക്കുന്ന എല്ലാ സഭകളിലും, ശുശ്രൂഷകളിലും, ഭവനങ്ങളിലും പ്രാർത്ഥനയുടെ ബലിപീഠം ഉയരണമെന്ന് ഞാൻ ആജ്ഞാപിക്കുന്നു.

3pm ആരാധനയെ ദുഷിപ്പിക്കുകയും വിശുദ്ധ വസ്തുക്കളെ അശുദ്ധമാക്കുകയും ചെയ്യുന്ന എല്ലാ വ്യാപാര മനോഭാവത്തെയും ദൈവത്തിന്റെ അഗ്നിയാൽ ന്യായം വിധിക്കും.

വൈകുന്നേരം 6 മണിക്ക് പിതാവേ, നിന്റെ ജനത്തിന്റെ വിശുദ്ധമന്ദിരത്തിൽ ഭക്തി, തകർച്ച, കർത്താവിനോടുള്ള ഭയം എന്നിവ പുനഃസ്ഥാപിക്കണമേ.

രാത്രി 9 മണിക്ക് പ്രാർത്ഥനാ മുറികളും പ്രസംഗപീഠങ്ങളും വീടുകളും ക്രിസ്തു സിംഹാസനസ്ഥനായിരിക്കുന്നതും ജഡം കീഴടക്കപ്പെടുന്നതുമായ മഹത്വത്തിന്റെ കവാടങ്ങളായി മാറട്ടെ.

12 pm പ്രകടനത്തേക്കാൾ നിങ്ങളുടെ സാന്നിധ്യത്തെയും, കരഘോഷത്തേക്കാൾ നിങ്ങളുടെ ശബ്ദത്തെയും സ്നേഹിക്കുന്ന ഒരു തലമുറയെ ഞാൻ വിളിച്ചു പറയുന്നു.

പുലർച്ചെ 3 മണിക്ക് കർത്താവേ, നിന്റെ സഭയെ എല്ലാ ജനതകൾക്കും വേണ്ടിയുള്ള

ഒരു പ്രാർത്ഥനാലയമാക്കി മാറ്റണമേ,
യാഗപീഠത്തിൽ നിന്ന് ഉണർവ്വ്
പൊട്ടിപ്പുറപ്പെടട്ടെ.

ദിവസം 4 - നിലനിൽക്കുന്ന ഞരക്കങ്ങൾ

തിരുവെഴുത്തുകൾ: റോമർ 8:26,34; ലൂക്കോസ് 6:12

റോമർ 8:26
പുതിയ കിംഗ് ജെയിംസ് പതിപ്പ് (NKJV)
" അതുപോലെ ആത്മാവു നമ്മുടെ ബലഹീനതകളിൽ സഹായിക്കുന്നു. വേണ്ടതുപോലെ എന്തിനുവേണ്ടി പ്രാർത്ഥിക്കണമെന്ന് നമുക്കറിയില്ലല്ലോ. ആത്മാവുതന്നെ ഉച്ചരിച്ചു കൂടാത്ത ഞരക്കങ്ങളാൽ നമുക്കുവേണ്ടി പക്ഷവാദം ചെയ്യുന്നു."

സന്ദേശം (MSG)
"അതേസമയം, കാത്തിരിപ്പിൽ നാം ക്ഷീണിതരാകുന്ന നിമിഷം, ദൈവത്തിന്റെ ആത്മാവ് നമ്മെ സഹായിക്കാൻ കൂടെയുണ്ട്. എങ്ങനെ അല്ലെങ്കിൽ എന്ത് പ്രാർത്ഥിക്കണമെന്ന് നമുക്കറിയില്ലെങ്കിൽ, അത് പ്രശ്നമല്ല. നമ്മുടെ വാക്കുകളില്ലാത്ത നെടുവീർപ്പുകളിൽ നിന്നും, നമ്മുടെ വേദനാജനകമായ ഞരക്കങ്ങളിൽ നിന്നും അവൻ പ്രാർത്ഥന നടത്തുന്നു, നമുക്കുവേണ്ടിയും നമുക്കുവേണ്ടിയും അവൻ പ്രാർത്ഥിക്കുന്നു."

റോമർ 8:34
പുതിയ കിംഗ് ജെയിംസ് പതിപ്പ് (NKJV)
"കുറ്റം വിധിക്കുന്നവൻ ആർ? മരിച്ചിട്ടു ഉയിർത്തെഴുന്നേറ്റവൻ ക്രിസ്തുവാകുന്നു; അവൻ ദൈവത്തിന്റെ വലത്തുഭാഗത്തിരിക്കയും നമുക്കുവേണ്ടി പക്ഷവാദം കഴിക്കയും ചെയ്യുന്നു."

സന്ദേശം (MSG)
31-39 അപ്പോൾ, നിങ്ങൾ എന്താണ് ചിന്തിക്കുന്നത്? ദൈവം ഇങ്ങനെ നമ്മുടെ പക്ഷത്താണെങ്കിൽ, നമുക്ക് എങ്ങനെ നഷ്ടപ്പെടാൻ കഴിയും? നമ്മുടെ അവസ്ഥയെ സ്വീകരിച്ച്, സ്വന്തം പുത്രനെ അയച്ചുകൊണ്ട് തന്നെത്തന്നെ ഏറ്റവും മോശമായ അവസ്ഥയിലേക്ക് തുറന്നുകാട്ടാൻ ദൈവം നമുക്കുവേണ്ടി എല്ലാം നിരത്താൻ മടിച്ചില്ലെങ്കിൽ, അവൻ സന്തോഷത്തോടെയും സ്വതന്ത്രമായും നമുക്കുവേണ്ടി മറ്റെന്തെങ്കിലും ചെയ്യുമോ? ദൈവം തിരഞ്ഞെടുത്തവരിൽ ഒരാളുമായി ഇടപഴകി ദൈവവുമായി ഇടപഴകാൻ ആർക്കാണ് ധൈര്യപ്പെടാൻ കഴിയുക? ഒരു വിരൽ ചൂണ്ടാൻ പോലും ആർക്കാണ് ധൈര്യപ്പെടാൻ കഴിയുക? നമുക്കുവേണ്ടി മരിച്ചവൻ - നമുക്കുവേണ്ടി ഉയിർത്തെഴുന്നേറ്റവൻ ! - ഈ നിമിഷം തന്നെ ദൈവസന്നിധിയിൽ നമുക്കുവേണ്ടി നിലകൊള്ളുന്നു. നമുക്കും ക്രിസ്തുവിന്റെ

നമ്മോടുള്ള സ്നേഹത്തിനും ഇടയിൽ ഒരു വിള്ളൽ വീഴ്ത്താൻ ആർക്കെങ്കിലും കഴിയുമെന്ന് നിങ്ങൾ കരുതുന്നുണ്ടോ ? ഒരു വഴിയുമില്ല! കുഴപ്പമില്ല, പ്രയാസകരമായ സമയങ്ങളില്ല, വെറുപ്പില്ല, വിശപ്പില്ല, ഭവനരഹിതരല്ല, ഭീഷണിപ്പെടുത്തലില്ല, പിന്നോട്ട് കുത്തില്ല, തിരുവെഴുത്തിൽ പട്ടികപ്പെടുത്തിയിരിക്കുന്ന ഏറ്റവും മോശമായ പാപങ്ങൾ പോലും:

നിങ്ങളെ വെറുക്കുന്നതുകൊണ്ട് അവർ ഞങ്ങളെ ക്രൂരമായി കൊല്ലുന്നു.

ഞങ്ങൾ ഇരിക്കുന്ന താറാവുകളാണ്; അവർ ഞങ്ങളെ ഒന്നൊന്നായി വേട്ടയാടുന്നു.

യേശു നമ്മെ സ്നേഹിക്കുന്നതിനാൽ ഇതൊന്നും നമ്മെ അമ്പരപ്പിക്കുന്നില്ല. നമ്മുടെ യജമാനനായ യേശു നമ്മെ സ്വീകരിച്ച രീതി കാരണം, ജീവിച്ചിരിക്കുന്നതോ മരിച്ചതോ ആയ ഒന്നും, മാലാഖയോ പൈശാചികമോ, ഇന്നോ നാളെയോ, ഉയർന്നതോ താഴ്ന്നതോ, ചിന്തിക്കാവുന്നതോ ചിന്തിക്കാൻ കഴിയുന്നതോ ആയ ഒന്നും തന്നെ, *നമ്മെയും* ദൈവസ്നേഹത്തെയും തമ്മിൽ വേർതിരിക്കാൻ കഴിയില്ലെന്ന് എനിക്ക് പൂർണ്ണമായി ബോധ്യമുണ്ട്.

രാവിലെ 6 മണിക്ക് പരിശുദ്ധാത്മാവേ, എന്റെ ബലഹീനതകളെ സഹായിക്കുകയും മാനുഷിക പരിമിതികൾ, വൈകാരിക ക്ഷീണം, മാനസിക ബലഹീനത എന്നിവയ്ക്ക് അപ്പുറം പ്രാർത്ഥിക്കാൻ എന്നെ പഠിപ്പിക്കുകയും ചെയ്യണമേ.

രാവിലെ 9 മണിക്ക് എന്റെ പ്രാർത്ഥനകൾ ദൈവഹിതവുമായി പൊരുത്തപ്പെടുന്നതുവരെ ക്രിസ്തുവിന്റെ മാധ്യസ്ഥം എന്റെ അപേക്ഷകളെ ശക്തിപ്പെടുത്തട്ടെ.

ഉച്ചയ്ക്ക് 12 മണിക്ക് ആത്മാവിൽ ദൈവിക ഇടപാടുകൾ പൂർത്തിയാകുന്നതുവരെ പ്രാർത്ഥനയിൽ തുടരാൻ എനിക്ക് കൃപ ലഭിക്കുന്നു.

3pm എന്റെ പ്രാർത്ഥനാ ജീവിതത്തിനെതിരെ ശത്രുവിന്റെ എല്ലാ ആരോപണങ്ങളും ദൈവത്തിന്റെ വലതുഭാഗത്തുള്ള യേശുവിന്റെ മധ്യസ്ഥതയാൽ റദ്ദാക്കപ്പെടുന്നു.

വൈകുന്നേരം 6 മണിക്ക് കർത്താവേ, എന്റെ നെടുവീർപ്പുകളും, കണ്ണുനീരും, ഞരക്കങ്ങളും നിന്റെ സിംഹാസനത്തിനു മുമ്പിലുള്ള ഫലപ്രദമായ മദ്ധ്യസ്ഥതയിലേക്ക് വിവർത്തനം ചെയ്യണമേ.

രാത്രി 9 മണിക്ക് ഞാൻ ആഴമില്ലാത്ത പ്രാർത്ഥന നിരസിക്കുന്നു; രാജ്യങ്ങൾ മാറുകയും തടവുകാരെ മോചിപ്പിക്കുകയും ചെയ്യുന്ന പ്രസവവേദനയുടെ ആഴങ്ങളിലേക്ക് ഞാൻ പ്രവേശിക്കുന്നു.

12am, ഉത്തരം നിഷേധിക്കുന്ന എല്ലാ അടഞ്ഞ വാതിലുകളും ആത്മാവ് എന്നിലൂടെ മധ്യസ്ഥത വഹിക്കുമ്പോൾ വഴങ്ങാൻ തുടങ്ങട്ടെ.

പുലർച്ചെ 3 മണിക്ക് പിതാവേ, സ്വർഗ്ഗത്തിന്റെ ഭാരം സ്വർഗ്ഗത്തിന്റെ ഭാഷയിൽ വഹിക്കുന്നതുവരെ പ്രബലമായ പ്രാർത്ഥനയുടെ രഹസ്യങ്ങളിൽ എന്നെ പഠിപ്പിക്കണമേ.

ദിവസം 5 - സമ്മർദ്ദത്തിൻ കീഴിലും ധൈര്യം

തിരുവെഴുത്തുകൾ: പ്രവൃത്തികൾ 4:29-30; 2 തെസ്സലൊനീക്യർ 3:1-2

പ്രവൃത്തികൾ 4:29–30
പുതിയ കിംഗ് ജെയിംസ് പതിപ്പ് (NKJV)
"ഇപ്പോഴോ കർത്താവേ, അവരുടെ ഭീഷണികളെ നോക്കേണമേ. സൌഖ്യമാക്കുവാൻ നിന്റെ കൈ നീട്ടുന്നതിലൂടെ നിന്റെ വചനം പൂർണ്ണധൈര്യത്തോടെ പ്രസ്താവിപ്പാനും നിന്റെ പരിശുദ്ധദാസനായ യേശുവിന്റെ നാമത്താൽ അടയാളങ്ങളും അത്ഭുതങ്ങളും സംഭവിക്കുവാനും നിന്റെ ദാസന്മാർക്കു കൃപ നൽകേണമേ."

സന്ദേശം (MSG)
പ്രവൃത്തികൾ 4:29–31 (വ്യക്തതയ്ക്കുള്ള സന്ദർഭം)
"ഇപ്പോൾ അവർ വീണ്ടും അതിൽ ഏർപ്പെട്ടിരിക്കുന്നു! അവരുടെ ഭീഷണികളെ സൂക്ഷിക്കുക,
നിങ്ങളുടെ പരിശുദ്ധ ദാസനായ യേശുവിന്റെ നാമത്തിൽ രോഗശാന്തികളും അത്ഭുതങ്ങളും അത്ഭുതങ്ങളും ഞങ്ങൾക്ക് നേരെ നീട്ടുമ്പോൾ,

നിങ്ങളുടെ സന്ദേശം പ്രസംഗിക്കുന്നതിൽ
നിങ്ങളുടെ ദാസന്മാർക്ക് നിർഭയമായി
ആത്മവിശ്വാസം നൽകണമേ."
അവർ പ്രാർത്ഥിക്കുമ്പോൾ അവർ
കൂടിവന്നിരുന്ന സ്ഥലം കുലുങ്ങി കുലുങ്ങി;
അവരെല്ലാം പരിശുദ്ധാത്മാവിനാൽ
നിറഞ്ഞവരായി ദൈവവചനം ഭയമില്ലാതെ
ആത്മവിശ്വാസത്തോടെ
പ്രസംഗിച്ചുകൊണ്ടിരുന്നു.

2 തെസ്സലൊനീക്യർ 3:1–2
പുതിയ കിംഗ് ജെയിംസ് പതിപ്പ് (NKJV)
"അവസാനമായി, സഹോദരന്മാരേ,
കർത്താവിന്റെ വചനം നിങ്ങളെപ്പോലെ
വേഗത്തിൽ വ്യാപിച്ചു
മഹത്വപ്പെടേണ്ടതിന്നും,
ബുദ്ധിഹീനരും ദുഷ്ടരുമായ മനുഷ്യരിൽ നിന്ന്
ഞങ്ങൾ വിടുവിക്കപ്പെടേണ്ടതിന്നും
ഞങ്ങൾക്കുവേണ്ടി പ്രാർത്ഥിക്കുവിൻ;
എല്ലാവർക്കും വിശ്വാസം ഇല്ലല്ലോ."

സന്ദേശം (MSG)
2 തെസ്സലൊനീക്യർ 3:1–3 (വ്യക്തതയ്ക്കുള്ള സന്ദർഭം)
"ഒരു കാര്യം കൂടി, സുഹൃത്തുക്കളേ:
ഞങ്ങൾക്കുവേണ്ടി പ്രാർത്ഥിക്കുക. നിങ്ങളുടെ
ഇടയിൽ സംഭവിച്ചതുപോലെ, ഗുരുവിന്റെ
വചനം രാജ്യമെമ്പാടും പടർന്നുപിടിച്ച്
പ്രതികരണത്തിന്റെ ഒരു വലിയ

പ്രവാഹത്തിലേക്ക് എത്തട്ടെ എന്ന് പ്രാർത്ഥിക്കുക. നമ്മെ വശീകരിക്കാൻ ശ്രമിക്കുന്ന ഈ നീചന്മാരിൽ നിന്ന് ഞങ്ങൾ രക്ഷപ്പെടണമെന്ന് പ്രാർത്ഥിക്കുക. എല്ലാവർക്കും ഇത് ചെയ്യാൻ കഴിവില്ല. പക്ഷേ ഗുരു ഒരിക്കലും നമ്മെ നിരാശരാക്കുന്നില്ല. അവൻ നിങ്ങളോടൊപ്പം ഉണ്ടായിരിക്കുകയും തിന്മയിൽ നിന്ന് നിങ്ങളെ സംരക്ഷിക്കുകയും ചെയ്യും.

രാവിലെ 6 മണി കർത്താവേ, ശത്രുവിന്റെ ഭീഷണികളെ നോക്കണമേ, ഭയമില്ലാതെ സംസാരിക്കാനും പ്രാർത്ഥിക്കാനും പ്രവർത്തിക്കാനും നിന്റെ ദാസന്മാർക്കു ധൈര്യം നൽകണമേ.

രാവിലെ 9 മണിക്ക് ഞാൻ വിധിക്കുന്നു, ഭീഷണി എന്നെ നിശബ്ദനാക്കില്ല, പ്രതിരോധം എന്നെ കുറയ്ക്കില്ല.

ഉച്ചയ്ക്ക് 12 മണിക്ക് യേശുക്രിസ്തുവിനെ ഉയർത്തുന്ന അടയാളങ്ങളാൽ നിന്റെ വചനത്തെ സുഖപ്പെടുത്താനും വിടുവിക്കാനും സ്ഥിരീകരിക്കാനും നിന്റെ കൈ നീട്ടണമേ.

ഉച്ചകഴിഞ്ഞ് 3 മണിക്ക് കർത്താവിന്റെ വചനം നമ്മുടെ പള്ളികളിലൂടെയും, നഗരങ്ങളിലൂടെയും, രാഷ്ട്രങ്ങളിലൂടെയും വേഗത്തിൽ കടന്നുപോകട്ടെ, എല്ലാ പൈശാചിക തടസ്സങ്ങളെയും തകർക്കട്ടെ.

വൈകുന്നേരം 6 മണിക്ക് സത്യത്തിനും നീതിക്കും നീതിക്കും എതിരെ പോരാടുന്ന യുക്തിഹീനരും ദുഷ്ടരുമായ മനുഷ്യരിൽ നിന്ന് നിന്റെ ജനത്തെ വിടുവിക്കേണമേ.

രാത്രി 9 മണിക്ക് ഞാൻ ഭയത്തിന്റെ പിൻഭാഗം തകർക്കുകയും ക്രിസ്തുവിന്റെ ശരീരത്തിൽ ധൈര്യം, വ്യക്തത,

അപ്പോസ്തലിക അധികാരം എന്നിവ ഉയർന്നുവരാൻ കൽപ്പിക്കുകയും ചെയ്യുന്നു.

12am രാജ്യപുരോഗതിക്കെതിരായ അന്ധകാരത്തിന്റെ എല്ലാ ആലോചനകളും ദൈവത്തിന്റെ ശ്വാസത്താൽ ചിതറിപ്പോകുന്നു.

പുലർച്ചെ 3 മണി പിതാവേ, എതിർപ്പിനെ അങ്ങയുടെ മഹത്വത്തിനുള്ള ഒരു വേദിയാക്കി മാറ്റണമേ, പീഡനത്തെ സുവിശേഷ പ്രചാരണത്തിനായി ഉപയോഗിക്കണമേ.

ദിവസം 6 - മാലാഖമാരുടെ ഇടപെടലും അമാനുഷിക മോചനവും

തിരുവെഴുത്തുകൾ: പ്രവൃത്തികൾ 12:5-9; ലൂക്കോസ് 10:19

പ്രവൃത്തികൾ 12:5–9
പുതിയ കിംഗ് ജെയിംസ് പതിപ്പ് (NKJV)
അങ്ങനെ പത്രോസിനെ തടവിൽ സൂക്ഷിച്ചു, എന്നാൽ സഭ അവനുവേണ്ടി ദൈവത്തോട് നിരന്തരം പ്രാർത്ഥന കഴിച്ചുകൊണ്ടിരുന്നു. ഹെരോദാവ് അവനെ പുറത്തുകൊണ്ടുവരാൻ ഭാവിച്ചതിന്റെ ആ രാത്രിയിൽ പത്രൊസ് രണ്ടു പടയാളികളുടെ നടുവിൽ രണ്ടു ചങ്ങലയാൽ ബന്ധിക്കപ്പെട്ടവനായി ഉറങ്ങുകയായിരുന്നു; വാതിലിന്റെ മുമ്പിൽ കാവൽക്കാർ കാരാഗൃഹം കാത്തുകൊണ്ടിരുന്നു. അപ്പോൾ കർത്താവിന്റെ ഒരു ദൂതൻ അവന്റെ അടുക്കൽ നിന്നു, കാരാഗൃഹത്തിൽ ഒരു വെളിച്ചം പ്രകാശിച്ചു; അവൻ പത്രൊസിനെ വിലാപ്പുറത്തു തട്ടി എഴുന്നേല്പിച്ചു: വേഗം എഴുന്നേൽക്ക എന്നു പറഞ്ഞു; ഉടനെ അവന്റെ ചങ്ങലകൾ കൈകളിൽ നിന്നു വീണു പോയി.

ദൂതൻ അവനോടു: അര കെട്ടി ചെരിപ്പു ഇട്ടു മുറുക്കുക എന്നു പറഞ്ഞു; അവൻ അങ്ങനെ തന്നേ ചെയ്തു; അവൻ അവനോടു: നിന്റെ വസ്ത്രം ധരിച്ചു എന്റെ പിന്നാലെ വരിക എന്നു പറഞ്ഞു.
അങ്ങനെ അവൻ പിന്നാലെ ചെന്നു, ദൂതൻ മുഖാന്തരം സംഭവിച്ചതു വാസ്തവം എന്നു അറിയാതെ താൻ ഒരു ദർശനം കാണുന്നു എന്നു നിരൂപിച്ചു.

സന്ദേശം (MSG)
പ്രവൃത്തികൾ 12:5–11 (വ്യക്തതയ്ക്കുള്ള സന്ദർഭം)
പത്രോസ് ജയിലിൽ കനത്ത കാവലിൽ ആയിരുന്ന സമയത്തെല്ലാം, സഭ അവനുവേണ്ടി ഏറ്റവും തീവ്രമായി പ്രാർത്ഥിച്ചു.
പിന്നെ ഹെരോദാവ് അവനെ പരസ്യമായി വിചാരണ ചെയ്യാൻ കൊണ്ടുവരേണ്ട സമയം വന്നു. ആ രാത്രിയിൽ പത്രോസിനെ ഇരുവശത്തുമായി രണ്ട് പടയാളികൾ ബന്ധിച്ചിരിക്കുകയും വാതിൽക്കൽ കാവൽക്കാർ ആ സ്ഥലം നിരീക്ഷിക്കുകയും ചെയ്തിട്ടും പത്രോസ് ഒരു കുഞ്ഞിനെപ്പോലെ ഉറങ്ങി.
പെട്ടെന്ന് ഒരു ദൂതൻ അവന്റെ അരികിൽ പ്രത്യക്ഷപ്പെട്ടു, മുറിയിൽ വെളിച്ചം നിറഞ്ഞു. ദൂതൻ പത്രോസിനെ കുലുക്കി എഴുന്നേൽപ്പിച്ചു. "വേഗം!" അവൻ പറഞ്ഞു.

അവന്റെ കൈത്തണ്ടയിൽ നിന്ന് വിലങ്ങുകൾ വീണു.
ദൂതൻ പറഞ്ഞു, "വസ്ത്രം ധരിക്കൂ. ചെരിപ്പ് ധരിക്കൂ."
പീറ്റർ അത് ചെയ്തു.
"നിന്റെ കോട്ട് തോളിൽ ഇട്ട് എന്റെ പിന്നാലെ വാ."
പത്രോസ് അവനെ പിന്തുടർന്നു, പക്ഷേ അത് യഥാർത്ഥത്തിൽ ഒരു ദൂതനാണെന്ന് വിശ്വസിച്ചില്ല. താൻ കാര്യങ്ങൾ കാണുന്നുണ്ടെന്ന് അവൻ കരുതി.

ലൂക്കോസ് 10:19
പുതിയ കിംഗ് ജെയിംസ് പതിപ്പ് (NKJV)
"ഇതാ, പാമ്പുകളെയും തേളുകളെയും ശത്രുവിന്റെ സകല ശക്തിയെയും ചവിട്ടുവാൻ ഞാൻ നിങ്ങൾക്കു അധികാരം തരുന്നു; ഒന്നും നിങ്ങൾക്കു ഒരിക്കലും ദോഷം വരുത്തുകയും ഇല്ല."

സന്ദേശം (MSG)
ലൂക്കോസ് 10:18–20 (വ്യക്തതയ്ക്കുള്ള സന്ദർഭം)
യേശു പറഞ്ഞു, “എനിക്കറിയാം. സാത്താൻ ആകാശത്തുനിന്നു ഒരു മിന്നൽപ്പിണർ പോലെ വീഴുന്നത് ഞാൻ കണ്ടു.
ഞാൻ നിങ്ങൾക്ക് എന്താണ് തന്നതെന്ന് കണ്ടോ? പാമ്പുകളുടെയും തേളുകളുടെയും മേൽ നടക്കുമ്പോൾ സുരക്ഷിതമായ വഴി,

ശത്രുവിന്റെ എല്ലാ ആക്രമണങ്ങളിൽ നിന്നും സംരക്ഷണം. ഒന്നും നിങ്ങളെ ഉപദ്രവിക്കില്ല. എന്നിരുന്നാലും, മഹത്തായ വിജയം തിന്മയുടെ മേലുള്ള നിങ്ങളുടെ അധികാരത്തിലല്ല, മറിച്ച് ദൈവത്തിന്റെ അധികാരത്തിലും നിങ്ങളോടൊപ്പമുള്ള സാന്നിധ്യത്തിലുമാണ്. നിങ്ങൾ ദൈവത്തിനുവേണ്ടി ചെയ്യുന്നതല്ല, മറിച്ച് ദൈവം നിങ്ങൾക്കുവേണ്ടി ചെയ്യുന്നതാണ് - അതാണ് സന്തോഷിക്കാനുള്ള അജണ്ട.

രാവിലെ 6 മണിക്ക് കർത്താവേ, പത്രോസിനുവേണ്ടി ആത്മാർത്ഥമായി പ്രാർത്ഥിച്ചതുപോലെ, ദൈവരാജ്യത്തിനായി നിയമിക്കപ്പെട്ട എല്ലാ തടവുകാരെയും ചങ്ങലകൾ അഴിച്ചുകളയേണമേ.

രാവിലെ 9 മണിക്ക് ഭയം, ആസക്തി, മന്ത്രവാദം, തെറ്റ്, ആത്മീയ അടിച്ചമർത്തൽ എന്നിവയാൽ തടവിലാക്കപ്പെട്ടവർക്ക് അമാനുഷിക മോചനം ഞാൻ വിധിക്കുന്നു.

ഉച്ചയ്ക്ക് 12 മണിക്ക് മനുഷ്യസഹായം പരാജയപ്പെട്ടുവെന്നും ഇരുട്ട് അത് വിജയിച്ചുവെന്ന് കരുതുന്നതായും തോന്നുന്ന സാഹചര്യങ്ങളിൽ മാലാഖമാരുടെ ഇടപെടൽ ഉണ്ടാകട്ടെ.
3pm ദൈവിക മുന്നേറ്റത്തെ ചെറുക്കുന്ന ഇരുമ്പുകൊണ്ടുള്ള ഓരോ കവാടവും, ദൈവത്തിന്റെ ശക്തിക്കു മുന്നിൽ നിങ്ങളുടെ സ്വന്തം ഇഷ്ടപ്രകാരം തുറക്കപ്പെടും.

വൈകുന്നേരം 6 മണിക്ക് ഞാൻ സർപ്പങ്ങളെയും തേളുകളെയും ശത്രുവിന്റെ സകല ശക്തിയെയും ചവിട്ടിമെതിക്കും; ദൈവകല്പനയെ ഒരു തരത്തിലും മറികടക്കാൻ യാതൊന്നിനും കഴിയില്ല.

രാത്രി 9 മണിക്ക് പിതാവേ, ഉറങ്ങുന്ന വിധികളെ ഉണർത്തി, അങ്ങയുടെ ജനത്തെ അദൃശ്യ തടവറകളിൽ നിന്ന്

സ്വാതന്ത്ര്യത്തിലേക്കും നിയമനത്തിലേക്കും നയിക്കണമേ.

12am എനിക്ക്, എന്റെ കുടുംബത്തിന്, സഭയ്ക്ക് എതിരെ രഹസ്യ സ്ഥലങ്ങളിൽ കെട്ടിച്ചമച്ച എല്ലാ ചങ്ങലകളും ഇപ്പോൾ യേശുവിന്റെ നാമത്തിൽ പൊട്ടിച്ചെറിയപ്പെടുന്നു.

പുലർച്ചെ 3 മണിക്ക് അത്ഭുതകരമായ വിടുതലിന്റെ സാക്ഷ്യം വർദ്ധിക്കട്ടെ, മാലാഖമാരുടെ സഹായ ശുശ്രൂഷയെക്കുറിച്ച് സഭ വീണ്ടും അറിയട്ടെ.

ദിവസം 7 - കാത്തിരിക്കുന്ന ആളുകൾ, കത്തുന്ന വിളക്കുകൾ

തിരുവെഴുത്തുകൾ: ലൂക്കോസ് 2:25-38; സങ്കീർത്തനം 37:7

ലൂക്കോസ് 2:25–38
പുതിയ കിംഗ് ജെയിംസ് പതിപ്പ് (NKJV)
യെരൂശലേമിൽ ശിമ്യോൻ എന്നു പേരുള്ളൊരു മനുഷ്യൻ ഉണ്ടായിരുന്നു; ഈ മനുഷ്യൻ നീതിമാനും ദൈവഭക്തനും യിസ്രായേലിന്റെ ആശ്വാസത്തിനായി കാത്തിരിക്കുന്നവനും ആയിരുന്നു; പരിശുദ്ധാത്മാവും അവന്റെ മേൽ ഉണ്ടായിരുന്നു.
കർത്താവിന്റെ ക്രിസ്തുവിനെ കാണുംമുമ്പെ മരണം കാൺകയില്ല എന്നു പരിശുദ്ധാത്മാവിനാൽ അവന്നു അരുളപ്പാടു ഉണ്ടായിരുന്നു.
അങ്ങനെ അവൻ ആത്മാവിനാൽ ദൈവാലയത്തിൽ ചെന്നു.
ന്യായപ്രമാണത്തിന്റെ ചട്ടപ്രകാരം ചെയ്‌വാൻ അമ്മയപ്പന്മാർ പൈതലിനെ അകത്തു കൊണ്ടുവന്നപ്പോൾ, അവൻ അവനെ കയ്യിൽ എടുത്തു ദൈവത്തെ പുകഴ്ത്തി:

"കർത്താവേ, ഇപ്പോൾ നിന്റെ വചനപ്രകാരം നീ അടിയനെ സമാധാനത്തോടെ വിട്ടയക്കുന്നു ; ജാതികൾക്കു വെളിപ്പെടുവാനുള്ള പ്രകാശവും നിന്റെ ജനമായ യിസ്രായേലിന്റെ മഹത്വവുമായി സകല ജാതികളുടെയും മുമ്പാകെ നീ ഒരുക്കിയിരിക്കുന്ന നിന്റെ രക്ഷയെ എന്റെ കണ്ണു കണ്ടുവല്ലോ."

അവനെക്കുറിച്ചു പറഞ്ഞതിൽ യോസേഫും അമ്മയും ആശ്ചര്യപ്പെട്ടു.

പിന്നെ ശിമ്യോൻ അവരെ അനുഗ്രഹിച്ചു അവന്റെ അമ്മയായ മറിയയോടു: "ഇതാ, ഈ ശിശു യിസ്രായേലിൽ പലരുടെയും വീഴ്ചയ്ക്കും എഴുന്നേൽപ്പിനും മറുത്തുപറയപ്പെടുന്ന ഒരു അടയാളത്തിനും വേണ്ടിയുള്ളതാണ്; അതെ, നിന്റെ സ്വന്തം ആത്മാവിലൂടെ ഒരു വാൾ തുളച്ചുകയറും; അങ്ങനെ അനേക ഹൃദയങ്ങളുടെ വിചാരം വെളിപ്പെടും" എന്നു പറഞ്ഞു.

ആശേർ ഗോത്രത്തിൽ ഫനൂവേലിന്റെ മകളായ ഹന്നാ എന്നൊരു പ്രവാചകി ഉണ്ടായിരുന്നു. അവൾ വളരെ പ്രായം ചെന്നവളായിരുന്നു. കന്യകാത്വം കഴിഞ്ഞ് ഏഴു വർഷം ഭർത്താവിനോടൊപ്പം ജീവിച്ചു. എൺപത്തിനാലു വർഷത്തോളം വിധവയായിരുന്നു അവൾ. ദൈവാലയം വിട്ടുപിരിയാതെ രാവും പകലും ഉപവാസത്തിലും പ്രാർത്ഥനയിലും ദൈവത്തെ സേവിച്ചുപോന്നു.

ആ നാഴികയിൽ അവൾ വന്നു കർത്താവിനെ സ്തുതിച്ചു, യെരൂശലേമിൽ വീണ്ടെടുപ്പിനെ കാത്തിരുന്ന എല്ലാവരോടും അവനെക്കുറിച്ചു പ്രസ്താവിച്ചു.

സന്ദേശം (MSG)
ലൂക്കോസ് 2:25–38 (പ്രവാഹത്തിന്റെ സന്ദർഭോചിത വിവർത്തനം)
അക്കാലത്ത് യെരൂശലേമിൽ ശിമയോൻ എന്നു പേരുള്ള ഒരു മനുഷ്യൻ ഉണ്ടായിരുന്നു.
അവൻ നല്ലവനും പ്രാർത്ഥനാശീലനും യിസ്രായേലിന്റെ സഹായം പ്രതീക്ഷിച്ചിരുന്നവനും ആയിരുന്നു.
പരിശുദ്ധാത്മാവ് അവന്റെ മേൽ ഉണ്ടായിരുന്നു.
മരിക്കുന്നതിനുമുമ്പ് ദൈവത്തിന്റെ മിശിഹായെ കാണുമെന്ന് പരിശുദ്ധാത്മാവ് അവനു കാണിച്ചുകൊടുത്തിരുന്നു.
ആത്മാവിന്റെ വഴിനടത്തിപ്പിലൂടെ അവൻ ദേവാലയത്തിൽ പ്രവേശിച്ചു.
ന്യായപ്രമാണത്തിലെ ആചാരങ്ങൾ അനുഷ്ഠിക്കാൻ യേശു എന്ന ശിശുവിനെ അവന്റെ മാതാപിതാക്കൾ കൊണ്ടുവന്നപ്പോൾ, ശിമയോൻ അവനെ കൈകളിൽ എടുത്ത് ദൈവത്തെ സ്തുതിച്ചു:
"ദൈവമേ, ഇപ്പോൾ അങ്ങയുടെ ദാസനെ മോചിപ്പിക്കാൻ അങ്ങേക്ക് കഴിയും;
അങ്ങ് വാഗ്ദാനം ചെയ്തതുപോലെ എന്നെ സമാധാനത്തോടെ മോചിപ്പിക്കണമേ. എന്റെ

സ്വന്തം കണ്ണുകളാൽ ഞാൻ അങ്ങയുടെ രക്ഷ കണ്ടു: ഇപ്പോൾ അത് എല്ലാവർക്കും കാണാൻ തുറന്നിരിക്കുന്നു - യഹൂദേതര ജനതകൾക്ക് ദൈവത്തെ വെളിപ്പെടുത്തുന്ന വെളിച്ചവും, അങ്ങയുടെ ജനമായ ഇസ്രായേലിന് മഹത്വവും."

യേശുവിന്റെ അച്ഛനും അമ്മയും ഈ വാക്കുകൾ കേട്ട് അത്ഭുതം കൊണ്ട് സ്തബ്ധരായി.

ശിമയോൻ അവരെ അനുഗ്രഹിച്ചുകൊണ്ട് അമ്മയായ മറിയയോട് പറഞ്ഞു:

“ഈ കുട്ടി ഇസ്രായേലിലെ പലരുടെയും പരാജയത്തിന്റെയും വീണ്ടെടുപ്പിന്റെയും അടയാളമാണ്, തെറ്റിദ്ധരിക്കപ്പെട്ടതും പരസ്പരവിരുദ്ധവുമായ ഒരു വ്യക്തി - നിങ്ങളിലൂടെയുള്ള വാൾ പ്രഹരത്തിന്റെ വേദന - എന്നാൽ നിരസിക്കൽ സത്യസന്ധതയെ നിർബന്ധിതമാക്കും, കാരണം അവർ യഥാർത്ഥത്തിൽ ആരാണെന്ന് ദൈവം വെളിപ്പെടുത്തുന്നു.”

ആശേർ ഗോത്രത്തിൽപ്പെട്ട ഫനുവേലിന്റെ മകളായ ഹന്നാ എന്ന പ്രവാചകിയും അവിടെ ഉണ്ടായിരുന്നു. അവൾ ഏഴു വർഷമായി വിവാഹം കഴിച്ചിട്ട് എൺപത്തിനാലു വർഷം വിധവയായിരുന്നു. അവൾ ഇപ്പോൾ വളരെ വൃദ്ധയായിരുന്നു.

അവൾ ദേവാലയാങ്കണം വിട്ടുപോയില്ല, ഉപവാസവും പ്രാർത്ഥനയും കഴിച്ചു രാവും പകലും ആരാധന നടത്തി.

ശിമയോൻ പ്രാർത്ഥിക്കുന്ന സമയത്ത് തന്നെ, അവൾ അവിടെ എത്തി, ദൈവത്തെ സ്തുതിച്ചുകൊണ്ട് ഒരു ഗാനം ആലപിച്ചു, യെരൂശലേമിന്റെ വിമോചനത്തിനായി കാത്തിരുന്ന എല്ലാവരോടും ശിശുവിനെക്കുറിച്ച് സംസാരിച്ചു.

സങ്കീർത്തനങ്ങൾ 37:7
പുതിയ കിംഗ് ജെയിംസ് പതിപ്പ് (NKJV)
കർത്താവിൽ വിശ്രമിച്ചു അവനുവേണ്ടി ക്ഷമയോടെ കാത്തിരിക്കുക;
തന്റെ വഴിയിൽ അഭിവൃദ്ധി പ്രാപിക്കുന്നവനെയും ദുഷ്ടപദ്ധതികൾ നടപ്പിലാക്കുന്നവനെയും കുറിച്ചു നീ മുഷിയരുത്.

സന്ദേശം (MSG)
സങ്കീർത്തനം 37:7–9 (സന്ദർഭ പ്രവാഹം)
ദൈവമുമ്പാകെ നിശബ്ദത പാലിക്കുക,
അവന്റെ മുമ്പാകെ പ്രാർത്ഥനാപൂർവ്വം ഇരിക്കുക.
കൈമുട്ട് ഉപയോഗിച്ച് മുകളിലേക്ക് കയറുന്നവരെ ബുദ്ധിമുട്ടിക്കരുത് .

നിങ്ങളുടെ കോപത്തെ നിയന്ത്രിക്കുക, കോപം ശമിപ്പിക്കുക;
നിങ്ങളുടെ പൈപ്പുകൾ തണുപ്പിക്കുക - അത് കാര്യങ്ങൾ കൂടുതൽ വഷളാക്കുകയേയുള്ളൂ.

താമസിയാതെ തട്ടിപ്പുകാർ പാപ്പരാകും; ദൈവനിക്ഷേപകർ താമസിയാതെ സ്റ്റോർ സ്വന്തമാക്കും.

രാവിലെ 6 മണിക്ക് പിതാവേ, എന്നെ ശിമയോനെയും അന്നയെയും പോലെയും, കാത്തിരിക്കുന്നതിൽ സ്ഥിരതയുള്ളവനും, പ്രതീക്ഷയിൽ നിർമ്മലനും, ഭക്തിയിൽ വിശ്വസ്തനുമാക്കണമേ.

രാവിലെ 9 മണിക്ക് ഞാൻ അസ്വസ്ഥമായ അവിശ്വാസത്തെ തള്ളിക്കളയുന്നു; ക്ഷീണിക്കുകയോ പരാതിപ്പെടുകയോ പിൻവാങ്ങുകയോ ചെയ്യാതെ കർത്താവിനായി കാത്തിരിക്കാനുള്ള കൃപ എനിക്ക് ലഭിക്കുന്നു.

ഉച്ചയ്ക്ക് 12 മണിക്ക് എന്റെ ജീവിതത്തെയും, എന്റെ കുടുംബത്തെയും, നിങ്ങളുടെ സഭയെയും കുറിച്ചുള്ള എല്ലാ വാഗ്ദാനങ്ങളും പ്രത്യക്ഷീകരണ സമയം വരെ സംരക്ഷിക്കപ്പെടട്ടെ.

ഉച്ചകഴിഞ്ഞ് 3 മണിക്ക് കർത്താവേ, ദീർഘനാളായി കാത്തിരുന്ന മദ്ധ്യസ്ഥരെ താങ്ങേണമേ; നീ വാഗ്ദാനം ചെയ്ത ആശ്വാസം അവരുടെ കണ്ണുകൾ കാണട്ടെ.

വൈകുന്നേരം 6 മണിക്ക് ഞാൻ വിധിക്കുന്നു, കാലതാമസം സംശയം ഉണ്ടാക്കരുതെന്നും, പ്രക്രിയ പ്രവചനത്തെ തടസ്സപ്പെടുത്തരുതെന്നും.

രാത്രി 9 മണിക്ക് അകാല കീഴടങ്ങലിന്റെ ഓരോ ആത്മാവും, വിശുദ്ധന്മാരുടെ മേലും ഈ തലമുറയുടെ മേലും ഉള്ള നിങ്ങളുടെ നിയോഗം നഷ്ടപ്പെടുത്തുക.

12am പിതാവേ, രാവും പകലും അന്വേഷിക്കുന്നവർക്ക് നിഷേധിക്കാനാവാത്ത കണ്ടുമുട്ടലുകൾ, പൂർത്തീകരിക്കപ്പെട്ട വാഗ്ദാനങ്ങൾ, പ്രവചന വ്യക്തത എന്നിവയിലൂടെ പ്രതിഫലം നൽകണമേ.

3am ക്ഷമയോടെയുള്ള മധ്യസ്ഥത തുറന്ന സന്ദർശനമായി വളരട്ടെ, കാത്തിരിക്കുന്ന ഗർഭപാത്രങ്ങൾ ദൈവിക ഉദ്ദേശ്യം പുറപ്പെടുവിക്കട്ടെ.

ദിവസം 8 - ഗെത്ത്സെമൻ വിന്യാസം

തിരുവെഴുത്തുകൾ: മത്തായി 26:36-46; മത്തായി 6:10

മത്തായി 26:36-46
പുതിയ രാജാവായ ജെയിംസ് പതിപ്പ്
പൂന്തോട്ടത്തിലെ പ്രാർത്ഥന
36 അനന്തരം യേശു അവരോടുകൂടെ
ഗെത്ത്ശെമന എന്ന സ്ഥലത്തു വന്നു
ശിഷ്യന്മാരോടു: ഞാൻ അവിടെ പോയി
പ്രാർത്ഥിക്കുവോളം ഇവിടെ ഇരിപ്പിൻ എന്നു
പറഞ്ഞു. 37 അവൻ പത്രൊസിനെയും
സെബെദിയുടെ രണ്ടു പുത്രന്മാരെയും
കൂട്ടിക്കൊണ്ടു പോയി; അവൻ ദുഃഖിച്ചും
വ്യാകുലപ്പെട്ടും തുടങ്ങി. 38 പിന്നെ അവരോടു:
എന്റെ ഉള്ളം മരണവേദനപോലെ
അതിദുഃഖിതമായിരിക്കുന്നു; ഇവിടെ
താമസിച്ചു എന്നോടുകൂടെ ഉണർന്നിരിപ്പിൻ
എന്നു പറഞ്ഞു.
39 അവൻ അല്പം മുമ്പോട്ടുചെന്നു
കവിണ്ണുവീണു: "എന്റെ പിതാവേ, കഴിയും
എങ്കിൽ ഈ പാനപാത്രം എങ്കൽ നിന്നു
നീങ്ങിപ്പോകേണമേ; എങ്കിലും ഞാൻ
ഇച്ഛിക്കുംപോലെ അല്ല, നീ *ഇച്ഛിക്കുംപോലെ*
ആകട്ടെ" എന്നു പ്രാർത്ഥിച്ചു.

[40] പിന്നെ അവൻ ശിഷ്യന്മാരുടെ അടുക്കൽ
വന്നു അവർ ഉറങ്ങുന്നതു കണ്ടു
പത്രൊസിനോടു: ഒരു നാഴികപോലും
എന്നോടുകൂടെ ഉണർന്നിരിക്കാൻ നിങ്ങൾക്കു
കഴിഞ്ഞില്ലയോ? [41] പരീക്ഷയിൽ
അകപ്പെടാതിരിപ്പാൻ ഉണർന്നിരുന്നു
പ്രാർത്ഥിപ്പിൻ; ആത്മാവു *ഒരുക്കമുള്ളതു*,
ജഡമോ *ബലഹീനമത്രേ എന്നു* ചോദിച്ചു.
[42] അവൻ രണ്ടാമതും പോയി: എന്റെ
പിതാവേ, ഞാൻ കുടിക്കാതെ ഈ പാനപാത്രം
എന്നിൽ നിന്ന് നീങ്ങിക്കൂടാ എങ്കിൽ, നിന്റെ
ഇഷ്ടം നിറവേറട്ടെ എന്നു പ്രാർത്ഥിച്ചു. 43 അവൻ
വന്നപ്പോൾ അവർ വീണ്ടും ഉറങ്ങുന്നത് കണ്ടു;
കാരണം അവരുടെ കണ്ണുകൾക്ക് ഭാരം ഏറി.
[44] അവൻ അവരെ വിട്ടുപോയി മൂന്നാമതും
പോയി അതേ വാക്കുകൾ പറഞ്ഞു
പ്രാർത്ഥിച്ചു. [45] പിന്നെ അവൻ ശിഷ്യന്മാരുടെ
അടുക്കൽ വന്നു അവരോടു: *നിങ്ങൾ*
ഇപ്പോഴും ഉറങ്ങി വിശ്രമിക്കുന്നുവോ? ഇതാ,
നാഴിക അടുത്തിരിക്കുന്നു; മനുഷ്യപുത്രൻ
പാപികളുടെ കൈകളിൽ ഏല്പിക്കപ്പെടും. [46]
എഴുന്നേൽക്കുവിൻ, നമുക്ക് പോകാം. ഇതാ,
എന്നെ ഒറ്റിക്കൊടുക്കുന്നവൻ
അടുത്തിരിക്കുന്നു എന്നു പറഞ്ഞു.

മത്തായി 26:36-46

സന്ദേശം

[36-38] പിന്നെ യേശു അവരോടൊപ്പം
ഗെത്ത്ശെമന എന്ന തോട്ടത്തിൽ ചെന്ന്

ശിഷ്യന്മാരോട് പറഞ്ഞു: "ഞാൻ അവിടെ
പോയി പ്രാർത്ഥിക്കുന്നതുവരെ ഇവിടെ
താമസിക്കുക." പത്രോസിനെയും
സെബെദിയുടെ രണ്ട് പുത്രന്മാരെയും
കൂട്ടിക്കൊണ്ടുപോയി അവൻ
അതിദുഃഖത്തിൽ മുങ്ങി. പിന്നെ അവൻ
പറഞ്ഞു: "ഈ ദുഃഖം എന്റെ ജീവൻ
തകർക്കുന്നു. ഇവിടെ താമസിച്ച്
എന്നോടൊപ്പം ഉണർന്നിരിക്കുക."
39 അവൻ അല്പം മുമ്പോട്ടു ചെന്നു
കവിണ്ണുവീണു: "എന്റെ പിതാവേ,
എന്തെങ്കിലും വഴിയുണ്ടെങ്കിൽ എന്നെ
ഇതിൽനിന്നു രക്ഷിക്കേണമേ; പക്ഷേ, എന്റെ
ഇഷ്ടംപോലെയല്ല; നീ എന്താണ്
ആഗ്രഹിക്കുന്നത്?" എന്നു പ്രാർത്ഥിച്ചു.
40-41 അവൻ ശിഷ്യന്മാരുടെ അടുക്കൽ
മടങ്ങിവന്നപ്പോൾ അവർ ഉറങ്ങുന്നതായി
കണ്ടു. അവൻ പത്രോസിനോട്: ഒരു മണിക്കൂർ
പോലും എന്നോടുകൂടെ കാത്തിരിക്കാൻ
നിങ്ങൾക്ക് കഴിയില്ലേ? ഉണർന്നിരിക്കുക;
അപകടത്തിലാണെന്ന് അറിയാതെ
പ്രലോഭനത്തിൽ അകപ്പെടാതിരിക്കാൻ
പ്രാർത്ഥിക്കുക. ദൈവത്തിൽ എന്തിനും
തയ്യാറുള്ള ഒരു ഭാഗം നിങ്ങളിലുണ്ട്. എന്നാൽ
തീയുടെ അരികെ ഉറങ്ങുന്ന ഒരു പഴയ
നായയെപ്പോലെ അലസമായ മറ്റൊരു ഭാഗം
നിങ്ങളിലുണ്ട്.
42 പിന്നെ അവൻ രണ്ടാമതും അവരെ
വിട്ടുപോയി: എന്റെ പിതാവേ, ഈ

പാനപാത്രം കുടിക്കാതെ വേറെ
വഴിയില്ലെങ്കിൽ ഞാൻ ഒരുങ്ങിയിരിക്കുന്നു;
നിന്റെ ഇഷ്ടംപോലെ ചെയ്‌വാൻ ഞാൻ
ഒരുങ്ങിയിരിക്കുന്നു എന്നു പ്രാർത്ഥിച്ചു.
43-44 അവൻ തിരിച്ചുവന്നപ്പോൾ അവർ വീണ്ടും
ഉറങ്ങുന്നത് കണ്ടു. അവർക്ക് കണ്ണുതുറക്കാൻ
കഴിഞ്ഞില്ല. ഇത്തവണ അവൻ അവരെ
ഉറങ്ങാൻ അനുവദിച്ചു, മൂന്നാം തവണയും
പ്രാർത്ഥിക്കാൻ മടങ്ങി, അവസാനമായി
ഒരിക്കൽ കൂടി അതേ നിലത്തുകൂടി പോയി.
45-46 അടുത്ത പ്രാവശ്യം അവൻ
തിരിച്ചുവന്നപ്പോൾ, "നിങ്ങൾ ഉറങ്ങി ഒരു
രാത്രി ആഘോഷിക്കാൻ പോകുകയാണോ?
എന്റെ സമയം കഴിഞ്ഞു, മനുഷ്യപുത്രൻ
പാപികളുടെ കൈകളിൽ ഏൽപ്പിക്കപ്പെടുന്നു.
എഴുന്നേൽക്കൂ! നമുക്ക് പോകാം! എന്നെ
ഒറ്റിക്കൊടുക്കുന്നവൻ ഇതാ വന്നിരിക്കുന്നു"
എന്ന് പറഞ്ഞു.

മത്തായി 6:10
പുതിയ രാജാവായ ജെയിംസ് പതിപ്പ്
10 നിന്റെ രാജ്യം വരേണമേ; നിന്റെ ഇഷ്ടം
സ്വർഗ്ഗത്തിലെപ്പോലെ ഭൂമിയിലും ആകേണമേ
.

മത്തായി 6:10-13
സന്ദേശം
7-13 "പ്രാർത്ഥനയെ കുറിച്ച് അജ്ഞരായ
പ്രാർത്ഥനാ യോദ്ധാക്കളെക്കൊണ്ട് ലോകം

നിറഞ്ഞിരിക്കുന്നു. ദൈവത്തിൽ നിന്ന് നിങ്ങൾക്ക് വേണ്ടത് നേടുന്നതിനുള്ള സൂത്രവാക്യങ്ങളും പരിപാടികളും ഉപദേശങ്ങളും, കച്ചവട തന്ത്രങ്ങളും അവർ നിറഞ്ഞിരിക്കുന്നു. ആ അസംബന്ധത്തിൽ വീഴരുത്. നിങ്ങൾ കൈകാര്യം ചെയ്യുന്ന നിങ്ങളുടെ പിതാവാണിത് , നിങ്ങൾക്ക് എന്താണ് വേണ്ടതെന്ന് നിങ്ങളെക്കാൾ നന്നായി അവനറിയാം. ഇതുപോലുള്ള ഒരു ദൈവം നിങ്ങളെ സ്നേഹിക്കുന്നുണ്ടെങ്കിൽ, നിങ്ങൾക്ക് വളരെ ലളിതമായി പ്രാർത്ഥിക്കാം.

ഇതുപോലെ:

സ്വർഗ്ഗസ്ഥനായ ഞങ്ങളുടെ പിതാവേ,
നീ ആരാണെന്ന് വെളിപ്പെടുത്തണമേ.
ലോകത്തെ നേരെയാക്കണമേ; മുകളിൽ പറഞ്ഞതുപോലെ, താഴെ പറഞ്ഞതുപോലെ, ഏറ്റവും നല്ലത് ചെയ്യണമേ. മൂന്ന് നേരം ഭക്ഷണം നൽകി ഞങ്ങളെ ജീവനോടെ നിലനിർത്തണമേ. നിന്നോടൊപ്പം ഞങ്ങളോട് ക്ഷമിക്കുകയും മറ്റുള്ളവരോട് ക്ഷമിക്കുകയും ചെയ്യണമേ. നമ്മളിൽ നിന്നും പിശാചിൽ നിന്നും ഞങ്ങളെ സുരക്ഷിതരാക്കണമേ. നീയാണ് ചുമതലക്കാരൻ! നിനക്ക് ഇഷ്ടമുള്ളതെന്തും ചെയ്യാം! നീ സൗന്ദര്യത്തിൽ ജ്വലിക്കുന്നു! അതെ. അതെ. അതെ.

രാവിലെ 6 മണിക്ക് പിതാവേ, ഈ തന്ത്രപരമായ സീസണിൽ ഞങ്ങളുടെ ഇഷ്ടമല്ല, നിന്റെ ഇഷ്ടം ഞങ്ങളിലും, ഞങ്ങളിലൂടെയും, നിന്റെ സഭയിലൂടെയും നിറവേറട്ടെ.

രാവിലെ 9 മണിക്ക് കർത്താവിന്റെ ആലോചന പരമോന്നതമായി നിലകൊള്ളുന്നതുവരെ എല്ലാ ജഡിക പദ്ധതികളും യാഗപീഠത്തിൽ മരിക്കട്ടെ.

ഉച്ചയ്ക്ക് 12 മണിക്ക് ദുഃഖം, സമ്മർദ്ദം, പ്രതിരോധം എന്നിവയിലൂടെ അനുസരണം ഉപേക്ഷിക്കാതെ പ്രാർത്ഥിക്കാനുള്ള ശക്തി എനിക്ക് ലഭിക്കുന്നു.

3pm നിന്നിൽ നിന്നല്ലാത്ത കഷ്ടതയുടെ ഓരോ പാനപാത്രവും കടന്നുപോകട്ടെ; നിന്നിൽ നിന്നുള്ള ഓരോ നിയമനവും, അത് നിറവേറ്റാൻ കൃപ നൽകപ്പെടട്ടെ.

വൈകുന്നേരം 6 മണിക്ക് കർത്താവേ, ഞങ്ങളുടെ ആഗ്രഹങ്ങളെയും തീരുമാനങ്ങളെയും പ്രഖ്യാപനങ്ങളെയും സ്വർഗ്ഗത്തിന്റെ മാതൃകയുമായി വിന്യസിക്കണമേ.

രാത്രി 9 മണിക്ക് കീഴടങ്ങൽ, വിശുദ്ധി, വിലയേറിയ അനുസരണം എന്നിവയ്ക്കെതിരെ പോരാടുന്ന എല്ലാ ജഡശബ്ദങ്ങളെയും ഞാൻ നിശബ്ദമാക്കുന്നു.

12am, ഉറച്ച സമർപ്പണത്തോടെയും അപ്രതിരോധ്യമായ ദൃഢനിശ്ചയത്തോടെയും സഭ ഗെത്ത്സെമനയിൽ നിന്ന് പുറത്തുവരട്ടെ.

പുലർച്ചെ 3 മണിക്ക് പിതാവേ, പ്രാർത്ഥന അങ്ങയുടെ നിത്യ ലക്ഷ്യവുമായി യോജിപ്പിൽ ആകുന്നതുവരെ എന്നെ വഴങ്ങുന്ന സ്നാനപ്പെടുത്തണമേ .

ദിവസം 9 - വിടവിൽ മോശ

തിരുവെഴുത്തുകൾ: പുറപ്പാട് 32:11-14;
പുറപ്പാട് 32:30-33

പുറപ്പാട് 32:11-14
പുതിയ രാജാവായ ജെയിംസ് പതിപ്പ്
11 അപ്പോൾ മോശെ തന്റെ ദൈവമായ
യഹോവയോട് അപേക്ഷിച്ചു : " കർത്താവേ,
നീ മഹാശക്തികൊണ്ടും ബലമുള്ള
കൈകൊണ്ടും മിസ്രയീംദേശത്തുനിന്നു
കൊണ്ടുവന്ന നിന്റെ ജനത്തിന്നു
വിരോധമായി നിന്റെ കോപം ജ്വലിക്കുന്നതു
എന്തു? 12 മിസ്രയീമ്യർ : അവരെ ഉപദ്രവിപ്പാനും
മലകളിൽവെച്ചു കൊല്ലുവാനും
ഭൂമുഖത്തുനിന്നു അവരെ നശിപ്പിക്കുവാനും
അവൻ അവരെ കൊണ്ടുവന്നു എന്നു
പറയുന്നതെന്തിന്നു? നിന്റെ ഉഗ്രകോപം
വിട്ടുതിരിഞ്ഞു നിന്റെ ജനത്തിന്നു വന്ന ഈ
ദോഷത്തെക്കുറിച്ചു അനുതപിക്കേണമേ. 13
നിന്റെ ദാസന്മാരായ അബ്രാഹാമിനെയും യിസ്ഹാക്കിനെയും
യിസ്രായേലിനെയും ഓർക്കേണമേ; നീ നിന്നെക്കൊണ്ടു തന്നേ സത്യം ചെയ്തു;
നിന്റെ സന്തതിയെ ആകാശത്തിലെ
നക്ഷത്രങ്ങളെപ്പോലെ വർദ്ധിപ്പിക്കും എന്നു
അവരോടു അരുളിച്ചെയ്തിരിക്കുന്നു; ഞാൻ
അരുളിച്ചെയ്ത ഈ ദേശം ഒക്കെയും ഞാൻ
നിങ്ങളുടെ സന്തതികൾക്കു കൊടുക്കും; അവർ
അതിനെ എന്നേക്കും അവകാശമാക്കും. 14

അപ്പോൾ യഹോവ തന്റെ ജനത്തിന്നു
വരുത്തും എന്നു കല്പിച്ച
അനർത്ഥത്തെക്കുറിച്ചു അനുതപിച്ചു.

പുറപ്പാട് 32:11-14
സന്ദേശം
11-13 മോശെ തന്റെ ദൈവത്തെ ശാന്തനാക്കാൻ
ശ്രമിച്ചു. അവൻ പറഞ്ഞു, "ദൈവമേ, നിന്റെ
ജനത്തോടുള്ള കോപം നഷ്ടപ്പെടുന്നത്
എന്തുകൊണ്ട്? ശക്തിയുടെയും
ശക്തിയുടെയും ഒരു വലിയ പ്രകടനത്തിലൂടെ
നീ അവരെ ഈജിപ്തിൽ നിന്ന് കൊണ്ടുവന്നത്
എന്തുകൊണ്ടാണ്? 'അവൻ അവരെ
കൊണ്ടുവന്നത് അവർക്കുവേണ്ടിയായിരുന്നു
- പർവതങ്ങളിൽ വെച്ച് അവരെ കൊല്ലാനും
ഭൂമിയുടെ മുഖത്ത് നിന്ന് അവരെ
തുടച്ചുനീക്കാനും വേണ്ടി അവൻ അവരെ
കൊണ്ടുവന്നു' എന്ന് ഈജിപ്തുകാർ
പറയാൻ അനുവദിച്ചത് എന്തുകൊണ്ടാണ്.
നിന്റെ കോപം നിർത്തൂ. നിന്റെ
ജനത്തിനെതിരെ തിന്മ
വരുത്തുന്നതിനെക്കുറിച്ച് രണ്ടുതവണ
ചിന്തിക്കൂ! 'ആകാശത്തിലെ
നക്ഷത്രങ്ങളെപ്പോലെ ഞാൻ നിങ്ങൾക്ക്
അനേകം മക്കളെ തരും, ഈ ദേശം നിങ്ങളുടെ
മക്കൾക്ക് അവരുടെ ദേശമായി എന്നേക്കും
നൽകും' എന്ന് നീ വാക്ക് നൽകിയ നിന്റെ
ദാസന്മാരായ അബ്രഹാമിനെയും

യിസ്ഹാക്കിനെയും ഇസ്രായേലിനെയും
കുറിച്ച് ചിന്തിക്കുക.
14 ദൈവം രണ്ടുതവണ ചിന്തിച്ചു, തന്റെ
ജനത്തിനെതിരെ താൻ ഭീഷണിപ്പെടുത്തിയ
തിന്മ ചെയ്യരുതെന്ന് അവൻ തീരുമാനിച്ചു.

പുറപ്പാട് 32:30-33
പുതിയ രാജാവായ ജെയിംസ് പതിപ്പ്
30 പിറ്റേന്ന് മോശെ ജനത്തോട്: "നിങ്ങൾ ഒരു
മഹാപാപം ചെയ്തിരിക്കുന്നു; ഇപ്പോൾ
ഞാൻ യഹോവയുടെ അടുക്കൽ
കയറിച്ചെല്ലും; ഒരുപക്ഷേ നിങ്ങളുടെ
പാപത്തിന് പ്രായശ്ചിത്തം വരുത്തുവാൻ
എനിക്കു കഴിയും" എന്നു പറഞ്ഞു. 31 പിന്നെ
മോശെ യഹോവയുടെ അടുക്കൽ മടങ്ങിവന്നു:
"അയ്യോ, ഈ ജനം ഒരു മഹാപാപം ചെയ്തു,
തങ്ങൾക്കു വേണ്ടി സ്വർണ്ണംകൊണ്ടു ഒരു
ദൈവത്തെ ഉണ്ടാക്കിയിരിക്കുന്നു! 32 എങ്കിലും
നീ അവരുടെ പാപം ക്ഷമിച്ചാൽ മതി;
അല്ലെങ്കിൽ നീ എഴുതിയ നിന്റെ
പുസ്തകത്തിൽനിന്നു എന്റെ വാക്കുകൾ
മായിച്ചുകളയേണമേ."
33 യഹോവ മോശെയോടു: എനിക്കു
വിരോധമായി പാപം ചെയ്തവന്റെ പേർ
ഞാൻ എന്റെ പുസ്തകത്തിൽനിന്നു
മായിച്ചുകളയും.

പുറപ്പാട് 32:30-34
സന്ദേശം

30 പിറ്റേന്ന് മോശെ ജനത്തോട്: "നിങ്ങൾ ഒരു
മഹാപാപം ചെയ്തിരിക്കുന്നു! എന്നാൽ
ഞാൻ ദൈവത്തിന്റെ അടുക്കൽ
കയറിച്ചെല്ലുന്നു; ഒരുപക്ഷേ നിങ്ങളുടെ പാപം
മോചിപ്പിക്കാൻ എനിക്കു കഴിഞ്ഞേക്കും"
എന്ന് പറഞ്ഞു.
31-32 മോശെ ദൈവത്തിങ്കലേക്കു മടങ്ങിവന്നു
പറഞ്ഞു, "ഇത് ഭയങ്കര പാപമാണ്. ഈ ജനം
പാപം ചെയ്തു - ഇത് ഒരു വലിയ പാപമാണ്!
അവർ സ്വർണ്ണം കൊണ്ട് ദൈവങ്ങളെ
ഉണ്ടാക്കി. ഇപ്പോൾ, നീ അവരുടെ പാപം
ക്ഷമിക്കുമെങ്കിൽ . . . . . അല്ലെങ്കിൽ, നീ
എഴുതിയ പുസ്തകത്തിൽ നിന്ന് എന്നെ
മായ്ച്ചുകളയുക.
33-34 ദൈവം മോശയോട് പറഞ്ഞു,
"എനിക്കെതിരെ പാപം ചെയ്യുന്നവരുടെ പേര്
മാത്രമേ ഞാൻ എന്റെ പുസ്തകത്തിൽ നിന്ന്
മായ്ച്ചുകളയുകയുള്ളൂ. ഇപ്പോൾ, നീ പോയി
ഞാൻ നിന്നോട് പറഞ്ഞ സ്ഥലത്തേക്ക് ജനത്തെ
നയിക്കുക. ഇതാ, എന്റെ ദൂതൻ നിന്റെ
മുമ്പിൽ പോകുന്നു. എന്നാൽ ഞാൻ കണക്കു
തീർക്കുന്ന ദിവസം അവരുടെ പാപങ്ങൾ
തീർച്ചയായും ഒത്തുതീർപ്പിന്റെ ഭാഗമാകും."

രാവിലെ 6 മണിക്ക് കർത്താവേ, നിന്റെ ഉടമ്പടിയുടെയും നാമത്തിന്റെയും വീണ്ടെടുപ്പിന്റെ ഉദ്ദേശ്യത്തിന്റെയും അടിസ്ഥാനത്തിൽ മാധ്യസ്ഥ്യം വഹിക്കാൻ എന്നെ പഠിപ്പിക്കണമേ .

രാവിലെ 9 മണിക്ക് എന്റെ കുടുംബത്തിനും, എന്റെ നഗരത്തിനും, സഭയ്ക്കും വേണ്ടി ഞാൻ വിടവിൽ നിന്ന്, ന്യായവിധി അർഹിക്കുന്നിടത്ത് കരുണയ്ക്കായി അപേക്ഷിക്കുന്നു.

ഉച്ചയ്ക്ക് 12 മണിക്ക് കരുണയാൽ കോപം ശമിപ്പിക്കപ്പെടട്ടെ, അനുതാപം നമ്മുടെ നാട്ടിൽ പുനഃസ്ഥാപനത്തിനുള്ള വാതിൽ തുറക്കട്ടെ.

3pm പിതാവേ, അങ്ങയുടെ വാഗ്ദാനങ്ങൾ ഓർക്കണമേ, ദൈവിക വീണ്ടെടുക്കലിനായി അടയാളപ്പെടുത്തിയ സ്ഥലങ്ങളിൽ ഉടമ്പടി നാശത്തെ മറികടക്കട്ടെ.

വൈകുന്നേരം 6 മണിക്ക് ഞാൻ നിങ്ങളുടെ മുമ്പിലുള്ള ആളുകളുമായി താദാത്മ്യം പ്രാപിക്കുന്നു; ഞാൻ സ്വാർത്ഥ ആത്മീയതയെ നിരസിക്കുകയും ഒരു കൂട്ടായ ഭാരം ഏറ്റെടുക്കുകയും ചെയ്യുന്നു.

രാത്രി 9 മണിക്ക് ഒരു ജനതയ്ക്ക് തിരിച്ചുവരാൻ കഴിയാത്തത്ര നഷ്ടപ്പെട്ടു എന്ന

ആരോപണങ്ങളെല്ലാം ദൈവത്തിന്റെ കാരുണ്യത്താൽ നിശബ്ദമാക്കപ്പെടും.

12am കർത്താവേ, ജാതികളുടെ ഇടയിൽ നിന്റെ സാക്ഷ്യം കാത്തുസൂക്ഷിക്കണമേ; നിന്റെ വീര്യപ്രവൃത്തികൾ നിന്റെ വിശ്വസ്തതയെ വീണ്ടും വെളിപ്പെടുത്തട്ടെ.

പുലർച്ചെ 3 മണിക്ക് മുഴുവൻ സമൂഹങ്ങളെയും ഒഴിവാക്കുന്നതുവരെ വാദിക്കാനും, സ്ഥിരോത്സാഹം കാണിക്കാനും, വിജയിപ്പിക്കാനും കഴിയുന്ന മധ്യസ്ഥരെ ഈ മണിക്കൂറിൽ ഉയർത്തുക.

ദിവസം 10 - സാന്നിധ്യം, പ്രീതി, വ്യത്യാസം

തിരുവെഴുത്തുകൾ: പുറപ്പാട് 33:13-16;
എബ്രായർ 4:14-16

പുറപ്പാട് 33:13-16
പുതിയ രാജാവായ ജെയിംസ് പതിപ്പ്
13 ആകയാൽ നിന്റെ സന്നിധിയിൽ എന്നോടു
കൃപയുണ്ടെങ്കിൽ നിന്റെ വഴി എന്നെ
അറിയിക്കേണമേ; അങ്ങനെ ഞാൻ നിന്നെ
അറിയുകയും നിന്റെ സന്നിധിയിൽ എന്നോടു
കൃപയുണ്ടാകയും ചെയ്യും. ഈ ജാതി നിന്റെ
ജനം എന്നു ഓർക്കേണമേ എന്നു *പറഞ്ഞു*.
14 അതിന്നു അവൻ: എന്റെ സാന്നിദ്ധ്യം *നിന്നോടുകൂടെ*
പോരും ; ഞാൻ നിനക്കു സ്വസ്ഥത നല്കും
എന്നു അരുളിച്ചെയ്തു.
15 അവൻ അവനോടു: നിന്റെ സാന്നിദ്ധ്യം *ഞങ്ങളോടുകൂടെ*
പോരുന്നില്ലെങ്കിൽ , ഞങ്ങളെ ഇവിടെനിന്നു
പുറപ്പെടുവിക്കരുതേ. 16 നീ ഞങ്ങളോടുകൂടെ
പോരുന്നില്ലെങ്കിൽ, നിന്റെ ജനത്തിന്നും
എനിക്കും നിന്റെ മുമ്പാകെ കൃപ
ലഭിച്ചിരിക്കുന്നു എന്നു എങ്ങനെ അറിയും?
അങ്ങനെ ഭൂതലത്തിലുള്ള
സകലജാതികളിൽനിന്നും *ഞാനും* നിന്റെ
ജനവും വേർപെട്ടിരിക്കും എന്നു പറഞ്ഞു.

പുറപ്പാട് 33:13-16

സന്ദേശം

12-13 മോശ ദൈവത്തോട് പറഞ്ഞു, “നോക്കൂ, 'ഈ
ജനത്തെ നയിക്കുക' എന്ന് നീ എന്നോട്
പറയുന്നു, പക്ഷേ ആരെയാണ് എന്നോടൊപ്പം
അയയ്ക്കേണ്ടതെന്ന് നീ എന്നെ
അറിയിക്കുന്നില്ല. 'എനിക്ക് നിന്നെ നന്നായി
അറിയാം, നീ എനിക്ക് പ്രിയപ്പെട്ടവനാണ്'
എന്ന് നീ എന്നോട് പറയുന്നു. ഞാൻ നിനക്ക്
വളരെ പ്രിയപ്പെട്ടവനാണെങ്കിൽ, നിന്റെ
പദ്ധതികളിൽ എന്നെ ഉൾപ്പെടുത്തുക.
അങ്ങനെ, ഞാൻ നിനക്ക് പ്രത്യേകമായി
തുടരും. മറക്കരുത്, ഇത് *നിന്റെ* ജനമാണ്,
നിന്റെ ഉത്തരവാദിത്തമാണ്.”
14 ദൈവം പറഞ്ഞു, “എന്റെ സാന്നിധ്യം
നിങ്ങളോടൊപ്പം പോകും. അവസാനം
വരെയുള്ള യാത്ര ഞാൻ കാണും.”
15-16 മോശ പറഞ്ഞു, “നിന്റെ സാന്നിധ്യം ഇവിടെ നേതൃത്വം നൽകുന്നില്ലെങ്കിൽ,
ഈ യാത്ര ഇപ്പോൾ തന്നെ നിർത്തുക. നീ എന്നോടൊപ്പം, എന്നോടും നിന്റെ
ജനത്തോടും കൂടെ ഉണ്ടെന്ന് എങ്ങനെ അറിയും? നീ ഞങ്ങളോടൊപ്പം യാത്ര
ചെയ്യുന്നുണ്ടോ ഇല്ലയോ? ഈ ഭൂമിയിലെ മറ്റെല്ലാ
ആളുകളിലും, ഞാനും നിന്റെ ജനവും,
ഞങ്ങൾ പ്രത്യേകതയുള്ളവരാണെന്ന്
എങ്ങനെ അറിയും ?”

എബ്രായർ 4:14-16

പുതിയ രാജാവായ ജെയിംസ് പതിപ്പ്

നമ്മുടെ കരുണാമയനായ മഹാപുരോഹിതൻ

14 **ആകയാൽ ദൈവപുത്രനായ യേശു
ആകാശത്തിൽകൂടി കടന്നുപോയോരു
ശ്രേഷ്ഠമഹാപുരോഹിതൻ
നമുക്കുള്ളതുകൊണ്ടു,** ***നമ്മുടെ*** **സ്വീകാരം
മുറുകെപ്പിടിച്ചുകൊൾക.** 15 നമ്മുടെ ബലഹീനതകളിൽ
സഹതാപം തോന്നാത്തവനും, ***എല്ലാത്തിലും നമ്മെപ്പോലെ***
**പരീക്ഷിക്കപ്പെട്ടവനുമായ ഒരു
മഹാപുരോഹിതൻ നമുക്കില്ല**
. ***പാപമില്ലാത്തവരായിത്തീർന്നിട്ടും*** . 16
**അതുകൊണ്ട് കരുണ ലഭിക്കുന്നതിനും
ആവശ്യസമയത്ത് സഹായത്തിനുള്ള കൃപ
കണ്ടെത്തുന്നതിനുമായി നമുക്ക്
ധൈര്യത്തോടെ കൃപാസനത്തിലേക്ക് വരാം.**

എബ്രായർ 4:14-16

സന്ദേശം

**വേദനകൊണ്ട് നിലവിളിച്ച
മഹാപുരോഹിതൻ**

14-16 ഇപ്പോൾ നമുക്കുള്ളത് എന്താണെന്ന് നമുക്കറിയാം - ദൈവത്തിലേക്ക് എളുപ്പത്തിൽ പ്രവേശിക്കാൻ കഴിയുന്ന ഈ മഹാനായ മഹാപുരോഹിതനായ യേശു - അത് നമ്മുടെ വിരലുകളിലൂടെ വഴുതിപ്പോകാൻ അനുവദിക്കരുത്. നമ്മുടെ യാഥാർത്ഥ്യവുമായി ബന്ധമില്ലാത്ത ഒരു പുരോഹിതൻ നമുക്കില്ല. ബലഹീനതയിലൂടെയും പരീക്ഷണങ്ങളിലൂടെയും അദ്ദേഹം കടന്നുപോയി, എല്ലാം അനുഭവിച്ചു - പാപം

ഒഴികെ. അതിനാൽ നമുക്ക് അവന്റെ അടുത്തേക്ക് നടന്ന് അവൻ നൽകാൻ തയ്യാറായത് നേടാം. കരുണ സ്വീകരിക്കുക, സഹായം സ്വീകരിക്കുക.

രാവിലെ 6 മണിക്ക് പിതാവേ, നിന്റെ സാന്നിധ്യം ഞങ്ങളോടൊപ്പം പോകുന്നില്ലെങ്കിൽ, ഞങ്ങൾ അനങ്ങാതിരിക്കട്ടെ; മനുഷ്യശക്തികൊണ്ടല്ല, നിന്റെ സാമീപ്യംകൊണ്ടു ഞങ്ങളെ അടയാളപ്പെടുത്തണമേ.

രാവിലെ 9 മണിക്ക് എനിക്കും സഭയ്ക്കും ജനതകൾക്കും ഈ ആവശ്യസമയത്ത് സഹായിക്കാൻ എനിക്ക് കരുണ ലഭിക്കുകയും കൃപ കണ്ടെത്തുകയും ചെയ്യുന്നു.

ഉച്ചയ്ക്ക് 12 മണിക്ക് ദൈവിക സാന്നിധ്യം എല്ലാ വ്യാജ വ്യവസ്ഥിതിയിൽ നിന്നും ശക്തിയില്ലാത്ത മതത്തിൽ നിന്നും നിന്റെ ജനത്തെ വേർതിരിച്ചറിയട്ടെ.

3pm ശുശ്രൂഷയിലും വ്യക്തിജീവിതത്തിലും ദൈവസാന്നിധ്യത്തിനു പകരമുള്ള എല്ലാവരെയും തുറന്നുകാട്ടുകയും നീക്കം ചെയ്യുകയും ചെയ്യുക.

വൈകുന്നേരം 6 മണിക്ക് കർത്താവേ, ഞങ്ങൾ നിന്നെ അറിയാനും നിന്റെ മുമ്പാകെ കൃപയിൽ നടക്കാനും നിന്റെ വഴികൾ ഞങ്ങൾക്ക് കാണിച്ചുതരേണമേ.

രാത്രി 9 മണിക്ക് ദൈവവുമായുള്ള കൂട്ടായ്മ ശേഷിപ്പിന്റെ ശക്തിയും സൗന്ദര്യവും

പ്രതിരോധവുമായി മാറുമെന്ന് ഞാൻ വിധിക്കുന്നു.

12am വീടുകളുടെയും പള്ളികളുടെയും പ്രദേശങ്ങളുടെയും അന്തരീക്ഷം മാറട്ടെ, കാരണം നിന്റെ സാന്നിധ്യം അവിടെ സ്ഥിരതാമസമാക്കിയിരിക്കുന്നു.

പുലർച്ചെ 3 മണിക്ക് പിതാവേ, അന്ധകാരത്തെ അകറ്റി നീതിയുള്ള വ്യത്യാസം സ്ഥാപിക്കുന്ന വിശുദ്ധ സാന്നിധ്യത്തിന്റെ വാഹകരാക്കണമേ.

ദിവസം 11 - പള്ളി പർവ്വതം: പരിശുദ്ധിയും അഗ്നിയും

തിരുവെഴുത്തുകൾ: 2 ദിനവൃത്താന്തം 7:13-16; എഫെസ്യർ 6:10-18

ദിനവൃത്താന്തം 2 7:13-16
പുതിയ രാജാവായ ജെയിംസ് പതിപ്പ്
13 ഞാൻ ആകാശം അടച്ചുപൂട്ടി മഴ
പെയ്യാതിരിക്കുമ്പോൾ, അല്ലെങ്കിൽ ദേശത്തെ
വിഴുങ്ങാൻ വെട്ടുക്കിളികളോട്
കല്പിക്കുമ്പോൾ, അല്ലെങ്കിൽ എന്റെ
ജനത്തിന്റെ ഇടയിൽ മഹാമാരി
അയയ്ക്കുമ്പോൾ, 14 എന്റെ നാമം
വിളിക്കപ്പെട്ട എന്റെ ജനം തങ്ങളെത്തന്നെ
താഴ്ത്തി പ്രാർത്ഥിച്ച് എന്റെ മുഖം
അന്വേഷിച്ച് അവരുടെ ദുഷ്ടവഴികളിൽ നിന്ന്
തിരിയുമ്പോൾ, ഞാൻ സ്വർഗ്ഗത്തിൽ നിന്ന് കേട്ട്
അവരുടെ പാപം ക്ഷമിച്ച് അവരുടെ ദേശത്തെ
സുഖപ്പെടുത്തും. 15 ഇപ്പോൾ എന്റെ കണ്ണുകൾ
തുറന്നിരിക്കും, എന്റെ ചെവി ഈ സ്ഥലത്തു
നടത്തുന്ന പ്രാർത്ഥനയ്ക്ക് ശ്രദ്ധയുള്ളതായിരിക്കും . 16
എന്റെ നാമം എന്നേക്കും അവിടെ
ഇരിക്കേണ്ടതിന് ഞാൻ ഇപ്പോൾ ഈ ആലയം
തിരഞ്ഞെടുത്ത് വിശുദ്ധീകരിച്ചിരിക്കുന്നു , എന്റെ കണ്ണും എന്റെ
ഹൃദയവും എപ്പോഴും അവിടെ ഇരിക്കും.

എഫെസ്യർ 6:10-18
പുതിയ രാജാവായ ജെയിംസ് പതിപ്പ്
ദൈവത്തിന്റെ സർവ്വായുധവർഗ്ഗം
10 ഒടുവിൽ, എന്റെ സഹോദരന്മാരേ,
കർത്താവിലും അവന്റെ ശക്തിയുടെ
ശക്തിയിലും ശക്തിപ്പെടുവിൻ. 11 പിശാചിന്റെ
തന്ത്രങ്ങളെ എതിർത്തുനില്പാൻ കഴിയേണ്ടതിന്നു
ദൈവത്തിന്റെ സർവ്വായുധവർഗ്ഗം
ധരിച്ചുകൊൾവിൻ . 12 നാം
മാംസരക്തങ്ങളോടല്ല, വാഴ്ചകളോടും
അധികാരങ്ങളോടും ഈ യുഗത്തിലെ
അന്ധകാരത്തിന്റെ ഭരണാധികാരികളോടും സ്വർഗ്ഗീയ
സ്ഥലങ്ങളിലെ ദുഷ്ടാത്മസേനയോടും *പോരാടുന്നു* . 13
അതുകൊണ്ടു നിങ്ങൾ ദുർദ്ദിവസത്തിൽ
എതിർപ്പാനും സകലവും ചെയ്തുകഴിഞ്ഞാൽ
ഉറെച്ചു നില്പാനും കഴിയേണ്ടതിന്നു
ദൈവത്തിന്റെ സർവ്വായുധവർഗ്ഗം
എടുത്തുകൊൾവിൻ.
14 അതുകൊണ്ട് സത്യം കൊണ്ട് അര കെട്ടി,
നീതി എന്ന കവചം ധരിച്ച്, 15 സമാധാന
സുവിശേഷത്തിനായുള്ള ഒരുക്കം കാലിനു
ചെരിപ്പാക്കി, 16 എല്ലാറ്റിനുമുപരി, ദുഷ്ടന്റെ
തീയമ്പുകളെയെല്ലാം കെടുത്തിക്കളയാൻ
നിങ്ങൾക്ക് കഴിയുന്ന വിശ്വാസം എന്ന പരിച
എടുത്തുകൊണ്ട്, 17 രക്ഷ എന്ന ശിരസ്ത്രവും
ദൈവവചനം എന്ന ആത്മാവിന്റെ വാളും
കൈക്കൊള്ളുവിൻ. 18 ആത്മാവിൽ എല്ലാ
പ്രാർത്ഥനയോടും യാചനയോടും കൂടെ

എപ്പോഴും പ്രാർത്ഥിക്കുവിൻ; എല്ലാ
വിശുദ്ധന്മാർക്കും വേണ്ടി എല്ലാ
സ്ഥിരോത്സാഹത്തോടും യാചനയോടും കൂടെ
എപ്പോഴും ജാഗരൂകരായിരിക്കുവിൻ .

ദിനവൃത്താന്തം 2 7:13-18
സന്ദേശം
12-18 ആ രാത്രിയിൽ തന്നെ ദൈവം സോളമനു
പ്രത്യക്ഷനായി പറഞ്ഞു, "ഞാൻ നിങ്ങളുടെ
പ്രാർത്ഥന സ്വീകരിക്കുന്നു; അതെ, ഈ സ്ഥലം
ഒരു യാഗത്തിനുള്ള ക്ഷേത്രമായും
ആരാധനാലയമായും ഞാൻ
തിരഞ്ഞെടുത്തിരിക്കുന്നു.
ആകാശത്തുനിന്നുള്ള മഴയുടെ വിതരണം
ഞാൻ നിർത്തുകയോ വെട്ടുക്കിളികളോട്
വിളകൾ തിന്നാൻ കൽപ്പിക്കുകയോ എന്റെ
ജനത്തിന്മേൽ ഒരു മഹാമാരി
അയയ്ക്കുകയോ ചെയ്താൽ, എന്റെ
ജനമായ എന്റെ ദൈവം നിർവചിച്ച
ആളുകൾ സ്വയം താഴ്ത്തി,
പ്രാർത്ഥിക്കുകയും, എന്റെ സാന്നിധ്യം
തേടുകയും, അവരുടെ ദുഷ്ട ജീവിതത്തിന്
പുറംതിരിഞ്ഞുനിൽക്കുകയും ചെയ്താൽ,
ഞാൻ നിങ്ങൾക്കായി അവിടെ
തയ്യാറായിരിക്കും: ഞാൻ സ്വർഗ്ഗത്തിൽ നിന്ന്
കേൾക്കുകയും, അവരുടെ പാപങ്ങൾ
ക്ഷമിക്കുകയും, അവരുടെ ദേശത്തെ
ആരോഗ്യത്തിലേക്ക് പുനഃസ്ഥാപിക്കുകയും
ചെയ്യും. ഇനി മുതൽ ഈ സ്ഥലത്ത്

അർപ്പിക്കുന്ന പ്രാർത്ഥനകൾക്കായി ഞാൻ രാവും പകലും ജാഗരൂകനാണ്. എന്നെ വിശ്വസിക്കൂ, നിങ്ങൾ പണിത ഈ ആലയം ഞാൻ തിരഞ്ഞെടുത്ത് വിശുദ്ധീകരിച്ചിരിക്കുന്നു: എന്റെ നാമം അതിൽ എന്നേക്കും മുദ്രയിട്ടിരിക്കുന്നു; എന്റെ കണ്ണുകൾ അതിൽ ഉണ്ട്, എന്റെ ഹൃദയം എപ്പോഴും അതിൽ ഉണ്ട്. നിങ്ങളുടെ പിതാവായ ദാവീദ് ജീവിച്ചതുപോലെ നിങ്ങൾ എന്റെ സാന്നിധ്യത്തിൽ, ഹൃദയശുദ്ധിയിലും പ്രവൃത്തിയിലും, ഞാൻ നിങ്ങൾക്കായി നിശ്ചയിച്ച ജീവിതം നയിക്കുന്നുവെങ്കിൽ, എന്റെ മാർഗനിർദേശങ്ങൾക്കും വിധികൾക്കും ശ്രദ്ധയോടെ അനുസരിക്കുന്നുവെങ്കിൽ, ഞാൻ നിങ്ങളുടെ രാജകീയ ഭരണത്തെ പിന്തുണയ്ക്കും. യിസ്രായേലേ, ഉറപ്പുള്ള ഒരു അടിസ്ഥാനത്തിന്മേൽ അതിനെ ഉറപ്പിക്ക. നിന്റെ പിതാവായ ദാവീദിനോടു ഞാൻ നിനക്കും നൽകുന്ന അതേ ഉടമ്പടിയുടെ ഉറപ്പ്, അതായത്, 'യിസ്രായേലിന്റെ സിംഹാസനത്തിൽ നിനക്ക് എപ്പോഴും ഒരു സന്തതി ഉണ്ടായിരിക്കും' എന്നതാണ്.

എഫെസ്യർ 6:10-18

സന്ദേശം

അവസാനം വരെയുള്ള പോരാട്ടം

10-12 അത്രമാത്രം. ദൈവം ശക്തനാണ്, അവൻ നിങ്ങളെ ശക്തരാക്കാൻ ആഗ്രഹിക്കുന്നു.

അതിനാൽ യജമാനൻ നിങ്ങൾക്കായി ഒരുക്കിയിരിക്കുന്നതെല്ലാം എടുക്കുക, ഏറ്റവും മികച്ച വസ്തുക്കൾ കൊണ്ട് നന്നായി നിർമ്മിച്ച ആയുധങ്ങൾ. പിശാച് നിങ്ങളുടെ വഴിക്ക് എറിയുന്ന എല്ലാറ്റിനെയും ചെറുക്കാൻ നിങ്ങൾക്ക് കഴിയേണ്ടതിന് അവ ഉപയോഗിക്കുക. ഇത് ഒരു വാരാന്ത്യ യുദ്ധമല്ല, അതിൽ നിന്ന് നമുക്ക് കുറച്ച് മണിക്കൂറിനുള്ളിൽ മറന്നുപോകാം. ഇത് ഒരു ജീവന്മരണ പോരാട്ടമാണ്, പിശാചിനും അവന്റെ എല്ലാ ദൂതന്മാർക്കും എതിരായ അവസാനത്തിലേക്കുള്ള ഒരു ജീവൻമരണ പോരാട്ടം.

13-18 തയ്യാറായിരിക്കുക. നിങ്ങൾക്ക് സ്വന്തമായി കൈകാര്യം ചെയ്യാൻ കഴിയുന്നതിലും വളരെയേറെ കാര്യങ്ങൾ നിങ്ങൾ നേരിടേണ്ടിവരും. നിങ്ങൾക്ക് ലഭിക്കുന്ന എല്ലാ സഹായവും സ്വീകരിക്കുക, ദൈവം നൽകിയിരിക്കുന്ന എല്ലാ ആയുധങ്ങളും സ്വീകരിക്കുക, അങ്ങനെ എല്ലാം അവസാനിക്കുമ്പോഴും ആർപ്പുവിളികൾ അവസാനിക്കുമ്പോഴും നിങ്ങൾ നിങ്ങളുടെ കാലിൽ നിൽക്കും. സത്യം, നീതി, സമാധാനം, വിശ്വാസം, രക്ഷ എന്നിവ വാക്കുകളേക്കാൾ കൂടുതലാണ്. അവ എങ്ങനെ പ്രയോഗിക്കണമെന്ന് പഠിക്കുക. നിങ്ങളുടെ ജീവിതത്തിലുടനീളം അവ നിങ്ങൾക്ക് ആവശ്യമായി വരും. ദൈവവചനം ഒരു *അനിവാര്യ* ആയുധമാണ്. അതുപോലെ, ഈ

തുടർച്ചയായ യുദ്ധത്തിൽ പ്രാർത്ഥന അത്യാവശ്യമാണ്. കഠിനവും ദീർഘവും പ്രാർത്ഥിക്കുക. നിങ്ങളുടെ സഹോദരീസഹോദരന്മാർക്കുവേണ്ടി പ്രാർത്ഥിക്കുക. നിങ്ങളുടെ കണ്ണുകൾ തുറന്നിരിക്കുക. ആരും പിന്നോട്ട് പോകുകയോ വീഴുകയോ ചെയ്യാതിരിക്കാൻ പരസ്പരം മനസ്സിനെ നിലനിർത്തുക.

രാവിലെ 6 മണിക്ക് കർത്താവേ, നിന്റെ സഭയെ താഴ്ത്തണമേ, ഞങ്ങളെ പ്രാർത്ഥനയിലേക്ക് തിരികെ വിളിക്കണമേ, ഞങ്ങൾ മാനസാന്തരപ്പെട്ട് മടങ്ങിവരുമ്പോൾ ദേശത്തെ സുഖപ്പെടുത്തണമേ.

രാവിലെ 9 മണിക്ക് ഞാൻ ദൈവത്തിന്റെ സർവ്വായുധവർഗ്ഗവും ധരിച്ചു, ജഡിക ആയുധങ്ങൾ ഉപയോഗിച്ച് ആത്മീയ യുദ്ധങ്ങൾ ചെയ്യാൻ വിസമ്മതിക്കുന്നു.

ഉച്ചയ്ക്ക് 12 മണിക്ക് പൗരോഹിത്യത്തിലെ എല്ലാ കളങ്കങ്ങളും വിശുദ്ധ അഗ്നിയാലും കർത്താവിനോടുള്ള ഭയത്താലും ശുദ്ധീകരിക്കപ്പെടട്ടെ.

ഉച്ചകഴിഞ്ഞ് 3 മണിക്ക് പള്ളി പർവതത്തിനെതിരെ പോരാടുന്ന

നരകത്തിന്റെ എല്ലാ കവാടങ്ങളും യേശുക്രിസ്തുവിന്റെ അധികാരത്താൽ തകർക്കപ്പെടും.

വൈകുന്നേരം 6 മണിക്ക് പിതാവേ, നിന്റെ ഭവനത്തിൽ ശിക്ഷണം, ഉപദേശം, വിശുദ്ധി, ശക്തി എന്നിവ പുനഃസ്ഥാപിക്കണമേ.

രാത്രി 9 മണിക്ക് ഉറങ്ങുന്ന ഓരോ കാവൽക്കാരനും ഉണരട്ടെ, വിട്ടുവീഴ്ച ചെയ്യപ്പെട്ട എല്ലാ ബലിപീഠവും ശുദ്ധീകരിക്കപ്പെടട്ടെ.

പുലർച്ചെ 12 മണിക്ക് പള്ളികൾ മോചനത്തിന്റെയും, ശിഷ്യത്വത്തിന്റെയും, രോഗശാന്തിയുടെയും, ദേശീയ പരിവർത്തനത്തിന്റെയും കേന്ദ്രങ്ങളായി മാറണമെന്ന് ഞാൻ വിധിക്കുന്നു.

പുലർച്ചെ 3 മണിക്ക് ദൈവമേ, പ്രാർത്ഥിക്കുന്ന, നിർമ്മലവും, യുദ്ധസന്നദ്ധവുമായ ഒരു സഭ ഉയർന്നുവരട്ടെ, അന്ധകാരരാജ്യത്തെ കുഴപ്പത്തിലാക്കട്ടെ.

ദിവസം 12 - സഭാ പർവ്വതം: അപ്പസ്തോലിക അധികാരം

തിരുവെഴുത്തുകൾ: പ്രവൃത്തികൾ 4:29-30; എഫെസ്യർ 6:19-20

പ്രവൃത്തികൾ 4:29-30
സന്ദേശം
29-30 "ഇപ്പോൾ അവർ വീണ്ടും അതിൽ ഏർപ്പെട്ടിരിക്കുന്നു! അവരുടെ ഭീഷണികളെ സൂക്ഷിക്കുക, നിങ്ങളുടെ പരിശുദ്ധ ദാസനായ യേശുവിന്റെ നാമത്തിൽ രോഗശാന്തികളും അത്ഭുതങ്ങളും അത്ഭുതങ്ങളും ഞങ്ങൾക്ക് നേരെ നീട്ടുമ്പോൾ, നിങ്ങളുടെ സന്ദേശം പ്രസംഗിക്കുന്നതിൽ നിങ്ങളുടെ ദാസന്മാർക്ക് നിർഭയമായി ആത്മവിശ്വാസം നൽകണമേ."

എഫെസ്യർ 6:19-20
സന്ദേശം
19-20 എനിക്കുവേണ്ടി പ്രാർത്ഥിക്കാൻ മറക്കരുത്. എനിക്ക് എന്ത് പറയണമെന്ന് അറിയാനും ശരിയായ സമയത്ത് അത് പറയാൻ ധൈര്യമുണ്ടാകാനും പ്രാർത്ഥിക്കുക, എല്ലാവരോടും രഹസ്യം പറയണം, ജയിൽ പക്ഷി പ്രസംഗകനായ ഞാൻ

പുറത്തുകടക്കാൻ ഉത്തരവാദിയാണെന്ന സന്ദേശം.

പ്രവൃത്തികൾ 4:29-30
പുതിയ രാജാവായ ജെയിംസ് പതിപ്പ്
[29] ഇപ്പോൾ കർത്താവേ, അവരുടെ
ഭീഷണികളെ നോക്കേണമേ. നിന്റെ ദാസന്മാർ
പൂർണ്ണധൈര്യത്തോടെ നിന്റെ വചനം
പ്രസ്താവിപ്പാൻ കൃപ നല്കേണമേ. [30]
സൌഖ്യമാക്കുവാൻ നിന്റെ കൈ
നീട്ടുന്നതിനാലും നിന്റെ പരിശുദ്ധദാസനായ
യേശുവിന്റെ നാമത്താൽ അടയാളങ്ങളും
അത്ഭുതങ്ങളും ഉണ്ടാകുന്നതിനാലും അവർ
അതു ചെയ്തുകൊള്ളട്ടെ.

എഫെസ്യർ 6:19-20
പുതിയ രാജാവായ ജെയിംസ് പതിപ്പ്
[19] എനിക്കും വേണ്ടി, സുവിശേഷത്തിന്റെ
മർമ്മം ധൈര്യത്തോടെ അറിയിക്കേണ്ടതിന്
എന്റെ വായ് തുറക്കേണ്ടതിന് എനിക്ക്
വാക്കു നൽകപ്പെടട്ടെ. [20] ഞാൻ ബന്ധനസ്ഥനായ
ഒരു സ്ഥാനപതിയായി സേവിക്കേണ്ടതിന്,
അതിൽ ഞാൻ സംസാരിക്കേണ്ടതുപോലെ
ധൈര്യത്തോടെ സംസാരിക്കേണ്ടതിന്.

രാവിലെ 6 മണിക്ക് പിതാവേ, ക്രിസ്തുവിനെ പരസ്യമായും കൃത്യമായും

ക്ഷമാപണമില്ലാതെയും പ്രഖ്യാപിക്കാൻ ധൈര്യത്തോടെ നിങ്ങളുടെ സഭയെ അണിയിക്കണമേ.

രാവിലെ 9 മണിക്ക് ഈ നാഴികയിൽ അപ്പോസ്തലന്മാർക്കും, പ്രവാചകന്മാർക്കും, സുവിശേഷകന്മാർക്കും, പാസ്റ്റർമാർക്കും, ഉപദേഷ്ടാക്കൾക്കും, മദ്ധ്യസ്ഥർക്കും വചനം നൽകപ്പെടട്ടെ.

ഉച്ചയ്ക്ക് 12 മണിക്ക് രാജ്യസാക്ഷ്യം ദുർബലപ്പെടുത്തുന്ന ലജ്ജ, ഭീരുത്വവും വിട്ടുവീഴ്ചയും ഞാൻ തകർക്കുന്നു.

ഉച്ചകഴിഞ്ഞ് 3 മണിക്ക് കർത്താവേ, അടയാളങ്ങൾ, അത്ഭുതങ്ങൾ, ബോധ്യം, പരിവർത്തനാത്മകമായ കണ്ടുമുട്ടലുകൾ എന്നിവയിലൂടെ സുവിശേഷ പ്രസംഗത്തെ പിന്തുണയ്ക്കണമേ.

വൈകുന്നേരം 6 മണിക്ക് അപ്പോസ്തോലിക പ്രസ്ഥാനത്തിന്മേലുള്ള എല്ലാ വിലക്കുകളും കർത്താവിന്റെ കരത്താൽ നീക്കപ്പെടും.

രാത്രി 9 മണിക്ക് , സമ്മർദ്ദത്തിന് കീഴിൽ സഭ പിന്നോട്ട് പോകരുതെന്നും, ജ്ഞാനത്തോടും ശക്തിയോടും കൂടി മുന്നേറണമെന്നും ഞാൻ വിധിക്കുന്നു.

12am യുവ വിശ്വാസികളിലും, മൂപ്പന്മാരിലും, നേതാക്കന്മാരിലും ഒരുപോലെ വിശുദ്ധ ധൈര്യം ചൊരിയട്ടെ.

പുലർച്ചെ 3 മണി പിതാവേ, പ്രാർത്ഥനയിൽ നിയമനിർമ്മാണം നടത്തുകയും ഭൂമിയിൽ നിന്റെ ഉപദേശം നടപ്പിലാക്കുകയും ചെയ്യുന്ന ഒരു സഭയെ സ്ഥാപിക്കണമേ.

ദിവസം 13 - കുടുംബ പർവ്വതം: മുറിവ് സുഖപ്പെടുത്തൽ

തിരുവെഴുത്തുകൾ: മലാഖി 4:5-6; പുറപ്പാട് 20:12

മലാഖി 4:5-6
പുതിയ രാജാവായ ജെയിംസ് പതിപ്പ്
5 ഇതാ, കർത്താവിന്റെ വലുതും ഭയങ്കരവുമായ
ദിവസം വരുന്നതിനു മുമ്പ്
ഞാൻ നിങ്ങൾക്ക് ഏലീയാ പ്രവാചകനെ
അയയ്ക്കും .
6 ഞാൻ വന്നു ഭൂമിയെ ശാപംകൊണ്ട് ദണ്ഡിപ്പിക്കാതിരിക്കേണ്ടതിന്

അവൻ
പിതാക്കന്മാരുടെ ഹൃദയങ്ങളെ
മക്കളിലേക്കും മക്കളുടെ ഹൃദയങ്ങളെ
അവരുടെ പിതാക്കന്മാരിലേക്കും തിരിക്കും.

പുറപ്പാട് 20:12
പുതിയ രാജാവായ ജെയിംസ് പതിപ്പ്
12 "നിന്റെ ദൈവമായ യഹോവ നിനക്കു
തരുന്ന ദേശത്തു നിനക്കു
ദീർഘായുസ്സുണ്ടാകുവാൻ നിന്റെ
അപ്പനെയും അമ്മയെയും ബഹുമാനിക്ക.

മലാഖി 4:5-6

സന്ദേശം
5-6 "എന്നാൽ മുന്നോട്ട് നോക്കുക:
ദൈവത്തിന്റെ വലിയ ദിവസത്തിന് -
നിർണായക ന്യായവിധി ദിവസത്തിന് -
വഴിയൊരുക്കാൻ ഞാൻ ഏലിയാ
പ്രവാചകനെ അയയ്ക്കുന്നു! കുട്ടികളെ
പരിപാലിക്കാൻ മാതാപിതാക്കളെയും,
മാതാപിതാക്കളെ ബഹുമാനത്തോടെ
നോക്കാൻ കുട്ടികളെയും അവൻ
ബോധ്യപ്പെടുത്തും. അവർ വിസമ്മതിച്ചാൽ,
ഞാൻ വന്ന് ദേശത്തെ ശപിക്കും."

പുറപ്പാട് 20:12
സന്ദേശം
12 നിന്റെ ദൈവമായ ദൈവം നിനക്കു തരുന്ന
ദേശത്ത് നീ ദീർഘകാലം ജീവിക്കേണ്ടതിന്
നിന്റെ പിതാവിനെയും അമ്മയെയും
ബഹുമാനിക്കുക.

രാവിലെ 6 മണിക്ക് പിതാവേ,
പിതാക്കന്മാരുടെ ഹൃദയങ്ങളെ
കുട്ടികളിലേക്കും കുട്ടികളെ
പിതാക്കന്മാരിലേക്കും തിരിക്കണമേ,
കുടുംബങ്ങളിലെ പാരമ്പര്യമായി ഉണ്ടായ
ഒടിവുകൾ സുഖപ്പെടുത്തണമേ.

രാവിലെ 9 മണിക്ക് വീടുകളിൽ
നിലനിൽക്കുന്ന കയ്പ്പ്, ഉപേക്ഷിക്കൽ,

ദുരുപയോഗം, വിട്ടുമാറാത്ത തെറ്റിദ്ധാരണ എന്നിവയുടെ രീതികളെ ഞാൻ തകർക്കുന്നു.

ഉച്ചയ്ക്ക് 12 മണിക്ക് യേശുവിന്റെ രക്തം വിവാഹങ്ങൾ, സഹോദരങ്ങൾ, മാതാപിതാക്കൾ, കുട്ടികൾ എന്നിവരുടെ മേൽ സമാധാനം സംസാരിക്കട്ടെ.

ഉച്ചകഴിഞ്ഞ് 3 മണിക്ക് കലാപം, കാലതാമസം, വന്ധ്യത, ആശയക്കുഴപ്പം എന്നിവയെ പിന്തുണയ്ക്കുന്ന എല്ലാ തലമുറ ബലിപീഠങ്ങളും ഇപ്പോൾ കത്തിപ്പടരുന്നു.

വൈകുന്നേരം 6 മണിക്ക് കർത്താവേ, ക്രിസ്തീയ ഭവനങ്ങളിൽ ബഹുമാനം, ആർദ്രത, അച്ചടക്കം, സത്യം, പരസ്പര സമർപ്പണം എന്നിവ പുനഃസ്ഥാപിക്കണമേ.

രാത്രി 9 മണിക്ക് കുടുംബങ്ങൾ നീതിയുടെ പരിശീലന കേന്ദ്രങ്ങളും വിധിയുടെ ഇൻകുബേറ്ററുകളുമായി മാറണമെന്ന് ഞാൻ വിധിക്കുന്നു.

12am ധൂർത്തന്മാർ തിരിച്ചുവരട്ടെ, മുറിവേറ്റ അംഗങ്ങൾ സുഖപ്പെടട്ടെ, അകൽച്ചയെക്കാൾ അനുരഞ്ജനം വിജയിക്കട്ടെ.

പുലർച്ചെ 3 മണിക്ക് പിതാവേ, നിന്റെ മഹത്വത്തിനായി കുടുംബ പർവതത്തെ സുരക്ഷിതമാക്കുകയും ഉടമ്പടി

ഭവനങ്ങൾക്കെതിരായ എല്ലാ ഗൂഢാലോചനകളെയും തകർക്കുകയും ചെയ്യണമേ.

ദിവസം 14 - കുടുംബ പർവ്വതം: കുട്ടികളും ഉടമ്പടി വിത്തുകളും

തിരുവെഴുത്തുകൾ: യെശയ്യാവു 54:13; സങ്കീർത്തനം 127:3-5; എഫെസ്യർ 6:1

യെശയ്യാ 54:13
പുതിയ രാജാവായ ജെയിംസ് പതിപ്പ്
13 നിന്റെ മക്കൾ എല്ലാവരും യഹോവയാൽ ഉപദേശിക്കപ്പെട്ടവരും
നിന്റെ മക്കളുടെ സമാധാനം വലിയതും *ആയിരിക്കും*.

സങ്കീർത്തനങ്ങൾ 127:3-5
പുതിയ രാജാവായ ജെയിംസ് പതിപ്പ്
3 ഇതാ, മക്കൾ യഹോവയിൽ നിന്നുള്ള അവകാശമാണ്,
ഗർഭഫലം ഒരു സമ്മാനമാണ്. 4 ഒരു യോദ്ധാവിന്റെ കയ്യിലെ അമ്പുകൾ പോലെയാണ് യൗവനത്തിലെ *മക്കൾ*.
5 അവയെക്കൊണ്ട്
തന്റെ ആവനാഴി
നിറച്ചിരിക്കുന്ന പുരുഷൻ ഭാഗ്യവാൻ;
അവർ ലജ്ജിക്കുകയില്ല ; പട്ടണവാതിൽക്കൽ ശത്രുക്കളോടു സംസാരിക്കും .

എഫെസ്യർ 6:1
പുതിയ രാജാവായ ജെയിംസ് പതിപ്പ്
കുട്ടികളും മാതാപിതാക്കളും
6 മക്കളേ, നിങ്ങളുടെ അമ്മയപ്പന്മാരെ
കർത്താവിൽ അനുസരിക്കുവിൻ; അതു
ന്യായമല്ലോ.

യെശയ്യാവ് 54:13-17
സന്ദേശം
11-17 "ദുരിതമനുഭവിക്കുന്ന നഗരം,
കൊടുങ്കാറ്റിൽ തകർന്നത്, കരുണയില്ലാത്തത്:
ഞാൻ നിന്നെ ഹരിതനീലക്കല്ലുകൾ കൊണ്ട്
പുനർനിർമ്മിക്കാൻ പോകുന്നു, നീലക്കല്ലുകൾ
കൊണ്ട് നിന്റെ അടിസ്ഥാനങ്ങൾ സ്ഥാപിക്കും,
നീലക്കല്ലുകൾ കൊണ്ട് നിന്റെ ഗോപുരങ്ങൾ
മാണിക്യങ്ങൾ കൊണ്ട് നിന്റെ വാതിലുകൾ
രത്നങ്ങൾ കൊണ്ട് നിന്റെ മതിലുകൾ എല്ലാം
വിലയേറിയ കല്ലുകൾ കൊണ്ട് പണിയാൻ
പോകുന്നു. നിന്റെ എല്ലാ മക്കൾക്കും ദൈവം
അവരുടെ ഗുരുവായിരിക്കും -
നിന്റെ മക്കൾക്ക് എത്ര നല്ല ഉപദേഷ്ടാവ്!
നീ ഉറച്ചുനിൽക്കും, നീതിയിൽ
ഉറച്ചുനിൽക്കും, ഒരു കുഴപ്പത്തിൽ നിന്നും
അകന്നു - ഭയപ്പെടേണ്ട കാര്യമില്ല!
ഭീകരതയിൽ നിന്ന് അകന്ന് - അത്
അടുത്തുപോലും വരില്ല! ആരെങ്കിലും നിന്നെ
ആക്രമിച്ചാൽ, ഒരു നിമിഷം പോലും ഞാൻ
അവരെ അയച്ചതാണെന്ന് കരുതരുത്,
ആരെങ്കിലും ആക്രമിച്ചാൽ, അതിൽ നിന്ന്

ഒന്നും സംഭവിക്കില്ല. തന്റെ കൽക്കരി
വെടിവച്ച് കൊല്ലാൻ രൂപകൽപ്പന ചെയ്ത
ഒരു ആയുധം നിർമ്മിക്കുന്ന കമ്മാരനെ ഞാൻ
സൃഷ്ടിക്കുന്നു. നശിപ്പിക്കുന്നവനെയും ഞാൻ
സൃഷ്ടിക്കുന്നു - എന്നാൽ നിന്നെ ഉപദ്രവിക്കാൻ
കഴിയുന്ന ഒരു ആയുധവും ഒരിക്കലും
കെട്ടിച്ചമച്ചതല്ല. നിന്നെ കോടതിയിൽ
കൊണ്ടുപോകുന്ന ഏതൊരു
കുറ്റാരോപിതനെയും ഒരു നുണയനായി
തള്ളിക്കളയും. ദൈവദാസന്മാർക്ക്
പ്രതീക്ഷിക്കാവുന്നത് ഇതാണ്. എല്ലാം
ഏറ്റവും നന്നായി നടക്കുന്നുവെന്ന് ഞാൻ
ഉറപ്പാക്കും. " ദൈവത്തിന്റെ കൽപ്പന.

സങ്കീർത്തനങ്ങൾ 127:3-5

സന്ദേശം

3-5 ദൈവം തന്ന ഏറ്റവും നല്ല ദാനമാണ്
കുട്ടികൾ എന്ന് നിങ്ങൾ കാണുന്നില്ലേ?
ഉദരഫലമാണ് അവന്റെ ഉദാരമായ
പൈതൃകം? ഒരു യോദ്ധാവിന്റെ മുഷ്ടി
നിറയെ അമ്പുകൾ പോലെയാണ്
ഊർജസ്വലമായ യൗവനത്തിലെ കുട്ടികൾ. ഓ,
നിങ്ങളുടെ ആവനാഴിയിൽ നിറയെ
കുട്ടികളുള്ള മാതാപിതാക്കളേ, നിങ്ങൾ എത്ര
ഭാഗ്യവാന്മാർ! നിങ്ങളുടെ ശത്രുക്കൾക്ക്
നിങ്ങളെ നേരിടാൻ ഒരു അവസരവുമില്ല;
നിങ്ങളുടെ വാതിൽപ്പടിയിൽ നിന്ന് തന്നെ
നിങ്ങൾ അവരെ തൂത്തുവാരും.

എഫെസ്യർ 6:1-3
സന്ദേശം
6 1-3 മക്കളേ, നിങ്ങളുടെ മാതാപിതാക്കൾ പറയുന്നതുപോലെ ചെയ്യുക. ഇത് ശരിയാണ്. "നിങ്ങളുടെ അപ്പനെയും അമ്മയെയും ബഹുമാനിക്കുക" എന്നത് ഒരു വാഗ്ദാനമുള്ള ആദ്യത്തെ കൽപ്പനയാണ്, അതായത്, "നിങ്ങൾ നന്നായി ജീവിക്കുകയും ദീർഘായുസ്സ് നേടുകയും ചെയ്യും."

രാവിലെ 6 മണിക്ക് കർത്താവേ, നിന്റെ ആത്മാവിനാൽ ഞങ്ങളുടെ കുട്ടികളെ പഠിപ്പിക്കുകയും അവരുടെ ജീവിതത്തിൽ വലിയ സമാധാനം സ്ഥാപിക്കുകയും ചെയ്യണമേ.

രാവിലെ 9 മണിക്ക് അഴിമതി, അക്രമം, വശീകരണം എന്നിവയിൽ നിന്ന് ദൈവിക സംരക്ഷണം നൽകുന്ന കുട്ടികളെയും യുവാക്കളെയും യുവാക്കളെയും ഞാൻ ഉൾക്കൊള്ളുന്നു.

ഉച്ചയ്ക്ക് 12 മണിക്ക് ഉടമ്പടി വിത്തുകളെക്കുറിച്ചുള്ള എല്ലാ സാത്താന്റെ അവകാശവാദങ്ങളും യേശുവിന്റെ രക്തത്താൽ അസാധുവാക്കപ്പെടും.

ഉച്ചകഴിഞ്ഞ് 3 മണിക്ക് ദൈവരാജ്യ ലക്ഷ്യത്തിനായി കൃത്യമായി ലക്ഷ്യമാക്കിയുള്ള, സർവ്വശക്തന്റെ

കൈകളിലെ അസ്ത്രങ്ങൾ പോലെ കുട്ടികൾ എഴുന്നേൽക്കട്ടെ.

വൈകുന്നേരം 6 മണിക്ക് പിതാവേ, ഈ തലമുറയിൽ നിന്നുള്ള ആസക്തി, സ്വത്വ ആശയക്കുഴപ്പം, നിഗൂഢ ജിജ്ഞാസ, സമപ്രായക്കാരുടെ അടിമത്തം എന്നിവ തകർക്കൂ.

രാത്രി 9 മണിക്ക് നമ്മുടെ പുത്രന്മാരും പുത്രിമാരും ജ്ഞാനം, വിശുദ്ധി, ധൈര്യം, പ്രവചന വ്യക്തത എന്നിവ വഹിക്കണമെന്ന് ഞാൻ വിധിക്കുന്നു.

12am സ്കൂളുകളും, വീടുകളും, പള്ളികളും യുവജീവിതങ്ങൾ ദൈവത്തെ ആഴത്തിൽ കണ്ടുമുട്ടുന്ന ഇടങ്ങളായി മാറട്ടെ.

പുലർച്ചെ 3 മണി കർത്താവേ, വരും തലമുറയെ നാശത്തിൽ നിന്ന് രക്ഷിക്കണമേ, നിന്റെ രാജ്യത്തിനുവേണ്ടി അടയാളങ്ങളും അത്ഭുതങ്ങളുമാക്കി മാറ്റണമേ.

ദിവസം 15 - ഗവൺമെന്റ് പർവ്വതം: നീതിയുള്ള ഭരണം

തിരുവെഴുത്തുകൾ: യെശയ്യാവ് 9:6-7; 1 തിമൊഥെയൊസ് 2:1-2

യെശയ്യാവ് 9:6-7
പുതിയ രാജാവായ ജെയിംസ് പതിപ്പ്
6 എന്തെന്നാൽ നമുക്ക് ഒരു ശിശു ജനിച്ചിരിക്കുന്നു;
നമുക്ക് ഒരു മകൻ നൽകപ്പെട്ടിരിക്കുന്നു;
ആധിപത്യം അവന്റെ തോളിൽ ഇരിക്കും.
അവന്റെ പേർ അത്ഭുതമന്ത്രി, ശക്തനായ ദൈവം, നിത്യപിതാവ്, സമാധാനപ്രഭു എന്നു വിളിക്കപ്പെടും.
7 *അവന്റെ* ഭരണകൂടത്തിന്റെയും സമാധാനത്തിന്റെയും വർദ്ധനവിന് അവസാനം *ഉണ്ടാകയില്ല*; ദാവീദിന്റെ സിംഹാസനത്തിലും അവന്റെ രാജ്യത്തിലും അവൻ അതിനെ ന്യായത്തോടും നീതിയോടുംകൂടെ സ്ഥാപിച്ച് എന്നേക്കും സ്ഥാപിക്കും. സൈന്യങ്ങളുടെ യഹോവയുടെ തീക്ഷ്ണത ഇത് നിവർത്തിക്കും.

1 തിമൊഥെയൊസ് 2:1-2

പുതിയ രാജാവായ ജെയിംസ് പതിപ്പ്
എല്ലാ മനുഷ്യർക്കും വേണ്ടി പ്രാർത്ഥിക്കുക
2 ആകയാൽ സകല മനുഷ്യർക്കും വേണ്ടി, [2]
രാജാക്കന്മാർക്കും അധികാരത്തിലുള്ള
എല്ലാവർക്കും വേണ്ടി, യാചനകളും
പ്രാർത്ഥനകളും മധ്യസ്ഥതകളും
സ്തോത്രങ്ങളും അർപ്പിക്കണമെന്ന് ഞാൻ
എല്ലാറ്റിനും മുമ്പേ പ്രബോധിപ്പിക്കുന്നു. അങ്ങനെ,
നമുക്ക് പൂർണ്ണഭക്തിയോടും ഭക്തിയോടുംകൂടെ ശാന്തവും
സമാധാനപരവുമായ ജീവിതം നയിക്കാൻ കഴിയും.

യെശയ്യാവ് 9:6-7
സന്ദേശം
2-7 ഇരുട്ടിൽ നടന്ന ജനം
വലിയൊരു വെളിച്ചം കണ്ടു. ഇരുണ്ട
നിഴലുകളുടെ ദേശത്ത് ജീവിച്ചിരുന്നവർക്ക് -
വെളിച്ചം! സൂര്യപ്രകാശത്തിന്റെ
കിരണങ്ങൾ!
നീ ജനതയെ വീണ്ടും ജനിപ്പിച്ചു,
അവരുടെ സന്തോഷം വർദ്ധിപ്പിച്ചു. ഓ,
അവർ നിന്റെ സാന്നിധ്യത്തിൽ വളരെ
സന്തോഷിക്കുന്നു! ഉത്സവ സന്തോഷം!
സമ്പന്നമായ സമ്മാനങ്ങളും ഊഷ്മളമായ
ആശംസകളും പങ്കിടുന്ന ഒരു വലിയ
ആഘോഷത്തിന്റെ സന്തോഷം.
അടിച്ചമർത്തുന്നവരുടെ ദുരുപയോഗവും
സ്വേച്ഛാധിപതികളുടെ ക്രൂരതയും - അവരുടെ
എല്ലാ ചാട്ടവാറടികളും വടികളും
ശാപങ്ങളും - ഇല്ലാതായി, ഇല്ലാതായി,

മിദ്യാന്റെ മേൽ ഗിദെയോന്റെ പഴയ
വിജയം പോലെ അതിശയകരവും
പെട്ടെന്നുള്ളതുമായ ഒരു വിടുതൽ.
അധിനിവേശ സൈന്യങ്ങളുടെ
എല്ലാവരുടെയും ബൂട്ടുകളും,
നിരപരാധികളായ രക്തത്തിൽ കുതിർന്ന
അവരുടെ ഷർട്ടുകളും, ഒരു കൂമ്പാരമായി
കൂട്ടിയിട്ട് കത്തിക്കപ്പെടും, ദിവസങ്ങളോളം
കത്തുന്ന ഒരു തീ! ഒരു കുട്ടി ജനിച്ചിരിക്കുന്നു -
നമുക്കായി! ഒരു മകന്റെ സമ്മാനം -
നമുക്കായി! അവൻ ലോകത്തിന്റെ നടത്തിപ്പ്
ഏറ്റെടുക്കും. അവന്റെ പേരുകൾ
ഇവയായിരിക്കും: അത്ഭുതകരമായ
ഉപദേഷ്ടാവ്, ശക്തനായ ദൈവം,
നിത്യപിതാവ്, പൂർണ്ണതയുടെ രാജകുമാരൻ.
അവന്റെ ഭരണാധികാരം വളരും, അവൻ
കൊണ്ടുവരുന്ന പൂർണ്ണതയ്ക്ക് പരിധികളില്ല.
ആ വാഗ്ദത്ത രാജ്യത്തിന്റെ മേൽ
ചരിത്രപ്രസിദ്ധമായ ദാവീദ്
സിംഹാസനത്തിൽ നിന്ന് അവൻ ഭരിക്കും.
അവൻ ആ രാജ്യത്തെ ഉറച്ച അടിത്തറയിൽ
സ്ഥാപിക്കുകയും നീതിയുക്തമായ
ഇടപെടലുകളോടും ശരിയായ
ജീവിതത്തോടും കൂടി, ഇപ്പോൾ ആരംഭിച്ച്
എന്നേക്കും നിലനിൽക്കുന്നു. ദൂതന്മാരുടെ
ദൈവത്തിന്റെ തീക്ഷ്ണത ഇതെല്ലാം ചെയ്യും.

1 തിമൊഥെയൊസ് 2:1-3

സന്ദേശം

ലളിതമായ വിശ്വാസവും നേരായ സത്യവും

2 [1-3] നിങ്ങൾ ആദ്യം ചെയ്യേണ്ടത് പ്രാർത്ഥിക്കുക എന്നതാണ്. നിങ്ങൾക്ക് അറിയാവുന്ന എല്ലാ വിധത്തിലും, നിങ്ങൾക്ക് അറിയാവുന്ന എല്ലാവർക്കും വേണ്ടി പ്രാർത്ഥിക്കുക. ഭരണാധികാരികളും അവരുടെ ഗവൺമെന്റുകളും നന്നായി ഭരിക്കണമെന്ന് പ്രത്യേകം പ്രാർത്ഥിക്കുക, അങ്ങനെ നമുക്ക് ലളിതമായി, എളിമയോടെ ചിന്തിക്കുന്ന നമ്മുടെ ബിസിനസ്സിൽ നിശബ്ദമായി ഏർപ്പെടാൻ കഴിയും. നമ്മുടെ രക്ഷകനായ ദൈവം ആഗ്രഹിക്കുന്നത് ഇങ്ങനെയാണ്.

രാവിലെ 6 മണിക്ക് പിതാവേ, ക്രിസ്തുവിന്റെ ആധിപത്യത്തിൻ കീഴിൽ നമ്മുടെ ജനതകളിൽ നീതിയുള്ള ഭരണകൂടവും സമാധാനവും വർദ്ധിക്കട്ടെ.

രാവിലെ 9 മണിക്ക് ജ്ഞാനത്തിനും സംയമനത്തിനും വേണ്ടി ഞങ്ങൾ രാജാക്കന്മാരെയും പ്രസിഡന്റുമാരെയും ഗവർണർമാരെയും നിയമസഭാംഗങ്ങളെയും ന്യായാധിപന്മാരെയും പൗര നേതാക്കളെയും നിങ്ങളുടെ മുമ്പാകെ ഉയർത്തുന്നു.

ഉച്ചയ്ക്ക് 12 മണിക്ക് അഴിമതിയുടെയും, രക്തച്ചൊരിച്ചിലിന്റെയും, അടിച്ചമർത്തലിന്റെയും, നിയമവിരുദ്ധമായ അഭിലാഷത്തിന്റെയും എല്ലാ അജണ്ടകളും

തുറന്നുകാട്ടപ്പെടുകയും
അട്ടിമറിക്കപ്പെടുകയും വേണം.

ഉച്ചകഴിഞ്ഞ് 3 മണിക്ക് , സത്യസന്ധതയുടെ
ഉപദേഷ്ടാക്കളും ദൈവത്തെ ഭയപ്പെടുന്ന
സ്ത്രീപുരുഷന്മാരും തന്ത്രപ്രധാനമായ
സ്വാധീന കേന്ദ്രങ്ങളിൽ എഴുന്നേൽക്കട്ടെ.

വൈകുന്നേരം 6 മണിക്ക് ദുഷ്ടമായ നിയമം
നിലനിൽക്കില്ലെന്നും നീതിയുള്ള വിധി
ഇനിയും സ്ഥാപിക്കപ്പെടുമെന്നും ഞാൻ
വിധിക്കുന്നു.

രാത്രി 9 മണിക്ക് പിതാവേ,
പൊതുനേതൃത്വത്തിന് പിന്നിലെ
മന്ത്രവാദത്തിന്റെയും കൈക്കൂലിയുടെയും
കൃത്രിമത്വത്തിന്റെയും അദൃശ്യ
സിംഹാസനങ്ങൾ പൊളിച്ചുമാറ്റണമേ.

12am ദൈവഭയം ഗവൺമെന്റ്
സംവിധാനങ്ങളെ തടസ്സപ്പെടുത്തി
നീതിയിലേക്ക് തിരിച്ചുവിടട്ടെ.

പുലർച്ചെ 3 മണിക്ക് കർത്താവേ, ജീവൻ,
സത്യം, സ്വാതന്ത്ര്യം എന്നിവ സംരക്ഷിക്കുന്ന
അക്രമാസക്തരായ ഭരണാധികാരികളിൽ
നിന്നും സിംഹാസന നേതാക്കന്മാരിൽ നിന്നും
ഞങ്ങളുടെ ദേശത്തെ രക്ഷിക്കണമേ.

ദിവസം 16 - ഗവൺമെന്റ് പർവ്വതം: നീതിയും വിടുതലും

തിരുവെഴുത്തുകൾ: സങ്കീർത്തനം 72:14
സങ്കീർത്തനം 82:1-8

സങ്കീർത്തനങ്ങൾ 72:14
പുതിയ രാജാവായ ജെയിംസ് പതിപ്പ്
[14] അവരുടെ ജീവനെ അവൻ പീഡനത്തിൽ
നിന്നും സാഹസത്തിൽ നിന്നും വീണ്ടെടുക്കും;
അവരുടെ രക്തം അവന്നു
വിലയേറിയതായിരിക്കും.

സങ്കീർത്തനങ്ങൾ 82
പുതിയ രാജാവായ ജെയിംസ് പതിപ്പ്
നീതിക്കുവേണ്ടിയുള്ള ഒരു അപേക്ഷ
ആസാഫിന്റെ ഒരു സങ്കീർത്തനം.
82 ദൈവം ശക്തന്മാരുടെ **സഭയിൽ നില്ക്കുന്നു ;**
അവൻ
ദേവന്മാരുടെ **ഇടയിൽ ന്യായം വിധിക്കുന്നു .**
[2] **നിങ്ങൾ എത്രത്തോളം അന്യായമായി**
വിധിക്കയും ദുഷ്ടന്മാരുടെ പക്ഷപാതം
കാണിക്കയും ചെയ്യും
സേലാ .
3 ദരിദ്രനെയും അനാഥനെയും ന്യായം **വിധിപ്പിൻ ; പീഡിതന്നും ദരിദ്രന്നും നീതി**

നടത്തിക്കൊടുപ്പിൻ. 4 ദരിദ്രനെയും
ദരിദ്രനെയും
വിടുവിപ്പിൻ ;
ദുഷ്ടന്മാരുടെ കയ്യിൽനിന്നു *അവരെ* വിടുവിപ്പിൻ .
5 അവർ അറിയുന്നില്ല, ഗ്രഹിക്കുന്നതുമില്ല;
അവർ
ഇരുട്ടിൽ നടക്കുന്നു; ഭൂമിയുടെ അടിസ്ഥാനങ്ങൾ
ഒക്കെയും ഉറപ്പില്ലാത്തവ .
6 ഞാൻ പറഞ്ഞു, " *നീ* ദൈവങ്ങളേ ,
നിങ്ങളെല്ലാവരും അത്യുന്നതന്റെ മക്കളാണ്.
7 എന്നാൽ നിങ്ങൾ മനുഷ്യരെപ്പോലെ മരിക്കും;
പ്രഭുക്കന്മാരിൽ ഒരുത്തനെപ്പോലെ വീഴും."
8 ദൈവമേ, എഴുന്നേറ്റു ഭൂമിയെ
വിധിക്കേണമേ;
നീ സകലജാതികളെയും
അവകാശമാക്കിക്കൊള്ളുമല്ലോ.

സങ്കീർത്തനങ്ങൾ 72:14
സന്ദേശം
9-14 ശത്രുക്കൾ ദൈവത്തിനു മുന്നിൽ
മുട്ടുകുത്തും,
അവന്റെ ശത്രുക്കൾ മണ്ണു നക്കും.
വിദൂരസ്ഥരും ഇതിഹാസപരവുമായ
രാജാക്കന്മാർ ആദരാഞ്ജലി അർപ്പിക്കും,
ധനികരും തിളക്കമുള്ളവരുമായ
രാജാക്കന്മാർ അവരുടെ സമ്പത്ത് കൈമാറും.
എല്ലാ രാജാക്കന്മാരും വീണു ആരാധിക്കും,
ദൈവമില്ലാത്ത രാഷ്ട്രങ്ങൾ അവനെ

സേവിക്കാൻ ഒപ്പിടും, കാരണം അവൻ
ദരിദ്രരെ, ഭാഗ്യം നഷ്ടപ്പെട്ട ദരിദ്രരെ,
ആവശ്യത്തിന്റെ ആദ്യ ലക്ഷണത്തിൽ തന്നെ
രക്ഷിക്കുന്നു. അവൻ തന്റെ ഹൃദയത്തിൽ
ദരിദ്രർക്കായി ഒരു ഇടം തുറക്കുന്നു,
ഭൂമിയിലെ ദരിദ്രരെ പുനഃസ്ഥാപിക്കുന്നു.
അവൻ അവരെ സ്വേച്ഛാധിപത്യത്തിൽ നിന്നും
പീഡനത്തിൽ നിന്നും മോചിപ്പിക്കുന്നു -
അവർ രക്തസ്രാവം വരുമ്പോൾ, അവൻ
രക്തസ്രാവമുണ്ടാകും; അവർ മരിക്കുമ്പോൾ,
അവൻ മരിക്കും.

സങ്കീർത്തനങ്ങൾ 82
സന്ദേശം
82 ദൈവം ന്യായാധിപന്മാരെ തന്റെ
കോടതിമുറിയിലേക്ക് വിളിക്കുന്നു,
അവൻ എല്ലാ ന്യായാധിപന്മാരെയും
പ്രതിക്കൂട്ടിൽ നിർത്തുന്നു.
2-4 "മതി! നീ നീതിയെ ദുഷിപ്പിച്ചു,
ദുഷ്ടന്മാരെ കൊലപാതകത്തിൽ നിന്ന്
രക്ഷപ്പെടാൻ അനുവദിച്ചു.
പ്രതിരോധമില്ലാത്തവരെ സംരക്ഷിക്കാനും,
ദുർബലർക്ക് ന്യായമായ അവസരം
ലഭിക്കുന്നുണ്ടെന്ന് ഉറപ്പാക്കാനും നീ
ഇവിടെയുണ്ട്; ശക്തിയില്ലാത്തവർക്കുവേണ്ടി
നിലകൊള്ളുകയും അവരെ ചൂഷണം
ചെയ്യുന്ന എല്ലാവരെയും ശിക്ഷിക്കുകയും
ചെയ്യുക എന്നതാണ് നിന്റെ ജോലി."

[5] വിവരമില്ലാത്ത ജഡ്ജിമാർ! തലയെടുപ്പോടെ
നിൽക്കുന്ന ജഡ്ജിമാർ!
എന്താണ് സംഭവിക്കുന്നതെന്ന് അവർക്ക് ഒരു
പിടിയുമില്ല. ഇപ്പോൾ എല്ലാം തകർന്നു
വീഴുകയാണ്, ലോകം ഒട്ടുമില്ലാതെ വരുന്നു.
[6-7] "ഞാൻ നിങ്ങളെ ഓരോരുത്തരെയും
ഉന്നതനായ ദൈവത്തിന്റെ പ്രതിനിധികളായി
ന്യായാധിപന്മാരായി നിയമിച്ചു, പക്ഷേ
നിങ്ങൾ നിങ്ങളുടെ നിയോഗത്തെ വഞ്ചിച്ചു,
ഇപ്പോൾ നിങ്ങളുടെ പദവി നഷ്ടപ്പെട്ടു,
നിങ്ങളെ പുറത്താക്കി."
[8] ദൈവമേ, അവർക്കുള്ളത് അവർക്കു
കൊടുക്കണമേ!
ലോകം മുഴുവൻ നിന്റെ കൈകളിലാണ്!

രാവിലെ 6: കർത്താവേ, ദുഷ്ടന്മാർ തങ്ങൾ കുഴിച്ച കുഴിയിൽ വീഴട്ടെ; കവർച്ചക്കാരുടെ വ്യവസ്ഥിതി അവരുടെ സ്വന്തം തന്ത്രങ്ങളാൽ തകർന്നു വീഴട്ടെ.

രാവിലെ 9 മണിക്ക് ദരിദ്രരുടെയും ദുർബലരുടെയും ശബ്ദമില്ലാത്തവരുടെയും ആത്മാക്കളെ വഞ്ചനയിൽ നിന്നും അക്രമത്തിൽ നിന്നും വീണ്ടെടുക്കുക.

12pm നിഷ്കളങ്ക രക്തം ഭക്ഷിക്കുന്ന എല്ലാ അനീതി യന്ത്രങ്ങളെയും നീതിമാനായ ദൈവം ന്യായം വിധിക്കും.

ഉച്ചകഴിഞ്ഞ് 3 മണിക്ക് കടത്തുകാർ, അക്രമാസക്തരായ ഗൂഢാലോചനക്കാർ, സ്ഥാപനപരമായ അടിച്ചമർത്തലുകൾ എന്നിവരുടെ ശൃംഖലകൾ, ഫണ്ടിംഗ്, കവർ എന്നിവ നഷ്ടപ്പെടട്ടെ.

വൈകുന്നേരം 6 മണിക്ക് നമ്മുടെ നാട്ടിൽ നിരപരാധികളുടെ രക്തം ഇനി വിലകുറഞ്ഞതായിരിക്കില്ലെന്ന് ഞാൻ വിധിക്കുന്നു.

രാത്രി 9 മണിക്ക് പിതാവേ, സമ്മർദ്ദങ്ങൾക്ക് വഴങ്ങാത്ത നീതിമാനായ ന്യായാധിപന്മാരെയും അന്വേഷകരെയും വക്താക്കളെയും പരിഷ്കർത്താക്കളെയും ഉയർത്തണമേ.

12am മറഞ്ഞിരിക്കുന്ന തെളിവുകൾ പുറത്തുവരട്ടെ, സത്യം എല്ലാ കൃത്രിമ നുണകളെയും ഭേദിക്കട്ടെ.

3am നീതിയുടെ ദൈവമേ, പീഡിതർക്കുവേണ്ടി എഴുന്നേൽക്കണമേ, രാഷ്ട്രങ്ങളുടെ കോടതികളിലും സഭകളിലും നിന്റെ ശക്തി പ്രകടിപ്പിക്കണമേ.

ദിവസം 17 - വിദ്യാഭ്യാസ പർവ്വതം: സത്യവും വിവേചനാധികാരവും

തിരുവെഴുത്തുകൾ: ദാനിയേൽ 1:9-21: യാക്കോബ് 1:5

ദാനീയേൽ 1:9-21
പുതിയ രാജാവായ ജെയിംസ് പതിപ്പ്
9 ദൈവം ദാനീയേലിനെ ഷണ്ഡാധിപന്റെ
പ്രീതിയിലും പ്രസാദത്തിലും ഉൾപ്പെടുത്തി. 10
ഷണ്ഡാധിപൻ ദാനീയേലിനോട്: "നിങ്ങളുടെ
ഭക്ഷണപാനീയങ്ങൾ നിയമിച്ച എന്റെ
യജമാനനായ രാജാവിനെ ഞാൻ ഭയപ്പെടുന്നു;
അവൻ നിങ്ങളുടെ മുഖം നിങ്ങളുടെ
പ്രായക്കാരായ യുവാക്കളുടെ മുഖത്തേക്കാൾ
മോശമായി കാണുന്നത് എന്തിന് ?
അങ്ങനെയെങ്കിൽ നിങ്ങൾ രാജാവിന്റെ
മുമ്പാകെ എന്റെ തലയ്ക്ക് അപകടം
വരുത്തും" എന്നു പറഞ്ഞു .
11 അപ്പോൾ ദാനിയേൽ ഷണ്ഡാധിപൻ ദാനിയേലിന്റെയും ഹനന്യാവിന്റെയും
മീശായേലിന്റെയും അസര്യാവിന്റെയും
മേൽ നിയമിച്ചിരുന്ന കാര്യസ്ഥനോട് പറഞ്ഞു : 12 "
അടിയങ്ങളെ പത്തു ദിവസം
പരീക്ഷിച്ചുനോക്കൂ; അവർ ഞങ്ങൾക്ക്
ഭക്ഷിക്കാൻ പച്ചക്കറികളും കുടിക്കാൻ
വെള്ളവും തരട്ടെ. 13 പിന്നെ ഞങ്ങളുടെയും

രാജാവിന്റെ വിശിഷ്ടഭോജ്യങ്ങൾ കഴിക്കുന്ന
യുവാക്കളുടെയും രൂപം അങ്ങയുടെ
മുമ്പാകെ പരിശോധിക്കട്ടെ; അങ്ങ് ഉചിതമെന്ന്
തോന്നുന്നതുപോലെ അങ്ങയുടെ ദാസന്മാരോട്
പെരുമാറുക." [14] ഈ കാര്യത്തിൽ അവൻ
അവരോട് സമ്മതം മൂളി, പത്തു ദിവസം
അവരെ പരീക്ഷിച്ചു.
[15] പത്തു ദിവസം കഴിഞ്ഞപ്പോൾ അവരുടെ
മുഖം രാജകീയ വിഭവം കഴിച്ച എല്ലാ
യുവാക്കളെക്കാളും അഴകുള്ളതും
മാംസപുഷ്ടിയുള്ളതുമായി കാണപ്പെട്ടു. [16] അങ്ങനെ
കാര്യസ്ഥൻ അവരുടെ വിഹിതമായ പലഹാരവും
അവർ കുടിക്കേണ്ട വീഞ്ഞും എടുത്ത്
അവർക്ക് പച്ചക്കറികൾ കൊടുത്തു.
[17] ഈ നാലു യുവാക്കൾക്ക് ദൈവം
സകലവിദ്യയിലും ജ്ഞാനത്തിലും അറിവും
സാമർത്ഥ്യവും നൽകി; ദാനീയേൽ
സകലദർശനങ്ങളെയും സ്വപ്നങ്ങളെയും
കുറിച്ചുള്ള ഗ്രാഹ്യമുള്ളവനായിരുന്നു.
[18] രാജാവ് അവരെ കൊണ്ടുവരണമെന്ന്
കല്പിച്ച കാലാവസാനത്തിൽ ഷണ്ഡാധിപൻ
അവരെ നെബൂഖദ്നേസരിന്റെ മുമ്പാകെ
കൊണ്ടുവന്നു. [19] രാജാവ് അവരെ ചോദ്യം
ചെയ്തപ്പോൾ അവരിൽ എല്ലാവരിലും ദാനീയേൽ,
ഹനന്യാവ്, മീശായേൽ , അസര്യാവ്
എന്നിവരെപ്പോലെ ആരെയും കണ്ടില്ല;
അതുകൊണ്ട് അവർ രാജാവിന്റെ മുമ്പാകെ
സേവിച്ചു. [20] രാജാവ് അവരെ പരിശോധിച്ച
ജ്ഞാനത്തിന്റെയും വിവേകത്തിന്റെയും

എല്ലാ കാര്യങ്ങളിലും, *തന്റെ*
രാജ്യത്തെല്ലാടവുമുള്ള എല്ലാ
മന്ത്രവാദികളെയും ജ്യോതിഷക്കാരെയുംകാൾ
*പത്തിരട്ടി*മികച്ചവരാണെന്ന് അവൻ
കണ്ടെത്തി. [21] ദാനിയേൽ സൈറസ്
രാജാവിന്റെ ഒന്നാം വർഷം വരെ അങ്ങനെ
തുടർന്നു.

യാക്കോബ് 1:5
പുതിയ രാജാവായ ജെയിംസ് പതിപ്പ്
[5] നിങ്ങളിൽ ഒരുത്തന്നു ജ്ഞാനം കുറവാകുന്നു
എങ്കിൽ ഭർത്സിക്കാതെ എല്ലാവർക്കും
ഔദാര്യമായി കൊടുക്കുന്നവനായ
ദൈവത്തോടു യാചിക്കട്ടെ; അപ്പോൾ അവന്നു
ലഭിക്കും.

ദാനീയേൽ 1:9-21
സന്ദേശം
[8-10] എന്നാൽ രാജാവിന്റെ ഭക്ഷണം കഴിച്ചോ
വീഞ്ഞു കുടിച്ചോ തന്നെത്താൻ
അശുദ്ധനാക്കുകയില്ലെന്ന് ദാനിയേൽ
നിശ്ചയിച്ചു, കൊട്ടാരം ജീവനക്കാരന്റെ
മേധാവിയോട് രാജകീയ ഭക്ഷണത്തിൽ നിന്ന്
തന്നെ ഒഴിവാക്കണമെന്ന് ആവശ്യപ്പെട്ടു.
ദൈവകൃപയാൽ കൊട്ടാരം ജീവനക്കാരന്റെ
മേധാവിക്ക് ദാനിയേലിനെ ഇഷ്ടമായിരുന്നു,
പക്ഷേ അദ്ദേഹം അവനോട് മുന്നറിയിപ്പ്
നൽകി, "എന്റെ യജമാനനായ രാജാവ് എന്ത്
ചെയ്യുമെന്ന് ഞാൻ ഭയപ്പെടുന്നു. ഈ

ഭക്ഷണക്രമം നിയോഗിച്ചത് അവനാണ്,
നിങ്ങൾ മറ്റുള്ളവരെപ്പോലെ
ആരോഗ്യവാന്മാരല്ലെന്ന് അവൻ കണ്ടാൽ
എന്റെ തല അവന് ലഭിക്കും!"
11-13 എന്നാൽ ദാനിയേൽ ദാനിയേൽ, ഹനന്യാവ്, മീശായേൽ ,
അസര്യാവ് എന്നിവരുടെ മേൽനോട്ടത്തിനായി
കൊട്ടാരം ജീവനക്കാരുടെ തലവൻ
നിയോഗിച്ച ഒരു കാര്യസ്ഥനോട്
അഭ്യർത്ഥിച്ചു : "പത്തു ദിവസത്തേക്ക്
പച്ചക്കറികളും വെള്ളവും ചേർത്ത്
ലളിതമായ ഒരു ഭക്ഷണം നൽകി ഞങ്ങളെ
പരീക്ഷിച്ചു നോക്കൂ. രാജകീയ മെനുവിൽ
നിന്ന് ഭക്ഷണം കഴിക്കുന്ന യുവാക്കളുമായി
ഞങ്ങളെ താരതമ്യം ചെയ്യുക. നിങ്ങൾ
കാണുന്നതിന്റെ അടിസ്ഥാനത്തിൽ നിങ്ങളുടെ
തീരുമാനം എടുക്കുക."
14-16 കാര്യസ്ഥൻ അത് ചെയ്യാൻ സമ്മതിച്ചു,
പത്ത് ദിവസത്തേക്ക് അവർക്ക്
പച്ചക്കറികളും വെള്ളവും നൽകി. പത്ത്
ദിവസത്തിനുശേഷം അവർ രാജകീയ
മെനുവിൽ നിന്ന് കഴിച്ചിരുന്ന
മറ്റെല്ലാവരെക്കാളും മികച്ചവരും
ആരോഗ്യമുള്ളവരുമായി കാണപ്പെട്ടു.
അതിനാൽ കാര്യസ്ഥൻ അവരെ രാജകീയ
ഭക്ഷണപാനീയങ്ങളുടെ മെനുവിൽ നിന്ന്
ഒഴിവാക്കി, അവർക്ക് പച്ചക്കറികൾ മാത്രം
വിളമ്പി.
17-19 ദൈവം ഈ നാലു യുവാക്കൾക്ക്
പുസ്തകങ്ങളിലും ജീവിതത്തിലും അറിവും

വൈദഗ്ധ്യവും നൽകി. കൂടാതെ, എല്ലാത്തരം
ദർശനങ്ങളും സ്വപ്നങ്ങളും
മനസ്സിലാക്കാനുള്ള കഴിവും ദാനിയേലിന്
ഉണ്ടായിരുന്നു. അവരുടെ
പരിശീലനത്തിനായി രാജാവ് നിശ്ചയിച്ച
സമയത്തിന്റെ അവസാനത്തിൽ, രാജകീയ
ഉദ്യോഗസ്ഥന്റെ തലവൻ അവരെ
നെബൂഖദ്നേസറിന്റെ അടുക്കൽ
കൊണ്ടുവന്നു. രാജാവ് അവരുമായി
അഭിമുഖം നടത്തിയപ്പോൾ, അവർ മറ്റെല്ലാ
യുവാക്കളെക്കാളും വളരെ ശ്രേഷ്ഠരാണെന്ന്
അദ്ദേഹം കണ്ടെത്തി. ദാനിയേൽ, ഹനന്യാവ്,
മിശായേൽ , അസര്യാവ് എന്നിവർക്ക്
തുല്യരായവരായി ആരും ഉണ്ടായിരുന്നില്ല .
19-20 അങ്ങനെ അവർ രാജാവിന്റെ
സേവനത്തിൽ സ്ഥാനം പിടിച്ചു.
പുസ്തകങ്ങളെക്കുറിച്ചോ
ജീവിതത്തെക്കുറിച്ചോ എന്തെങ്കിലും
കാര്യത്തെക്കുറിച്ച് രാജാവ് അവരോട്
ആലോചിച്ചപ്പോഴെല്ലാം, തന്റെ രാജ്യത്തിലെ
എല്ലാ മന്ത്രവാദികളെയും മന്ത്രവാദികളെയും
അപേക്ഷിച്ച് പത്തിരട്ടി മികച്ചവരായി
അവരെ കണ്ടെത്തി.
21 ദാനിയേൽ കോരെശ് രാജാവിന്റെ ഒന്നാം
വാഴ്ചയുടെ ഒന്നാം വർഷം വരെ
രാജാവിന്റെ സേവനത്തിൽ തുടർന്നു.

യാക്കോബ് 1:5-8
സന്ദേശം

5-8 നിങ്ങൾ എന്താണ് ചെയ്യുന്നതെന്ന് നിങ്ങൾക്കറിയില്ലെങ്കിൽ, പിതാവിനോട് പ്രാർത്ഥിക്കുക. അവൻ സഹായിക്കാൻ ഇഷ്ടപ്പെടുന്നു. നിങ്ങൾക്ക് അവന്റെ സഹായം ലഭിക്കും, നിങ്ങൾ അത് ആവശ്യപ്പെടുമ്പോൾ നിങ്ങൾ നിരസിക്കപ്പെടുകയുമില്ല. രണ്ടാമതൊന്ന് ആലോചിക്കാതെ ധൈര്യത്തോടെ, വിശ്വാസത്തോടെ ചോദിക്കുക. "പ്രാർത്ഥനകളെക്കുറിച്ച് വിഷമിക്കുന്ന" ആളുകൾ കാറ്റിൽ പറക്കുന്ന തിരമാലകൾ പോലെയാണ്. നിങ്ങളുടെ എല്ലാ ഓപ്ഷനുകളും തുറന്നിട്ടുകൊണ്ട് കടലിൽ പൊങ്ങിക്കിടക്കുന്ന നിങ്ങൾക്ക് ആ വഴിയിൽ യജമാനനിൽ നിന്ന് എന്തെങ്കിലും ലഭിക്കുമെന്ന് കരുതരുത്.

രാവിലെ 6 മണിക്ക് പിതാവേ, സ്കൂളുകളിലും, സർവകലാശാലകളിലും, പരിശീലന കേന്ദ്രങ്ങളിലും പഠനത്തിന്റെ അടിത്തറയായി കർത്താവിനോടുള്ള ഭയം മാറട്ടെ.

രാവിലെ 9 മണിക്ക് സത്യം, സ്വത്വം, ധാർമ്മികത, ദൈവത്തെക്കുറിച്ചുള്ള അറിവ് എന്നിവയ്ക്കെതിരെ പോരാടുന്ന പ്രബോധന സംവിധാനങ്ങളെ ഞാൻ നിരസിക്കുന്നു.

ഉച്ചയ്ക്ക് 12 മണിക്ക് അക്കാദമിക് ഇടങ്ങളിൽ ജ്ഞാനം, മികവ്, വിട്ടുവീഴ്ചയില്ലാത്ത

ബോധ്യം എന്നിവയോടെ ഡാനിയേലിനെയും എസ്തറെയും വളർത്തുക.

3pm അന്ധകാരവും ആശയക്കുഴപ്പവും സാധാരണ നിലയിലാക്കാൻ പാകത്തിൽ തയ്യാറാക്കിയ എല്ലാ പാഠ്യപദ്ധതികളും സത്യത്തെയും നീതിപൂർവകമായ പ്രതിരോധത്തെയും നേരിടണം.

വൈകുന്നേരം 6 മണിക്ക് കർത്താവേ, സത്യസന്ധതയോടെ സ്വാധീനം ചെലുത്തുന്ന അധ്യാപകരെയും, പ്രഭാഷകരെയും, ഗവേഷകരെയും, ഭരണാധികാരികളെയും അഭിഷേകം ചെയ്യണമേ.

രാത്രി 9 മണിക്ക് വിദ്യാർത്ഥികൾക്കിടയിൽ നല്ല പഠനം, അച്ചടക്കമുള്ള ചിന്ത, ആത്മീയ വിവേചനാധികാരം എന്നിവയുടെ പുനരുജ്ജീവനത്തിന് ഞാൻ ഉത്തരവിടുന്നു.

12am ക്രിസ്തുവിനു കീഴിൽ കാമ്പസുകൾ ഉണർവിന്റെയും മാനസാന്തരത്തിന്റെയും ബൗദ്ധിക നവീകരണത്തിന്റെയും കേന്ദ്രങ്ങളായി മാറട്ടെ.

പുലർച്ചെ 3 മണി പിതാവേ, വിദ്യാഭ്യാസ പർവ്വതം പിടിച്ചെടുക്കൂ, വഞ്ചനയിൽ നിന്ന് സത്യത്തിൽ രൂപീകരണത്തിലേക്ക് അതിനെ മാറ്റൂ.

ദിവസം 18 - വിദ്യാഭ്യാസ പർവ്വതം: ഉടമ്പടി ബുദ്ധിശക്തി

തിരുവെഴുത്തുകൾ: യെശയ്യാവു 54:13; ആവർത്തനം 6:7;

യെശയ്യാ 54:13
പുതിയ രാജാവായ ജെയിംസ് പതിപ്പ്
13 നിന്റെ മക്കൾ എല്ലാവരും യഹോവയാൽ ഉപദേശിക്കപ്പെട്ടവരും
നിന്റെ മക്കളുടെ സമാധാനം വലിയതും *ആയിരിക്കും*.

ആവർത്തനം 6:7
പുതിയ രാജാവായ ജെയിംസ് പതിപ്പ്
7 നീ അവയെ നിന്റെ മക്കൾക്ക് ഉപദേശിച്ചുകൊടുക്കണം; നീ വീട്ടിൽ ഇരിക്കുമ്പോഴും വഴി നടക്കുമ്പോഴും കിടക്കുമ്പോഴും എഴുന്നേൽക്കുമ്പോഴും അവയെക്കുറിച്ചു സംസാരിക്കണം.

യെശയ്യാവ് 54:13-17
സന്ദേശം
11-17 "ദുരിതമനുഭവിക്കുന്ന നഗരം,
കൊടുങ്കാറ്റിൽ തകർന്നത്, കരുണയില്ലാത്തത്:

ഞാൻ നിങ്ങളെ നീലക്കല്ലുകൾ കൊണ്ട് പുനർനിർമ്മിക്കാൻ പോകുന്നു, നീലക്കല്ലുകൾ കൊണ്ട് നിങ്ങളുടെ അടിത്തറ സ്ഥാപിക്കും, നിങ്ങളുടെ ഗോപുരങ്ങൾ മാണിക്യങ്ങൾ കൊണ്ട്, നിങ്ങളുടെ വാതിലുകൾ രത്നങ്ങൾ കൊണ്ട്, നിങ്ങളുടെ എല്ലാ മതിലുകളും വിലയേറിയ കല്ലുകൾ കൊണ്ട് നിർമ്മിക്കും. നിങ്ങളുടെ എല്ലാ കുട്ടികൾക്കും ദൈവം അവരുടെ ഗുരുവായിരിക്കും - നിങ്ങളുടെ കുട്ടികൾക്ക് എത്ര നല്ല ഉപദേഷ്ടാവ്! നിങ്ങൾ ഉറച്ചുനിൽക്കും, നീതിയിൽ ഉറച്ചുനിൽക്കും, ഒരു കുഴപ്പത്തിൽ നിന്നും അകന്നു - ഭയപ്പെടേണ്ട കാര്യമില്ല! ഭീകരതയിൽ നിന്ന് അകന്ന് - അത് അടുത്തുപോലും വരില്ല! ആരെങ്കിലും നിങ്ങളെ ആക്രമിച്ചാൽ, ഒരു നിമിഷം പോലും ഞാൻ അവരെ അയച്ചുവെന്ന് കരുതരുത്, ആരെങ്കിലും ആക്രമിച്ചാൽ, അതിൽ നിന്ന് ഒന്നും സംഭവിക്കില്ല. തന്റെ ഫോർജ് വെടിവച്ച് കൊല്ലാൻ രൂപകൽപ്പന ചെയ്ത ഒരു ആയുധം നിർമ്മിക്കുന്ന
കമ്മാരനെ ഞാൻ സൃഷ്ടിക്കുന്നു. ഞാൻ നശിപ്പിക്കുന്നവനെയും സൃഷ്ടിക്കുന്നു - എന്നാൽ നിങ്ങളെ ഉപദ്രവിക്കാൻ കഴിയുന്ന ഒരു ആയുധവും ഒരിക്കലും കെട്ടിച്ചമച്ചതല്ല. നിങ്ങളെ കോടതിയിൽ കൊണ്ടുപോകുന്ന ഏതൊരു കുറ്റാരോപിതനെയും ഒരു നുണയനായി തള്ളിക്കളയും.
ദൈവദാസന്മാർക്ക് പ്രതീക്ഷിക്കാവുന്നത്

ഇതാണ്. എല്ലാം ഏറ്റവും മികച്ച രീതിയിൽ നടക്കുന്നുവെന്ന് ഞാൻ ഉറപ്പാക്കും. ”
ദൈവത്തിന്റെ കൽപ്പന.

ആവർത്തനം 6:7-9
സന്ദേശം
6-9 ഇന്ന് ഞാൻ നിങ്ങൾക്ക് നൽകിയ ഈ കല്പനകൾ നിങ്ങളുടെ ഹൃദയങ്ങളിൽ എഴുതുക. അവ നിങ്ങളുടെ ഉള്ളിൽ സൂക്ഷിക്കുക, തുടർന്ന് നിങ്ങളുടെ കുട്ടികളുടെ ഉള്ളിൽ വയ്ക്കുക. നിങ്ങൾ എവിടെയായിരുന്നാലും, വീട്ടിൽ ഇരിക്കുമ്പോഴോ തെരുവിൽ നടക്കുമ്പോഴോ അവയെക്കുറിച്ചു സംസാരിക്കുക; രാവിലെ എഴുന്നേൽക്കുന്നത് മുതൽ രാത്രി ഉറങ്ങാൻ കിടക്കുന്നതുവരെ അവയെക്കുറിച്ചു സംസാരിക്കുക. ഒരു ഓർമ്മപ്പെടുത്തലായി അവയെ നിങ്ങളുടെ കൈകളിലും നെറ്റിയിലും കെട്ടുക; നിങ്ങളുടെ വീടുകളുടെ കട്ടിളകളിലും നഗരവാതിലുകളിലും അവ കൊത്തിവയ്ക്കുക.

രാവിലെ 6 മണിക്ക് കർത്താവേ, മികവ് ദിവ്യജ്ഞാനത്തിന്റെ സാക്ഷ്യമായി മാറുന്നതുവരെ വിദ്യാർത്ഥികളിലും ചിന്തകരിലും നിന്റെ വെളിച്ചം ഉദിക്കട്ടെ.

രാവിലെ 9 മണിക്ക് അക്കാദമിക്, നയതന്ത്ര, ഗവേഷണ മേഖലകളിൽ സ്ഥാനം

പിടിച്ചിരിക്കുന്ന ഓരോ വിശ്വാസിക്കും ഞാൻ നിന്ദയില്ലാത്ത ജ്ഞാനം യാചിക്കുന്നു.

ഉച്ചയ്ക്ക് 12 മണിക്ക് മനസ്സുകളെ മൂടുന്ന എല്ലാ മൂടുപടങ്ങളും നീക്കപ്പെടണം; സത്യത്തെ എതിർക്കുന്ന എല്ലാ ബൗദ്ധിക തടവുകളും തകർക്കപ്പെടണം.

ഉച്ചകഴിഞ്ഞ് 3 മണിക്ക് സാമൂഹിക പരിവർത്തനത്തിനും രാജ്യ സാക്ഷ്യത്തിനും വേണ്ടി നവീനതയും, കണ്ടെത്തലും, ഉൾക്കാഴ്ചയും വിശുദ്ധരിലേക്ക് ഒഴുകട്ടെ.

വൈകുന്നേരം 6 മണിക്ക് പിതാവേ, ഞങ്ങളുടെ കുട്ടികൾക്കും നേതാക്കൾക്കും വിനയത്തോടും വിശുദ്ധിയോടും കൂടിയ ഉയർന്ന ധാരണ നൽകണമേ.

രാത്രി 9 മണിക്ക് ഞാൻ വിധിക്കുന്നു, ആശയക്കുഴപ്പം, സാധാരണത്വം, വിദ്യാഭ്യാസ സ്തംഭനാവസ്ഥ എന്നിവ ഈ തലമുറയെ നിർവചിക്കില്ലെന്ന്.

12am ലൈബ്രറികൾ, ലബോറട്ടറികൾ, പ്രഭാഷണ ഹാളുകൾ എന്നിവ ദൈവിക കൂടിക്കാഴ്ചയ്ക്കും നീതിമാനായ സ്വാധീനത്തിനുമുള്ള മേഖലകളായി മാറട്ടെ.

പുലർച്ചെ 3 മണിക്ക് , സമ്മർദ്ദകരമായ പ്രശ്നങ്ങൾക്ക് ഉത്തരം നൽകുകയും

ജനതകളിൽ ക്രിസ്തുവിനെ
മഹത്വപ്പെടുത്തുകയും ചെയ്യുന്ന ഉടമ്പടി
ബുദ്ധി പുറപ്പെടുവിക്കണമേ.

ദിവസം 19 - മീഡിയ മൗണ്ടൻ: എയർവേവുകളെ ശുദ്ധീകരിക്കൽ

തിരുവെഴുത്തുകൾ: ഫിലിപ്പിയർ 4:8; മത്തായി 12:36-37

ഫിലിപ്പിയർ 4:8
പുതിയ രാജാവായ ജെയിംസ് പതിപ്പ്
ഈ കാര്യങ്ങളെക്കുറിച്ച് ധ്യാനിക്കുക
8 ഒടുവിൽ, സഹോദരന്മാരേ, സത്യമായതെല്ലാം,
മാന്യമായതെല്ലാം , നീതിയായതെല്ലാം ,
നിർമ്മലമായതെല്ലാം , മനോഹരമായതെല്ലാം ,
സൽകീർത്തിയായതെല്ലാം , എന്തെങ്കിലും
സൽഗുണമോ പുകഴ്ചയോ *ഉണ്ടെങ്കിൽ* -
ഇവയെക്കുറിച്ച് ധ്യാനിക്കുവിൻ.

മത്തായി 12:36-37
പുതിയ രാജാവായ ജെയിംസ് പതിപ്പ്
36 എന്നാൽ മനുഷ്യർ പറയുന്ന ഓരോ
വ്യർത്ഥവാക്കിനും ന്യായവിധിദിവസത്തിൽ
കണക്കു ബോധിപ്പിക്കേണ്ടിവരും എന്നു ഞാൻ
നിങ്ങളോടു പറയുന്നു. 37 നിന്റെ വാക്കുകളാൽ
നീ നീതീകരിക്കപ്പെടും; നിന്റെ വാക്കുകളാൽ
നീ കുറ്റം വിധിക്കപ്പെടും.

ഫിലിപ്പിയർ 4:8-9

സന്ദേശം
[8-9] എല്ലാം സംഗ്രഹിക്കുമ്പോൾ,
സുഹൃത്തുക്കളേ, നിങ്ങളുടെ മനസ്സ് നിറച്ച്
സത്യമായ, കുലീനമായ, പ്രശസ്തമായ,
ആധികാരികമായ, ആകർഷകമായ,
കൃപയുള്ള കാര്യങ്ങളെക്കുറിച്ച്
ധ്യാനിക്കുന്നതിലൂടെ നിങ്ങൾക്ക് ഏറ്റവും
മികച്ചത് ചെയ്യാൻ കഴിയുമെന്ന് ഞാൻ
പറയും - ഏറ്റവും മികച്ചത്, ഏറ്റവും
മോശമായതല്ല; മനോഹരമായത്,
വൃത്തികെട്ടതല്ല; ശപിക്കാനുള്ളതല്ല,
പ്രശംസിക്കാനുള്ള കാര്യങ്ങൾ. എന്നിൽ നിന്ന്
നിങ്ങൾ പഠിച്ചതും, നിങ്ങൾ കേട്ടതും കണ്ടതും
തിരിച്ചറിഞ്ഞതും പ്രായോഗികമാക്കുക.
അങ്ങനെ ചെയ്യുക, എല്ലാം ഒരുമിച്ച്
പ്രവർത്തിക്കുന്ന ദൈവം നിങ്ങളെ തന്റെ
ഏറ്റവും മികച്ച സ്വരച്ചേർച്ചകളിലേക്ക്
കൊണ്ടുവരും.

മത്തായി 12:36-37
സന്ദേശം
[34-37] "നിങ്ങൾക്ക് ഒരു പാമ്പുകുഴി പോലെയുള്ള
മനസ്സുകളുണ്ട്! നിങ്ങൾ ഇത്ര
ദുഷ്ടമനസ്കനായിരിക്കുമ്പോൾ നിങ്ങൾ
പറയുന്ന കാര്യങ്ങൾക്ക് എന്തെങ്കിലും
വിലയുണ്ടെന്ന് നിങ്ങൾ എങ്ങനെ കരുതുന്നു?
നിങ്ങളുടെ വാക്കുകൾക്ക് അർത്ഥം

നൽകുന്നത് നിഘണ്ടുവല്ല, നിങ്ങളുടെ ഹൃദയമാണ്. ഒരു നല്ല വ്യക്തി സമാനി സ്തു

രാവിലെ 6 മണിക്ക് പിതാവേ, നുണകൾ, വശീകരണം, അക്രമം എന്നിവയാൽ മലിനമായ എയർവേവുകൾ, പ്ലാറ്റ്ഫോമുകൾ, ആശയവിനിമയ ചാനലുകൾ എന്നിവ ശുദ്ധീകരിക്കണമേ.

രാവിലെ 9 മണിക്ക് , തിന്മയെ സാധാരണവൽക്കരിക്കുകയും ആളുകളെ പാപത്തോട് സംവേദനക്ഷമത കുറഞ്ഞവരാക്കുകയും ചെയ്യുന്ന പൈശാചിക ആഖ്യാനങ്ങളെ ഞാൻ അറസ്റ്റ് ചെയ്യുന്നു.

ഉച്ചയ്ക്ക് 12 മണിക്ക് സത്യത്തിനും നീതിക്കും എതിരായി കെട്ടിപ്പടുത്ത എല്ലാ ആയുധധാരികളായ മാധ്യമ അജണ്ടയും ചിതറിക്കപ്പെടട്ടെ.

ഉച്ചകഴിഞ്ഞ് 3 മണിക്ക് ദൈവത്തെ ഭയപ്പെടുകയും സത്യത്തെ ബഹുമാനിക്കുകയും ചെയ്യുന്ന പത്രപ്രവർത്തകരെയും പ്രക്ഷേപകരെയും എഴുത്തുകാരെയും എഡിറ്റർമാരെയും സ്രഷ്ടാക്കളെയും വളർത്തിയെടുക്കുക.

വൈകുന്നേരം 6 മണിക്ക് കള്ളസാക്ഷി, കൃത്രിമമായി നിർമ്മിച്ച റിപ്പോർട്ടുകൾ, പ്രചാരണങ്ങൾ എന്നിവ തുറന്നുകാട്ടപ്പെടുകയും അട്ടിമറിക്കപ്പെടുകയും ചെയ്യണമെന്ന് ഞാൻ ഉത്തരവിടുന്നു.

രാത്രി 9 മണിക്ക് കർത്താവേ, നിന്റെ ജനത്തിന് അവർ എന്ത് കഴിക്കുന്നു, പങ്കിടുന്നു, വർദ്ധിപ്പിക്കുന്നു, ആഘോഷിക്കുന്നു എന്ന് തിരിച്ചറിയാൻ ജ്ഞാനം നൽകണമേ.

12am മാധ്യമ പർവ്വതം സത്യം, സൗന്ദര്യം, ധൈര്യം, മോചന സാക്ഷ്യം എന്നിവയ്ക്കുള്ള ഒരു ചാനലായി മാറട്ടെ.

3am ദൈവമേ, വ്യാജം പറയുന്ന നാവിനെ നിശബ്ദമാക്കുകയും രാഷ്ട്രങ്ങളെ സുഖപ്പെടുത്തുകയും പ്രകാശിപ്പിക്കുകയും ഉണർത്തുകയും ചെയ്യുന്ന ശബ്ദങ്ങൾ സ്ഥാപിക്കുകയും ചെയ്യേണമേ.

ദിവസം 20 - മീഡിയ മൗണ്ടൻ: രാജ്യ സന്ദേശമയയ്ക്കൽ

തിരുവെഴുത്തുകൾ: സങ്കീർത്തനം 68:11; 2 തെസ്സലൊനിക്യർ 3:1

സങ്കീർത്തനങ്ങൾ 68:11
പുതിയ രാജാവായ ജെയിംസ് പതിപ്പ്
11 *കർത്താവു* ആജ്ഞ
കൊടുത്തു; അതു പ്രസിദ്ധമാക്കിയവരുടെ *കൂട്ടം*
വലുതായിരുന്നു ;

തെസ്സലൊനിക്യർ 2 3:1
പുതിയ രാജാവായ ജെയിംസ് പതിപ്പ്
ഞങ്ങൾക്കുവേണ്ടി പ്രാർത്ഥിക്കുക
3 ഒടുവിൽ സഹോദരന്മാരേ, കർത്താവിന്റെ
വചനം നിങ്ങളെപ്പോലെ വേഗത്തിൽ
വ്യാപിച്ച് *മഹത്വപ്പെടേണ്ടതിന്*
ഞങ്ങൾക്കുവേണ്ടി പ്രാർത്ഥിക്കുവിൻ .

സങ്കീർത്തനങ്ങൾ 68:11-14
സന്ദേശം
11-14 കർത്താവ് കല്പിച്ചു;
ആയിരക്കണക്കിന് ആളുകൾ
സന്തോഷവാർത്ത വിളിച്ചു പറഞ്ഞു:
"സൈന്യങ്ങളുടെ രാജാക്കന്മാർ ഓടുന്നു,

ഓടുന്നു!" വീട്ടമ്മമാർ സുരക്ഷിതരായി വീട്ടിലേക്ക് മടങ്ങിയപ്പോൾ, കനാന്യ വെള്ളിയും സ്വർണ്ണവും കൊള്ളയടിച്ച കൊള്ള, കൊള്ളയടിച്ച വസ്തുക്കൾ പങ്കിടുന്നു. ഷദ്ദായി രാജാക്കന്മാരെ ചിതറിച്ച ആ ദിവസം, കറുത്ത പർവതത്തിൽ മഞ്ഞ് വീണു.

2 തെസ്സലൊനീക്യർ 3:1-3

സന്ദേശം

മടിയന്മാർ

3 [1-3] ഒരു കാര്യം കൂടി സുഹൃത്തുക്കളേ: ഞങ്ങൾക്കുവേണ്ടി പ്രാർത്ഥിക്കുക. നിങ്ങളുടെ ഇടയിൽ സംഭവിച്ചതുപോലെ, ഗുരുവിന്റെ വചനം രാജ്യത്തുടനീളം പടർന്നുപിടിച്ച് പ്രതികരണത്തിന്റെ ഒരു വലിയ പ്രവാഹത്തിലേക്ക് എത്തട്ടെ എന്ന് പ്രാർത്ഥിക്കുക . നമ്മെ വശീകരിക്കാൻ ശ്രമിക്കുന്ന ഈ കുഴപ്പക്കാരിൽ നിന്ന് ഞങ്ങൾ രക്ഷിക്കപ്പെടട്ടെ എന്ന് പ്രാർത്ഥിക്കുക. എല്ലാ "വിശ്വാസികളും" വിശ്വാസികളല്ലെന്ന് ഞാൻ കാണുന്നു. എന്നാൽ ഗുരു ഒരിക്കലും നമ്മെ നിരാശരാക്കില്ല. അവൻ നിങ്ങളോടൊപ്പം നിൽക്കുകയും തിന്മയിൽ നിന്ന് നിങ്ങളെ സംരക്ഷിക്കുകയും ചെയ്യും.

രാവിലെ 6 മണിക്ക് കർത്താവേ,
കർത്താവിന്റെ വചനം ശക്തിയോടെ

പുറപ്പെടുവിച്ച് നിന്റെ ജനത്തിന് വിജയത്തിന്റെ ഭാഷ നൽകണമേ.

രാവിലെ 9 മണിക്ക്, ലഭ്യമായ എല്ലാ വേദികളിലും നീതി പ്രഖ്യാപിക്കാൻ സത്യത്തിന്റെ സന്ദേശവാഹകർ ശക്തിപ്പെടട്ടെ.

ഉച്ചയ്ക്ക് 12 മണിക്ക് സുവിശേഷം ഡിജിറ്റൽ, അച്ചടി, ദൃശ്യ, വാക്കാലുള്ള മാധ്യമങ്ങളിലൂടെ വേഗത്തിൽ പ്രചരിക്കണമെന്ന് ഞാൻ വിധിക്കുന്നു.

3pm സത്യത്തിനെതിരായ എല്ലാ അൽഗോരിതം പ്രതിരോധങ്ങളും നീതിക്കെതിരായ എല്ലാ മറഞ്ഞിരിക്കുന്ന പക്ഷപാതങ്ങളും ദൈവത്താൽ തകർക്കപ്പെടും.

വൈകുന്നേരം 6 മണിക്ക് പിതാവേ, വഞ്ചനയെ തുളച്ചുകയറുന്നതും ഹൃദയങ്ങളെ കൃത്യതയോടെ സ്പർശിക്കുന്നതുമായ തന്ത്രപരമായ ആശയവിനിമയം ഞങ്ങൾക്ക് നൽകണമേ.

രാത്രി 9 മണിക്ക് സാക്ഷ്യം, ഉപദേശം, പ്രവചന സാക്ഷ്യം, ബൈബിൾ വ്യക്തത എന്നിവ ഈ സീസണിൽ അസാധാരണമായ സ്വാധീനം ചെലുത്തട്ടെ.

പുലർച്ചെ 12 മണിക്ക്, യുഗത്തിന്റെ ആത്മാവിന് മുന്നിൽ തലകുനിക്കാത്ത, സർഗ്ഗാത്മകരും, അച്ചടക്കമുള്ളവരും, നിർഭയരുമായ ആശയവിനിമയക്കാരെ ഞാൻ വിളിക്കുന്നു.

പുലർച്ചെ 3 മണി കർത്താവേ, മാധ്യമ പർവ്വതം കൈവശപ്പെടുത്തി അതിനെ ഉണർവ്വിനും നീതിക്കും ക്രിസ്തുവിന്റെ രാജ്യത്തിന്റെ പുരോഗതിക്കും വേണ്ടി സേവിക്കണമേ.

ദിവസം 21 - ബിസിനസ് പർവ്വതം: ലക്ഷ്യത്തോടെയുള്ള സമ്പത്ത്

തിരുവെഴുത്തുകൾ: ആവർത്തനം 8:18; ആവർത്തനം 32:13

ആവർത്തനപുസ്തകം 8:18
പുതിയ രാജാവായ ജെയിംസ് പതിപ്പ്
18 "നിന്റെ ദൈവമായ യഹോവയെ നീ ഓർക്കേണം; നിന്റെ പിതാക്കന്മാരോടു സത്യം ചെയ്ത തന്റെ നിയമം ഇന്നുള്ളതുപോലെ സ്ഥിരമാക്കേണ്ടതിന്നു അവനല്ലോ *നിനക്കു സമ്പത്തു* സമ്പാദിപ്പാൻ ശക്തി തരുന്നതു .

ആവർത്തനപുസ്തകം 32:13
പുതിയ രാജാവായ ജെയിംസ് പതിപ്പ്
13 വയലിലെ വിളവു തിന്നേണ്ടതിന്നു അവൻ ഭൂമിയുടെ ഉന്നതങ്ങളിൽ അവനെ വാഹനമേറ്റി ; പാറയിൽനിന്നു തേനും തീക്കല്ലിൽനിന്നു എണ്ണയും അവനെക്കൊണ്ടു ഉണ്ടാക്കി;

ആവർത്തനപുസ്തകം 8:18
സന്ദേശം

17-18 നിങ്ങൾ സ്വയം ചിന്തിക്കാൻ തുടങ്ങിയാൽ, "ഇതെല്ലാം ഞാൻ ചെയ്തു. എല്ലാം ഞാൻ തന്നെ ചെയ്തു. ഞാൻ ധനികനാണ്. എല്ലാം എന്റേതാണ്!"—ശരി, വീണ്ടും ചിന്തിക്കുക. നിങ്ങളുടെ പൂർവ്വികർക്ക് വാഗ്ദാനം ചെയ്ത ഉടമ്പടി - ഇന്നത്തെപ്പോലെ - സ്ഥിരീകരിക്കുന്നതിനായി ഈ സമ്പത്ത് മുഴുവൻ ഉത്പാദിപ്പിക്കാൻ നിങ്ങളുടെ ദൈവമായ ദൈവം നിങ്ങൾക്ക് ശക്തി നൽകിയെന്ന് ഓർക്കുക.

ആവർത്തനം 32:13-14

സന്ദേശം

10-14 മരുഭൂമിയിൽ,
കാറ്റുവീശുന്ന ഒരു ഒഴിഞ്ഞ സ്ഥലത്ത്, അവൻ അവനെ കണ്ടെത്തി. അവൻ അവന്റെ ചുറ്റും കൈകൾ വീശി, അവന്റെ മേൽ ശ്രദ്ധ പതിപ്പിച്ചു, അവന്റെ കണ്ണിലെ കൃഷ്ണമണി പോലെ അവനെ കാത്തു. അവൻ ഒരു കഴുകൻ തന്റെ കൂടിനു മുകളിൽ പറന്നു, കുഞ്ഞുങ്ങളെ മറച്ചു,
പിന്നെ ചിറകുകൾ വിരിച്ചു, അവയെ വായുവിലേക്ക് ഉയർത്തി,
പറക്കാൻ പഠിപ്പിച്ചു. ദൈവം മാത്രം അവനെ നയിച്ചു; കാഴ്ചയിൽ ഒരു അന്യദൈവവും ഉണ്ടായിരുന്നില്ല. വയലുകളിലെ വിളകളിൽ അവന് വിരുന്നൊരുക്കാൻ ദൈവം അവനെ കുന്നിൻ മുകളിലേക്ക് ഉയർത്തി. അവൻ അവന് പാറയിൽ നിന്ന് തേനും, കരിങ്കൽ

പാറകളിൽ നിന്ന് എണ്ണയും, കന്നുകാലികളുടെ തൈരും, ആടുകളുടെ പാലും, കുഞ്ഞാടുകളുടെയും കോലാടുകളുടെയും മികച്ച കഷണങ്ങളും, നല്ല ബാഷാൻ ആട്ടുകൊറ്റന്മാരും, ഗുണമേന്മയുള്ള ഗോതമ്പും, മുന്തിരിയുടെ രക്തവും നൽകി: നീ നല്ല വീഞ്ഞു കുടിച്ചു!

രാവിലെ 6 മണിക്ക് പിതാവേ, നിന്റെ ഉടമ്പടി ഓർക്കുകയും ദൈവരാജ്യത്തിനായി സമ്പത്ത് സൃഷ്ടിക്കാൻ നിന്റെ ജനത്തെ ശക്തിപ്പെടുത്തുകയും ചെയ്യണമേ.

രാവിലെ 9 മണിക്ക് ഞാൻ കൽപ്പിക്കുന്നു, മറച്ചുവെച്ച വിഭവങ്ങളെയും, അവഗണിക്കപ്പെട്ട അവസരങ്ങളെയും, ദൈവിക അനുഗ്രഹത്താൽ തുറക്കാൻ നിയമാനുസൃതമായ വളർച്ചയുടെ വാതിലുകളെയും.

ഉച്ചയ്ക്ക് 12 മണിക്ക് നീതിയുള്ള സംരംഭത്തിനെതിരെ നിയോഗിക്കപ്പെട്ട എല്ലാ വിഴുങ്ങുന്നവരെയും യേശുവിന്റെ നാമത്തിൽ ശാസിക്കപ്പെടും.

ഉച്ചകഴിഞ്ഞ് 3 മണിക്ക് ഉയരങ്ങളിലെ നിക്ഷേപങ്ങളും ഭൂമിയിലെ മറഞ്ഞിരിക്കുന്ന വിഭവങ്ങളും രാജ്യ നിയമനങ്ങൾക്കായി സ്വതന്ത്രമാക്കപ്പെടട്ടെ.

വൈകുന്നേരം 6 മണിക്ക് കർത്താവേ, അത്യാഗ്രഹം, വഞ്ചന, വിട്ടുവീഴ്ച, ചൂഷണം എന്നിവ ബിസിനസ്സ് പർവതത്തിൽ നിന്ന് തുടച്ചുനീക്കണമേ.

രാത്രി 9 മണിക്ക് , വാണിജ്യത്തിൽ വിശ്വസിക്കുന്നവർ നീതിയിലും, ഔദാര്യത്തിലും, തന്ത്രപരമായ കാര്യനിർവ്വഹണത്തിലും അഭിവൃദ്ധി പ്രാപിക്കണമെന്ന് ഞാൻ വിധിക്കുന്നു.

12am ആകാശവുമായി യോജിച്ച ബിസിനസുകൾ ഉയർന്നുവരട്ടെ, സ്ഥിരത കൈവരിക്കട്ടെ, പെരുകട്ടെ, തൊഴിലിന്റെയും കാരുണ്യത്തിന്റെയും ചാനലുകളായി മാറട്ടെ.

പുലർച്ചെ 3 മണിക്ക് ദൈവമേ, വിഭവങ്ങളെ ബന്ധനത്തിൽ നിന്ന് ലക്ഷ്യത്തിലേക്ക് മാറ്റണമേ, സമ്പത്തിനെ നിന്റെ അജണ്ടയ്ക്ക് ഉത്തരമാക്കണമേ.

ദിവസം 22 - ബിസിനസ് പർവ്വതം: അഭിഷിക്ത വിതരണ ലൈനുകൾ

തിരുവെഴുത്തുകൾ: യിരെമ്യാവു 31:11-14;
ഇയ്യോബ് 29:6

യിരെമ്യാവ് 31:11-14
പുതിയ രാജാവായ ജെയിംസ് പതിപ്പ്
11 യഹോവ യാക്കോബിനെ വീണ്ടെടുത്തു,
അവനെക്കാൾ ബലവാനായവന്റെ
കയ്യിൽനിന്നു അവനെ വീണ്ടെടുത്തിരിക്കുന്നു.
12 അതുകൊണ്ടു അവർ സീയോന്റെ
ഉന്നതിയിൽ വന്നു പാട്ടുപാടും;
ഗോതമ്പിനും വീഞ്ഞിനും എണ്ണയ്ക്കും
വേണ്ടിയും ആട്ടിൻകൂട്ടത്തിലെയും
കന്നുകാലികളിലെയും കുഞ്ഞുങ്ങൾക്കു
വേണ്ടിയും യഹോവയുടെ നന്മയിലേക്കു
ഒഴുകിയെത്തും; അവരുടെ പ്രാണൻ നനവുള്ള
തോട്ടം പോലെയാകും; അവർ ഇനി
ദുഃഖിക്കയുമില്ല.
13 "അപ്പോൾ കന്യകയും യുവാക്കളും വൃദ്ധരും
ഒരുപോലെ
നൃത്തത്തിൽ സന്തോഷിക്കും ; ഞാൻ അവരുടെ
ദുഃഖം സന്തോഷമാക്കി
മാറ്റും ; ഞാൻ അവരെ ആശ്വസിപ്പിക്കും; ദുഃഖിക്കുന്നതിനു പകരം അവരെ
സന്തോഷിപ്പിക്കും. 14 പുരോഹിതന്മാരുടെ പ്രാണനെ ഞാൻ

സമൃദ്ധികൊണ്ടു തൃപ്തിപ്പെടുത്തും;
എന്റെ ജനം എന്റെ നന്മകൊണ്ടു
തൃപ്തിപ്രാപിക്കും എന്നു യഹോവ
അരുളിച്ചെയ്യുന്നു."

ഇയ്യോബ് 29:6
പുതിയ രാജാവായ ജെയിംസ് പതിപ്പ്
6 എന്റെ കാലുകൾ ക്രീം കൊണ്ട് കുളിച്ചപ്പോൾ ,
പാറ എനിക്ക് തൈലനദികളെ ഒഴുക്കിത്തന്നു.

യിരെമ്യാവ് 31:11-14
സന്ദേശം
10-14 "ജനതകളേ, ഇതു കേൾക്കുവിൻ!
ദൈവത്തിന്റെ സന്ദേശം!
ലോകമെമ്പാടും ഇത് പ്രചരിപ്പിക്കുവിൻ!
അവരോട് പറയുക, 'ഇസ്രായേലിനെ
ചിതറിച്ചവൻ
അവരെ വീണ്ടും ഒരുമിച്ചുകൂട്ടും.
ഇനി മുതൽ അവൻ ഒരു ഇടയൻ തന്റെ
ആട്ടിൻകൂട്ടത്തോടൊപ്പം എന്നപോലെ അവരെ
ശ്രദ്ധാപൂർവ്വം നിരീക്ഷിക്കും.' ഞാൻ, ദൈവം,
യാക്കോബിന് കഠിനമായ ഒരു മറുവില
നൽകും; ബാബിലോണിയൻ പീഡനത്തിന്റെ
പിടിയിൽ നിന്ന് ഞാൻ അവനെ
മോചിപ്പിക്കും. ആളുകൾ സന്തോഷത്തോടെ
ആർത്തുവിളിച്ചുകൊണ്ട് സീയോന്റെ
കുന്നുകളിൽ കയറും, ദൈവത്തിന്റെ
ഔദാര്യത്താൽ അവരുടെ മുഖം പ്രകാശിക്കും
- ധാന്യവും വീഞ്ഞും എണ്ണയും,

ആട്ടിൻകൂട്ടങ്ങളും, കന്നുകാലിക്കൂട്ടങ്ങളും. അവരുടെ ജീവിതം നല്ല വെള്ളമുള്ള ഒരു തോട്ടം പോലെയായിരിക്കും, ഇനി ഒരിക്കലും ഉണങ്ങാൻ അവശേഷിക്കില്ല. യുവതികൾ നൃത്തം ചെയ്യുകയും സന്തോഷിക്കുകയും ചെയ്യും, യുവാക്കളും വൃദ്ധരും അതിൽ പങ്കുചേരും. ഞാൻ അവരുടെ കരച്ചിൽ ചിരിയാക്കി മാറ്റും, ആശ്വാസം പകരും, അവരുടെ ദുഃഖം സന്തോഷത്തോടെ കീഴടക്കും. അവരുടെ പുരോഹിതന്മാർക്ക് ഒരു ദിവസം മൂന്ന് ചതുരാകൃതിയിലുള്ള ഭക്ഷണം ലഭിക്കുന്നുണ്ടെന്നും എന്റെ ജനത്തിന് ആവശ്യത്തിലധികം ഉണ്ടെന്നും ഞാൻ ഉറപ്പാക്കും. " ദൈവത്തിന്റെ കൽപ്പന.

ഇയ്യോബ് 29:6

സന്ദേശം

ദൈവം ഇപ്പോഴും എന്റെ അരികിലുണ്ടായിരുന്നപ്പോൾ

29 [1-6] ഇയ്യോബ് ഇപ്പോൾ തന്റെ മറുപടി തുടർന്നു:

"ഓ, ദൈവം എന്നെ ഇത്ര നന്നായി പരിപാലിച്ച ആ പഴയ നല്ല നാളുകൾക്കായി ഞാൻ എത്രമാത്രം കൊതിക്കുന്നു. അവൻ എപ്പോഴും എന്റെ മുന്നിൽ ഒരു വിളക്ക് പിടിച്ചു, അതിന്റെ വെളിച്ചത്തിൽ ഞാൻ ഇരുട്ടിലൂടെ നടന്നു. ഓ, ദൈവത്തിന്റെ സൗഹൃദം എന്റെ വീടിനെ അലങ്കരിച്ച, സർവ്വശക്തൻ ഇപ്പോഴും എന്റെ

അരികിലുണ്ടായിരുന്ന, എന്റെ കുട്ടികൾ എന്റെ ചുറ്റും ഉണ്ടായിരുന്ന, എല്ലാം എന്റെ വഴിക്ക് പോയിരുന്ന, ഒന്നും വളരെ ബുദ്ധിമുട്ടായി തോന്നിയ ആ സുവർണ്ണ വർഷങ്ങൾ എനിക്ക് എത്ര നഷ്ടമായി."

രാവിലെ 6: കർത്താവേ, വരൾച്ചയുടെയും അനിശ്ചിതത്വത്തിന്റെയും കാലങ്ങളിൽ നിന്റെ ജനത്തെ വീണ്ടെടുത്ത് നിറയ്ക്കണമേ, നന്മകൊണ്ട് അവരെ തൃപ്തിപ്പെടുത്തണമേ.

രാവിലെ 9 മണിക്ക് ശുശ്രൂഷകൾ, കുടുംബങ്ങൾ, ദൗത്യങ്ങൾ, രാജ്യ പദ്ധതികൾ എന്നിവയിൽ അമാനുഷിക വിതരണം ഞാൻ പ്രഖ്യാപിക്കുന്നു.

ഉച്ചയ്ക്ക് 12 മണിക്ക് നഷ്ടത്തിന്റെയും, ചോർച്ചയുടെയും, ഏതാണ്ട് പുരോഗതി കൈവരിക്കുന്ന തകർച്ചയുടെയും ഓരോ ചക്രവും ദൈവത്തിന്റെ കൈയാൽ തടസ്സപ്പെടും.

3pm വന്ധ്യത വളരെക്കാലമായി സംസാരിച്ചിരിക്കുന്നിടത്ത് സമൃദ്ധി ഒഴുകട്ടെ, നീതിയുള്ള അധ്വാനം പൂർണ്ണ പ്രതിഫലം നൽകട്ടെ.

വൈകുന്നേരം 6 മണിക്ക് പിതാവേ, നിങ്ങളുടെ ജനങ്ങൾക്കായി ശുദ്ധമായ വിതരണ ലൈനുകൾ, സത്യസന്ധമായ പങ്കാളിത്തങ്ങൾ, സുരക്ഷിതമായ ഇടപാടുകൾ എന്നിവ സ്ഥാപിക്കണമേ.

രാത്രി 9 മണിക്ക് ദൈവിക ത്വരിതപ്പെടുത്തലിന് വഴിയൊരുക്കുന്നതിനായി, കരുതലിന്റെ കവാടത്തിൽ കാലതാമസം വരുത്താൻ ഞാൻ കൽപ്പിക്കുന്നു.

12am. ഔദാര്യത്തിനും, ദൗത്യങ്ങൾക്കും, രാജ്യവികസനത്തിനും ആവശ്യമായ പദാർത്ഥങ്ങൾ കൊണ്ട് നമ്മുടെ നിലങ്ങൾ നിറയട്ടെ.

3am കർത്താവേ, ക്ഷാമത്തെ സാക്ഷ്യമാക്കി മാറ്റണമേ, നിന്റെ ജനത്തെ ഉടമ്പടി വിതരണത്തിന്റെ ദൃശ്യമായ തെളിവുകളാക്കി മാറ്റണമേ.

ദിവസം 23 - കലാ പർവ്വതം: സമർപ്പിത സർഗ്ഗാത്മകത

തിരുവെഴുത്തുകൾ: പുറപ്പാട് 31:1-5;
സങ്കീർത്തനം 150:1-6

പുറപ്പാട് 31:1-5
പുതിയ രാജാവായ ജെയിംസ് പതിപ്പ്
കൂടാരം പണിയുന്നതിനുള്ള കരകൗശല വിദഗ്ധർ
31 അപ്പോൾ യഹോവ മോശെയോട്
അരുളിച്ചെയ്തത്: 2 "നോക്കൂ, ഞാൻ യെഹൂദാ
ഗോത്രത്തിൽ ഹൂരിന്റെ മകനായ ഊരിയുടെ
മകൻ ബെസലേലിനെ പേർ ചൊല്ലി
വിളിച്ചിരിക്കുന്നു . 3 ഞാൻ അവനെ
ദൈവത്തിന്റെ ആത്മാവിനാൽ
ജ്ഞാനത്തിലും ബുദ്ധിയിലും അറിവിലും
സകലവിധ പണിയിലും നിറച്ചിരിക്കുന്നു . 4
കലാസൃഷ്ടികൾ രൂപകൽപ്പന ചെയ്യാനും, സ്വർണ്ണം,
വെള്ളി, വെങ്കലം എന്നിവയിൽ പണിയാനും, 5
രത്നങ്ങൾ കൊത്തിയെടുക്കാനും, മരം
കൊത്തിയെടുക്കാനും, എല്ലാത്തരം
പണികളും ചെയ്യാനുമായി അവൻ *അവനെ
നിറച്ചിരിക്കുന്നു* .

സങ്കീർത്തനങ്ങൾ 150
പുതിയ രാജാവായ ജെയിംസ് പതിപ്പ്

സകലവും കർത്താവിനെ സ്തുതിക്കട്ടെ

150 കർത്താവിനെ സ്തുതിപ്പിൻ !
ദൈവത്തെ അവന്റെ വിശുദ്ധമന്ദിരത്തിൽ സ്തുതിപ്പിൻ;
അവന്റെ ബലമുള്ള ആകാശവിതാനത്തിൽ അവനെ സ്തുതിപ്പിൻ !
2 അവന്റെ വീര്യപ്രവൃത്തികൾ നിമിത്തം അവനെ സ്തുതിപ്പിൻ;
അവന്റെ മഹിമാധിക്യത്തിന്നു തക്കവണ്ണം അവനെ സ്തുതിപ്പിൻ.
3 കാഹളനാദത്തോടെ അവനെ സ്തുതിപ്പിൻ ;
വീണയോടും വീണയോടും കൂടെ അവനെ സ്തുതിപ്പിൻ;
4 തപ്പോടും നൃത്തത്തോടും കൂടെ അവനെ സ്തുതിപ്പിൻ;
തന്ത്രിനാദങ്ങളോടും കുഴലോടും കൂടെ അവനെ സ്തുതിപ്പിൻ;
5 ഉച്ചത്തിലുള്ള കൈത്താളങ്ങളോടെ അവനെ സ്തുതിപ്പിൻ; മുഴങ്ങുന്ന
കൈത്താളങ്ങളോടെ അവനെ സ്തുതിപ്പിൻ;
6 ജീവനുള്ളതൊക്കെയും കർത്താവിനെ സ്തുതിക്കട്ടെ;
[d] കർത്താവിനെ സ്തുതിപ്പിൻ!

പുറപ്പാട് 31:1-5

സന്ദേശം

ബെസലേലും ഒഹൊലീയാബും

31 1-5 ദൈവം മോശയോട് പറഞ്ഞു: "ഞാൻ എന്താണ് ചെയ്തതെന്ന് നോക്കൂ; യൂദാ

ഗോത്രത്തിലെ ഹൂരിന്റെ മകനായ ഊരിയുടെ മകൻ ബെസലേലിനെ ഞാൻ വ്യക്തിപരമായി തിരഞ്ഞെടുത്തു . ഞാൻ അവനെ ദൈവത്തിന്റെ ആത്മാവിനാൽ നിറച്ചു, സ്വർണ്ണം, വെള്ളി, വെങ്കലം എന്നിവയിൽ ഡിസൈനുകൾ സൃഷ്ടിക്കാനും പ്രവർത്തിക്കാനും; രത്നക്കല്ലുകൾ മുറിക്കാനും പതിപ്പിക്കാനും; മരം കൊത്തിയെടുക്കാനും - അവൻ ഒരു സർവവ്യാപിയായ കരകൗശല വിദഗ്ധനാണ്.

സങ്കീർത്തനങ്ങൾ 150

സന്ദേശം

150 1-6 ഹല്ലേലൂയാ!
ദൈവത്തെ അവന്റെ വിശുദ്ധ ആരാധനാലയത്തിൽ സ്തുതിക്കുവിൻ; തുറന്ന ആകാശത്തിൻ കീഴിൽ അവനെ സ്തുതിക്കുവിൻ; അവന്റെ ശക്തിപ്രവൃത്തികൾക്കായി അവനെ സ്തുതിക്കുവിൻ; അവന്റെ മഹത്വത്തിനായി അവനെ സ്തുതിക്കുവിൻ; കാഹളനാദത്തോടെ സ്തുതിക്കുവിൻ; മൃദുവായ തന്ത്രികൾ ഉപയോഗിച്ച് സ്തുതിക്കുവിൻ; കാസ്റ്റാനറ്റുകളും നൃത്തങ്ങളും ഉപയോഗിച്ച് അവനെ സ്തുതിക്കുവിൻ; ബാഞ്ചോയും ഓടക്കുഴലും ഉപയോഗിച്ച് അവനെ സ്തുതിക്കുവിൻ; കൈത്താളങ്ങളും വലിയ ബാസ് ഡ്രമ്മും ഉപയോഗിച്ച് അവനെ സ്തുതിക്കുവിൻ;

ഫിഡിലുകളും മാൻഡോളിനും ഉപയോഗിച്ച് അവനെ സ്തുതിക്കുവിൻ. ജീവനുള്ളതും ശ്വസിക്കുന്നതുമായ എല്ലാ ജീവജാലങ്ങളും ദൈവത്തെ സ്തുതിക്കട്ടെ! ഹല്ലേലൂയാ!

രാവിലെ 6 മണിക്ക് പിതാവേ, കലാപത്തിനല്ല, അങ്ങയുടെ മഹത്വത്തിനായി സർഗ്ഗാത്മകത, കലാവൈഭവം, ഭാവന എന്നിവ വീണ്ടെടുക്കണമേ.

രാവിലെ 9 മണിക്ക് സംഗീതം, സിനിമ, ഫാഷൻ, കഥപറച്ചിൽ, പ്രകടനം എന്നിവയിൽ ഇരുട്ടിന്റെ വശീകരണ സ്വാധീനം ഞാൻ തകർക്കുന്നു.

ഉച്ചയ്ക്ക് 12 മണിക്ക് വൈദഗ്ദ്ധ്യം, ജ്ഞാനം, സൗന്ദര്യം, വിശുദ്ധ ധൈര്യം എന്നിവയാൽ നിറഞ്ഞ സമർപ്പിതരായ കലാകാരന്മാരെ ഉയർത്തുക.

3pm വക്രത, അക്രമം, വിഗ്രഹാരാധന എന്നിവയെ മഹത്വപ്പെടുത്താൻ സർഗ്ഗാത്മകത ഉപയോഗിക്കുന്ന എല്ലാ ബലിപീഠങ്ങളും അട്ടിമറിക്കപ്പെടണം.

വൈകുന്നേരം 6 മണിക്ക് കർത്താവേ, പാട്ടുകൾ, ചിത്രങ്ങൾ, കഥകൾ, പ്രകടനങ്ങൾ എന്നിവ സത്യത്തിന്റെയും ബോധ്യത്തിന്റെയും വാഹകരായി മാറട്ടെ.

രാത്രി 9 മണിക്ക് ഞാൻ വിധിക്കുന്നു, കലാ പർവതം ഇനി ശത്രുവിന് വിട്ടുകൊടുക്കുന്ന പ്രദേശമായിരിക്കില്ല എന്ന്.

12am ആരാധകർ, എഴുത്തുകാർ, ഡിസൈനർമാർ, അഭിനേതാക്കൾ, സംഗീതജ്ഞർ എന്നിവർ ദൈവത്തെ ആഴത്തിൽ കണ്ടുമുട്ടുകയും കവിഞ്ഞൊഴുകലിൽ നിന്ന് സൃഷ്ടിക്കുകയും ചെയ്യട്ടെ.

പുലർച്ചെ 3 മണിക്ക് ദൈവമേ, സത്യത്താൽ വിവാഹിതമായ സൗന്ദര്യത്തെയും സൃഷ്ടിപരമായ മേഖലയിൽ വിശുദ്ധിയാൽ വിവാഹിതമായ മികവിനെയും മോചിപ്പിക്കണമേ.

ദിവസം 24 - കലാ പർവ്വതം: സംസ്കാരത്തിന്റെ മോചനം

തിരുവെഴുത്തുകൾ: യെശയ്യാവ് വെളിപ്പാട് 21:24-26; ഉല്പത്തി 1:26-27; സങ്കീർത്തനം 96:1-3

വെളിപ്പാട് 21:24-26
പുതിയ രാജാവായ ജെയിംസ് പതിപ്പ്
[24] രക്ഷിക്കപ്പെട്ട ജാതികൾ അതിന്റെ
വെളിച്ചത്തിൽ നടക്കും; ഭൂമിയിലെ
രാജാക്കന്മാർ അവരുടെ മഹത്വവും ബഹുമാനവും
അതിലേക്ക് കൊണ്ടുവരും. 25 അതിന്റെ
വാതിലുകൾ പകൽസമയത്ത്
അടയ്ക്കപ്പെടുകയില്ല (അവിടെ രാത്രി
ഉണ്ടാകില്ല). 26 അവർ ജാതികളുടെ മഹത്വവും ബഹുമാനവും
അതിലേക്ക് കൊണ്ടുവരും.

ഉല്പത്തി 1:26-27
പുതിയ രാജാവായ ജെയിംസ് പതിപ്പ്
[26] അനന്തരം ദൈവം: നമ്മുടെ സ്വരൂപത്തിൽ
നമ്മുടെ സാദൃശ്യപ്രകാരം മനുഷ്യനെ
ഉണ്ടാക്കുക; സമുദ്രത്തിലെ മത്സ്യത്തിന്മേലും
ആകാശത്തിലെ പറവജാതിയിന്മേലും
കന്നുകാലികൾക്ക്മേലും ഭൂമി മുഴുവൻ
ഭൂമിയിൽ ഇഴയുന്ന എല്ലാ ഇഴജാതിയിന്മേലും
അവർ വാഴട്ടെ എന്നു കല്പിച്ചു. 27 അങ്ങനെ ദൈവം

തന്റെ സ്വരൂപത്തിൽ മനുഷ്യനെ സൃഷ്ടിച്ചു ;
ദൈവത്തിന്റെ സ്വരൂപത്തിൽ അവനെ
സൃഷ്ടിച്ചു; ആണും പെണ്ണുമായി അവരെ
സൃഷ്ടിച്ചു

സങ്കീർത്തനം 96:1-3
പുതിയ രാജാവായ ജെയിംസ് പതിപ്പ്
ന്യായവിധിയിൽ വരുന്ന ദൈവത്തെ
സ്തുതിക്കുന്ന ഒരു ഗാനം
96 ഓ, കർത്താവിനു പുതിയൊരു ഗാനം
ആലപിക്കുവിൻ;
ഭൂമി മുഴുവനും കർത്താവിനു പാടുവിൻ.
2 കർത്താവിനു പാടുവിൻ; അവന്റെ
നാമത്തെ വാഴ്ത്തുവിൻ;
നാൾതോറും അവന്റെ രക്ഷയുടെ
സുവിശേഷം ഘോഷിപ്പിൻ;
3 ജാതികളുടെ
ഇടയിൽ അവന്റെ മഹത്വവും സകലവംശങ്ങളുടെയും
ഇടയിൽ അവന്റെ അത്ഭുതങ്ങളും
പ്രസ്താവിപ്പിൻ.

വെളിപ്പാട് 21:24-27
സന്ദേശം
15-21 എന്നോടു സംസാരിച്ച ദൂതന്റെ കൈവശം
നഗരത്തെയും അതിന്റെ കവാടങ്ങളെയും
മതിലിനെയും അളക്കാൻ ഒരു സ്വർണ്ണ
അളവുകോൽ ഉണ്ടായിരുന്നു. നഗരം ഒരു
പൂർണ്ണ ചതുരത്തിൽ ക്രമീകരിച്ചിരുന്നു.
അവൻ നഗരത്തെ അളവുകോൽ ഉപയോഗിച്ച്

അളന്നു: ആയിരത്തി അഞ്ഞൂറ് മൈൽ,
അതിന്റെ നീളം, വീതി, ഉയരം
എന്നിവയെല്ലാം തുല്യമായിരുന്നു.
സ്റ്റാൻഡേർഡ് അളവ് ഉപയോഗിച്ച്, ദൂതൻ
അതിന്റെ മതിലിന്റെ കനം അളന്നു:
എഴുപത്തിരണ്ട് യാർഡ്. മതിൽ
മഹത്വത്തിന്റെ നിറമായ ജാസ്പർ
ആയിരുന്നു, നഗരം ശുദ്ധമായ
സ്വർണ്ണമായിരുന്നു, സ്ഫടികം പോലെ
അർദ്ധസുതാര്യമായിരുന്നു.
നഗരമതിലുകളുടെ അടിസ്ഥാനങ്ങൾ
സങ്കൽപ്പിക്കാവുന്ന എല്ലാ വിലയേറിയ
രത്നങ്ങളാലും അലങ്കരിച്ചിരുന്നു: ഒന്നാം
അടിത്തറ ജാസ്പർ, രണ്ടാമത്തെ നീലക്കല്ല്,
മൂന്നാമത്തെ വൈഡൂര്യം, നാലാമത്തെ
മരതകം, അഞ്ചാമത്തെ ഗോമേദകം,
ആറാമത്തെ കാർണേലിയൻ, ഏഴാമത്തെ
ക്രിസോലൈറ്റ്, എട്ടാമത്തെ ബെറിൾ,
ഒമ്പതാമത്തെ പുഷ്പരാഗം, പത്താമത്തെ
ക്രിസോപ്രേസ്, പതിനൊന്നാമത്തെ ജാസിന്ത്,
പന്ത്രണ്ടാമത്തെ വൈഡൂര്യം. പന്ത്രണ്ട്
വാതിലുകൾ പന്ത്രണ്ട് മുത്തുകളായിരുന്നു,
ഓരോ വാതിലും ഒരു മുത്തായിരുന്നു.
21-27 നഗരത്തിലെ പ്രധാന വീഥി ശുദ്ധമായ
സ്വർണ്ണമായിരുന്നു, ഗ്ലാസ് പോലെ
സുതാര്യമായിരുന്നു. എന്നാൽ ഒരു
ആലയത്തിന്റെ അടയാളം ഉണ്ടായിരുന്നില്ല,
കാരണം പരമാധികാരിയായ ദൈവമായ
കർത്താവും കുഞ്ഞാടുമാണ് ആലയം.

നഗരത്തിന് വെളിച്ചത്തിന് സൂര്യനോ ചന്ദ്രനോ ആവശ്യമില്ല. ദൈവത്തിന്റെ മഹത്വം അതിന്റെ വെളിച്ചമാണ്, കുഞ്ഞാട് അതിന്റെ വിളക്കാണ്! ജാതികൾ അതിന്റെ വെളിച്ചത്തിൽ നടക്കും, ഭൂമിയിലെ രാജാക്കന്മാർ അവരുടെ മഹത്വം കൊണ്ടുവരും. പകൽസമയത്ത് അതിന്റെ വാതിലുകൾ അടയ്ക്കപ്പെടുകയില്ല, രാത്രി ഉണ്ടാകില്ല. അവർ ജനതകളുടെ മഹത്വവും ബഹുമാനവും നഗരത്തിലേക്ക് കൊണ്ടുവരും . മലിനമോ മലിനമോ ആയ ഒന്നും നഗരത്തിൽ പ്രവേശിക്കുകയില്ല , അശുദ്ധമാക്കുന്നവനോ വഞ്ചിക്കുന്നവനോ ആരും നഗരത്തിൽ പ്രവേശിക്കുകയില്ല. കുഞ്ഞാടിന്റെ ജീവപുസ്തകത്തിൽ പേരുകൾ എഴുതിയിരിക്കുന്നവർ മാത്രമേ അതിൽ പ്രവേശിക്കുകയുള്ളൂ.

ഉല്പത്തി 1:26-28
സന്ദേശം
26-28 ദൈവം പറഞ്ഞു: "നമ്മുടെ സ്വരൂപത്തിൽ മനുഷ്യരെ സൃഷ്ടിക്കാം, അവരെ നമ്മുടെ സ്വഭാവം പ്രതിഫലിപ്പിക്കുന്നവരാക്കി മാറ്റാം, അങ്ങനെ അവർക്ക് കടലിലെ മത്സ്യങ്ങൾക്കും, ആകാശത്തിലെ പക്ഷികൾക്കും, കന്നുകാലികൾക്കും, അതെ, ഭൂമിക്കും, ഭൂമിയിൽ ചരിക്കുന്ന എല്ലാ മൃഗങ്ങൾക്കും ഉത്തരവാദികളാകാം."

ദൈവം മനുഷ്യരെ സൃഷ്ടിച്ചു;
അവൻ അവരെ ദൈവതുല്യരായി സൃഷ്ടിച്ചു,
ദൈവത്തിന്റെ സ്വഭാവം പ്രതിഫലിപ്പിച്ചു.
അവൻ അവരെ ആണും പെണ്ണുമായി
സൃഷ്ടിച്ചു. ദൈവം അവരെ അനുഗ്രഹിച്ചു: "
സമൃദ്ധി പ്രാപിക്കുക! പുനരുൽപ്പാദിപ്പിക്കുക!
ഭൂമിയെ നിറയ്ക്കുക! ചുമതല ഏറ്റെടുക്കുക!
കടലിലെ മത്സ്യങ്ങൾക്കും ആകാശത്തിലെ
പക്ഷികൾക്കും, ഭൂമിയിൽ ചരിക്കുന്ന എല്ലാ
ജീവജാലങ്ങൾക്കും
ഉത്തരവാദികളായിരിക്കുക."

സങ്കീർത്തനം 96:1-3
സന്ദേശം
96 1-2 ദൈവത്തിന്നു ഒരു പുതിയ പാട്ടു
പാടുവിൻ!
ഭൂമിയും അതിലെ സകലവും പാടുവിൻ!
ദൈവത്തിന്നു പാടുവിൻ - ദൈവത്തെ
ആരാധിപ്പിൻ!
2-3 സമുദ്രം മുതൽ സമുദ്രം വരെ അവന്റെ
വിജയത്തിന്റെ വാർത്ത ഘോഷിക്കുക,
നഷ്ടപ്പെട്ടവർക്ക് അവന്റെ മഹത്വത്തിന്റെ
വാർത്ത അറിയിക്കുക, എല്ലാവരിലേക്കും
അവന്റെ അത്ഭുതങ്ങളുടെ വാർത്ത
എത്തിക്കുക!

രാവിലെ 6 മണിക്ക് കർത്താവേ,
സംസ്കാരത്തിന്റെ സമ്പത്തും ശ്രദ്ധയും

സ്വാധീനവും നിന്നെ
ബഹുമാനിക്കുന്നതിലേക്ക് തിരിച്ചുവിടട്ടെ.

രാവിലെ 9 മണിക്ക് ജനതകളുടെ ഇടയിൽ
നിന്റെ മഹത്വം ഘോഷിക്കുന്ന ഒരു പുതിയ
ശബ്ദത്തെയും പുതിയൊരു സാക്ഷിയെയും
ഞാൻ വിളിക്കും.

ഉച്ചയ്ക്ക് 12 മണിക്ക് ഇരുട്ടിനെ
സാധാരണമാക്കുന്ന ഓരോ സാംസ്കാരിക
അടിമത്തവും, ഇപ്പോൾ ദൈവരാജ്യത്തിന്റെ
ഉന്നത ശക്തിയുടെ കീഴിൽ വരുന്നു.

ഉച്ചകഴിഞ്ഞ് 3 മണിക്ക് രാജ്യബോധമുള്ള
സ്രഷ്ടാക്കൾ അധികാരത്തോടെ വേദികളിലും
സ്റ്റുഡിയോകളിലും ഗാലറികളിലും
തിയേറ്ററുകളിലും ഇരിക്കട്ടെ.

വൈകുന്നേരം 6 മണിക്ക് പിതാവേ, പൊതു
അഭിരുചിയെയും കൂട്ടായ ഭാവനയെയും
ദേശീയ അഭിനിവേശത്തെയും അഴിമതിയിൽ
നിന്ന് മോചിപ്പിക്കണമേ.

രാത്രി 9 മണിക്ക് ഞാൻ വിധിക്കുന്നു, സൗന്ദര്യം
ഇനി സത്യത്തിൽ നിന്ന്
വേർപെടുത്തപ്പെടില്ലെന്നും, സർഗ്ഗാത്മകത
ഇനി മനസ്സാക്ഷിയിൽ നിന്ന്
വേർപെടുത്തപ്പെടില്ലെന്നും.

പുലർച്ചെ 12 മണിക്ക്, ധൂർത്തന്മാർ തിരിഞ്ഞുനടക്കുകയും അന്വേഷകർ നിന്റെ മഹത്വം കാണുകയും ചെയ്യുന്ന ഒരു ദൈവിക കൂടിക്കാഴ്ചയുടെ മേഖലയായി കലകൾ മാറട്ടെ.

3am ന് ഓ കർത്താവേ, വിശുദ്ധമായ തിളക്കത്തോടെ സംസ്കാരത്തെ ആക്രമിച്ച് രാഷ്ട്രങ്ങളെ ഉണർത്തലിന്റെ ശബ്ദം കേൾപ്പിക്കണമേ.

ദിവസം 25 - മതവും പള്ളിയും: പുനരുജ്ജീവന അഗ്നി

തിരുവെഴുത്തുകൾ: 2 ദിനവൃത്താന്തം 7:14;
റോമർ 15:30-32

ദിനവൃത്താന്തം 2 7:14
പുതിയ രാജാവായ ജെയിംസ് പതിപ്പ്
[14] എന്റെ നാമം വിളിക്കപ്പെട്ടിരിക്കുന്ന
എന്റെ ജനം തങ്ങളെത്തന്നേ താഴ്ത്തി
പ്രാർത്ഥിച്ചു എന്റെ മുഖം അന്വേഷിച്ചു
തങ്ങളുടെ ദുർമ്മാർഗ്ഗങ്ങളെ
വിട്ടുതിരിയുമെങ്കിൽ, ഞാൻ
സ്വർഗ്ഗത്തിൽനിന്നു കേട്ടു അവരുടെ പാപം
ക്ഷമിച്ചു അവരുടെ ദേശത്തിന്നു സൌഖ്യം
വരുത്തിക്കൊടുക്കും.

റോമർ 15:30-32
പുതിയ രാജാവായ ജെയിംസ് പതിപ്പ്
[30] സഹോദരന്മാരേ, കർത്താവായ
യേശുക്രിസ്തുവിലൂടെയും ആത്മാവിന്റെ
സ്നേഹത്തിലൂടെയും ഞാൻ നിങ്ങളോട്
അപേക്ഷിക്കുന്നു: [31] യെഹൂദ്യയിലുള്ള
അവിശ്വാസികളിൽ നിന്ന് ഞാൻ
വിടുവിക്കപ്പെടേണ്ടതിനും , യെരൂശലേമിനുവേണ്ടിയുള്ള
എന്റെ സേവനം വിശുദ്ധന്മാർക്ക്

സ്വീകാര്യമാകേണ്ടതിനും, [32] ദൈവഹിതത്താൽ ഞാൻ
സന്തോഷത്തോടെ നിങ്ങളുടെ അടുക്കൽ വന്ന്
നിങ്ങളോടൊപ്പം ഉന്മേഷം
പ്രാപിക്കേണ്ടതിനും, നിങ്ങൾ എനിക്കുവേണ്ടി
ദൈവത്തോടുള്ള പ്രാർത്ഥനയിൽ
എന്നോടൊപ്പം പോരാടണം.

ദിനവൃത്താന്തം 2 7:14-18
സന്ദേശം
[12-18] ആ രാത്രിയിൽ തന്നെ ദൈവം സോളമനു
പ്രത്യക്ഷനായി പറഞ്ഞു, "ഞാൻ നിങ്ങളുടെ
പ്രാർത്ഥന സ്വീകരിക്കുന്നു; അതെ, ഈ സ്ഥലം
ഒരു യാഗത്തിനുള്ള ക്ഷേത്രമായും
ആരാധനാലയമായും ഞാൻ
തിരഞ്ഞെടുത്തിരിക്കുന്നു.
ആകാശത്തുനിന്നുള്ള മഴയുടെ വിതരണം
ഞാൻ നിർത്തുകയോ വെട്ടുക്കിളികളോട്
വിളകൾ തിന്നാൻ കൽപ്പിക്കുകയോ എന്റെ
ജനത്തിന്മേൽ ഒരു മഹാമാരി
അയയ്ക്കുകയോ ചെയ്താൽ, എന്റെ
ജനമായ എന്റെ ദൈവം നിർവചിച്ച
ആളുകൾ സ്വയം താഴ്ത്തി,
പ്രാർത്ഥിക്കുകയും, എന്റെ സാന്നിധ്യം
തേടുകയും, അവരുടെ ദുഷ്ട ജീവിതത്തിന്
പുറംതിരിഞ്ഞുനിൽക്കുകയും ചെയ്താൽ,
ഞാൻ നിങ്ങൾക്കായി അവിടെ
തയ്യാറായിരിക്കും: ഞാൻ സ്വർഗ്ഗത്തിൽ നിന്ന്
കേൾക്കുകയും, അവരുടെ പാപങ്ങൾ
ക്ഷമിക്കുകയും, അവരുടെ ദേശത്തെ

ആരോഗ്യത്തിലേക്ക് പുനഃസ്ഥാപിക്കുകയും ചെയ്യും. ഇനി മുതൽ ഈ സ്ഥലത്ത് അർപ്പിക്കുന്ന പ്രാർത്ഥനകൾക്കായി ഞാൻ രാവും പകലും ജാഗരൂകനാണ്. എന്നെ വിശ്വസിക്കൂ, നിങ്ങൾ പണിത ഈ ആലയം ഞാൻ തിരഞ്ഞെടുത്ത് വിശുദ്ധീകരിച്ചിരിക്കുന്നു: എന്റെ നാമം അതിൽ എന്നേക്കും മുദ്രയിട്ടിരിക്കുന്നു; എന്റെ കണ്ണുകൾ അതിൽ ഉണ്ട്, എന്റെ ഹൃദയം എപ്പോഴും അതിൽ ഉണ്ട്. നിങ്ങളുടെ പിതാവായ ദാവീദ് ജീവിച്ചതുപോലെ നിങ്ങൾ എന്റെ സാന്നിധ്യത്തിൽ, ഹൃദയശുദ്ധിയിലും പ്രവൃത്തിയിലും, ഞാൻ നിങ്ങൾക്കായി നിശ്ചയിച്ച ജീവിതം നയിക്കുന്നുവെങ്കിൽ, എന്റെ മാർഗനിർദേശങ്ങൾക്കും വിധികൾക്കും ശ്രദ്ധയോടെ അനുസരിക്കുന്നുവെങ്കിൽ, ഞാൻ നിങ്ങളുടെ രാജകീയ ഭരണത്തെ പിന്തുണയ്ക്കും. യിസ്രായേലേ, ഉറപ്പുള്ള ഒരു അടിസ്ഥാനത്തിന്മേൽ അതിനെ ഉറപ്പിക്ക. നിന്റെ പിതാവായ ദാവീദിനോടു ഞാൻ നിനക്കും നൽകുന്ന അതേ ഉടമ്പടിയുടെ ഉറപ്പ്, 'യിസ്രായേലിന്റെ സിംഹാസനത്തിൽ നിനക്കു എപ്പോഴും ഒരു സന്തതി ഉണ്ടായിരിക്കും' എന്നതാണ്.

റോമർ 15:30-33
സന്ദേശം

30-33 പ്രിയ സുഹൃത്തുക്കളേ, എനിക്ക് ഒരു അപേക്ഷയുണ്ട്: എനിക്കുവേണ്ടി പ്രാർത്ഥിക്കുക. നമ്മുടെ യജമാനനായ യേശുവിന്റെ ശക്തിയാൽ, ആത്മാവിന്റെ സ്നേഹത്താൽ - പിതാവായ ദൈവത്തോട് - യെഹൂദ്യയിലെ അവിശ്വാസികളുടെ സിംഹക്കുഴിയിൽ നിന്ന് എന്നെ വിടുവിക്കണമെന്ന് പ്രാർത്ഥിക്കുക. യെരുശലേമിലെ വിശ്വാസികൾക്കുള്ള എന്റെ ആശ്വാസയാഗം അത് നൽകപ്പെടുന്ന ആത്മാവിൽ സ്വീകരിക്കപ്പെടണമെന്നും പ്രാർത്ഥിക്കുക. അപ്പോൾ, ദൈവം അനുവദിച്ചാൽ, നിങ്ങളുടെ കൂട്ടായ്മയാൽ ഉന്മേഷം പ്രാപിക്കാൻ ഞാൻ ഒരു പ്രകാശവും ഉത്സാഹവുമുള്ള ഹൃദയത്തോടെ നിങ്ങളുടെ അടുക്കലേക്ക് വരും. ദൈവത്തിന്റെ സമാധാനം നിങ്ങൾക്കെല്ലാവർക്കും ഉണ്ടാകട്ടെ. ഓ, അതെ!

രാവിലെ 6 മണിക്ക് പിതാവേ, അങ്ങയുടെ സഭയെ താഴ്മയിലേക്കും, അനുതാപത്തിലേക്കും, ഉടമ്പടി പ്രാർത്ഥനയിലേക്കും തിരിച്ചുവിടണമേ.

രാവിലെ 9 മണിക്ക് ഉണർവ്, വിശുദ്ധി, പരിശുദ്ധാത്മാവിന്റെ പുതുപ്രവാഹം എന്നിവയ്ക്കായി ഞാൻ വിശുദ്ധന്മാരോടൊപ്പം പ്രാർത്ഥനയിൽ ഒരുമിച്ച് പരിശ്രമിക്കുന്നു.

ഉച്ചയ്ക്ക് 12 മണിക്ക് ഉറങ്ങുന്ന സഭകൾ ഉണർന്നെഴുന്നേൽക്കട്ടെ, ഉണങ്ങിയ ബലിപീഠങ്ങൾ വീണ്ടും കത്തിയെരിയട്ടെ.

3pm അഹങ്കാരം, പാരമ്പര്യം, മറഞ്ഞിരിക്കുന്ന പാപം എന്നിവയിൽ വേരൂന്നിയ ഉണർവ്വിനെതിരായ എല്ലാ പ്രതിരോധങ്ങളും തകർക്കപ്പെടണം.

വൈകുന്നേരം 6 മണിക്ക് കർത്താവേ, ശുദ്ധീകരണാഗ്നി ഉപയോഗിച്ച് സഭകൾ, കൂട്ടായ്മകൾ, ശുശ്രൂഷകൾ, പ്രാർത്ഥനാ ശൃംഖലകൾ എന്നിവ സന്ദർശിക്കണമേ.

രാത്രി 9 മണിക്ക് വചനത്തിനായുള്ള വിശപ്പിന്റെയും, ആരാധനയുടെയും, വിശുദ്ധിയുടെയും, സുവിശേഷഭാരത്തിന്റെയും ഒരു പുതിയ സ്നാനം ഞാൻ കൽപ്പിക്കുന്നു.

12am അത്ഭുതങ്ങൾ, ബോധ്യം, അനുരഞ്ജനം, വിടുതൽ എന്നിവ സഭാ ജീവിതത്തിന്റെ കേന്ദ്രത്തിലേക്ക് തിരിച്ചുവരട്ടെ.

ദൈവമേ , വർഷങ്ങളുടെ നടുവിൽ നിന്റെ പ്രവൃത്തിയെ പുനരുജ്ജീവിപ്പിക്കണമേ, സഭ വീണ്ടും പരിവർത്തനത്തിന്റെ ശക്തിയായി മാറട്ടെ.

ദിവസം 26 - മതവും സഭയും: ശേഷിപ്പിന്റെ സംരക്ഷണം

തിരുവെഴുത്തുകൾ: സങ്കീർത്തനം 92:8,14; മത്തായി 26:41

സങ്കീർത്തനങ്ങൾ 92:8
പുതിയ രാജാവായ ജെയിംസ് പതിപ്പ്
8 എന്നാൽ യഹോവേ, നീ എന്നേക്കും *ഉന്നതനാകുന്നു* .

സങ്കീർത്തനങ്ങൾ 92:14
പുതിയ രാജാവായ ജെയിംസ് പതിപ്പ്
14 വാർദ്ധക്യത്തിലും
അവർ ഫലം കായിച്ചുകൊണ്ടിരിക്കും അവർ
പുതുമയും പൂവും ഉള്ളവരായിരിക്കും ;

മത്തായി 26:41
പുതിയ രാജാവായ ജെയിംസ് പതിപ്പ്
41 പരീക്ഷയിൽ അകപ്പെടാതിരിപ്പാൻ ഉണർന്നിരുന്നു പ്രാർത്ഥിപ്പിൻ; ആത്മാവു *ഒരുക്കമുള്ളതു* , ജഡമോ *ബലഹീനമത്രേ* എന്നു പറഞ്ഞു.

സങ്കീർത്തനങ്ങൾ 92:8-9
സന്ദേശം

[4-9] ദൈവമേ, നീ എന്നെ വളരെ സന്തോഷിപ്പിച്ചു.
നിന്റെ പ്രവൃത്തി ഞാൻ കണ്ടു സന്തോഷിച്ചു
ആർത്തു. ദൈവമേ, നിന്റെ പ്രവൃത്തി എത്ര
മഹത്തരം! നിന്റെ ചിന്തകൾ എത്ര
ആഴമേറിയതാണ്! മണ്ടന്മാർ നീ ചെയ്യുന്ന
കാര്യങ്ങൾ ഒരിക്കലും ശ്രദ്ധിക്കുന്നില്ല;
വിഡ്ഢികൾക്ക് അത് ഒരിക്കലും
മനസ്സിലാകുന്നില്ല. ദുഷ്ടന്മാർ കളകൾ പോലെ
പൊങ്ങിവന്നപ്പോൾ, എല്ലാ ദുഷ്ട
പുരുഷന്മാരും സ്ത്രീകളും അത്
ഏറ്റെടുത്തപ്പോൾ, നീ അവരെ വെട്ടിക്കളഞ്ഞു,
എന്നെന്നേക്കുമായി ഇല്ലാതാക്കി. ദൈവമേ, നീ
ഉന്നതനും നിത്യനുമാണ്. നിന്റെ ശത്രുക്കളെ
നോക്കൂ, ദൈവമേ!
നിന്റെ ശത്രുക്കളെ നോക്കൂ - നശിച്ചു!
കാറ്റിൽ ചിതറിപ്പോയി, ദുഷ്ടതയുടെ എല്ലാ
കൂലിപ്പണിക്കാരും!

സങ്കീർത്തനങ്ങൾ 92:14

സന്ദേശം

[10-14] പക്ഷേ, നീ എന്നെ ഒരു
കാട്ടുപോത്തിനെപ്പോലെ ശക്തനാക്കി,
ഒരു ഉത്സവ ഘോഷയാത്രയിലൂടെ എന്നെ
ആദരിച്ചു. എന്റെ വിമർശകർ വീഴുന്നത്
ഇപ്പോഴും പുതുമയുള്ളതായി തോന്നുന്നു,
എന്റെ ദുഷ്ട ദുഷ്ടന്മാരുടെ പരാജയം. എന്റെ
കാതുകൾ വാഗ്ദാന ശബ്ദങ്ങളാൽ
നിറഞ്ഞിരിക്കുന്നു: " നല്ലവർ
ഈന്തപ്പനകളെപ്പോലെ അഭിവൃദ്ധി

പ്രാപിക്കും,
ലെബനോൻ ദേവദാരുക്കളെപ്പോലെ വളരും;
ദൈവത്തിന്റെ പ്രാകാരത്തിലേക്ക്
പറിച്ചുനടപ്പെടും, അവർ ദൈവസന്നിധിയിൽ
വളരും, ഇളം പച്ചയും, വാർദ്ധക്യത്തിലും
ധൈര്യവും ഉള്ളവരായിരിക്കും."

മത്തായി 26:41

സന്ദേശം

40-41 അവൻ ശിഷ്യന്മാരുടെ അടുക്കൽ
മടങ്ങിവന്നപ്പോൾ അവർ ഉറങ്ങുന്നതായി
കണ്ടു. അവൻ പത്രോസിനോട്: ഒരു മണിക്കൂർ
പോലും എന്നോടുകൂടെ കാത്തിരിക്കാൻ
നിങ്ങൾക്ക് കഴിയില്ലേ? ഉണർന്നിരിക്കുക;
അപകടത്തിലാണെന്ന് അറിയാതെ
പ്രലോഭനത്തിൽ അകപ്പെടാതിരിക്കാൻ
പ്രാർത്ഥിക്കുക. ദൈവത്തിൽ എന്തിനും
തയ്യാറുള്ള ഒരു ഭാഗം നിങ്ങളിലുണ്ട്. എന്നാൽ
തീയുടെ അരികെ ഉറങ്ങുന്ന ഒരു പഴയ
നായയെപ്പോലെ അലസമായ മറ്റൊരു ഭാഗം
നിങ്ങളിലുണ്ട്.

രാവിലെ 6 മണി കർത്താവേ, നീതിമാന്മാരെ കാത്തുസൂക്ഷിക്കുകയും ശേഷിപ്പിനെ പഴയതും പ്രയാസകരവുമായ കാലങ്ങളിൽ ഫലഭൂയിഷ്ഠവും പുതുമയുള്ളതും തഴച്ചുവളരുകയും ചെയ്യണമേ.

രാവിലെ 9 മണിക്ക് പ്രലോഭനം എന്നെയോ വിശുദ്ധന്മാരെയോ പിടികൂടാതിരിക്കാൻ

ഉണർന്നിരിക്കാനും പ്രാർത്ഥിക്കാനും എനിക്ക് കൃപ ലഭിക്കുന്നു.

ഉച്ചയ്ക്ക് 12 മണിക്ക് ക്ഷീണിതരായ മധ്യസ്ഥർ, നേതാക്കൾ, വിശ്വസ്ത വിശ്വാസികൾ എന്നിവർക്കായുള്ള എല്ലാ ഗൂഢാലോചനകളും യേശുവിന്റെ നാമത്തിൽ പരാജയപ്പെടുന്നു.

3pm നീതിമാന്മാരുടെ വേരുകൾ ആഴത്തിലേക്ക് ഇറങ്ങട്ടെ, അവരുടെ സാക്ഷ്യം പച്ചപ്പുള്ളതും ജീവനുള്ളതുമായി നിലനിൽക്കട്ടെ.

വൈകുന്നേരം 6 മണിക്ക് പിതാവേ, അപവാദങ്ങളിൽ നിന്നും, തളർച്ചയിൽ നിന്നും, നിരുത്സാഹത്തിൽ നിന്നും, ആത്മീയ പതിയിരുന്ന് ആക്രമിക്കുന്നതിൽ നിന്നും നിന്റെ ദാസന്മാരെ സംരക്ഷിക്കണമേ.

രാത്രി 9 മണിക്ക് ശേഷിപ്പ് കെടുത്തിക്കളയരുതെന്ന് ഞാൻ വിധിക്കുന്നു; സമ്മർദ്ദത്തിൽ അത് കൂടുതൽ ശക്തമാകും.

12am മറഞ്ഞിരിക്കുന്ന വിശ്വസ്തർ സ്വർഗ്ഗത്താൽ നവോന്മേഷം പ്രാപിക്കട്ടെ, നിലനിൽക്കുന്ന എണ്ണയാൽ അവരെ ശക്തിപ്പെടുത്തട്ടെ.

പുലർച്ചെ 3 മണിക്ക് ദൈവമേ, ദേശീയവും തലമുറപരവുമായ മുന്നേറ്റം

പ്രകടമാകുന്നതുവരെ പ്രാർത്ഥിക്കുന്ന ശേഷിപ്പിനെ നിലനിർത്തണമേ.

ദിവസം 27 - കുടുംബ പർവ്വതം: വിവാഹം ഉപരോധത്തിലാണ്

തിരുവെഴുത്തുകൾ: മത്തായി 19:6; സഭാപ്രസംഗി 4:12

മത്തായി 19:6
പുതിയ രാജാവായ ജെയിംസ് പതിപ്പ്
6 അതുകൊണ്ട് അവർ ഇനി രണ്ടല്ല, ഒരു
ദേഹമത്രേ; ആകയാൽ ദൈവം
യോജിപ്പിച്ചതിനെ മനുഷ്യൻ
വേർപിരിക്കരുത് എന്നു ഉത്തരം പറഞ്ഞു.

സഭാപ്രസംഗി 4:12
പുതിയ രാജാവായ ജെയിംസ് പതിപ്പ്
12 ഒരുത്തനെ മറ്റൊരുത്തൻ ആക്രമിച്ചാലും
രണ്ടുപേർക്കും അവനോടു
എതിർത്തുനിൽക്കാം;
മുപ്പിരിച്ചരടു വേഗത്തിൽ അറ്റുപോകയില്ല.

മത്തായി 19:6
സന്ദേശം
4-6 അവൻ മറുപടി പറഞ്ഞു, "സ്രഷ്ടാവ്
പുരുഷനെയും സ്ത്രീയെയും പരസ്പരം
സൃഷ്ടിച്ചു എന്ന് നിങ്ങളുടെ ബൈബിളിൽ

വായിച്ചിട്ടില്ലേ? ഇക്കാരണത്താൽ, ഒരു പുരുഷൻ പിതാവിനെയും അമ്മയെയും ഉപേക്ഷിച്ച് ഭാര്യയുമായി ദൃഢമായി ബന്ധപ്പെട്ടിരിക്കുന്നു, ഒരു ശരീരമായിത്തീരുന്നു - ഇനി രണ്ട് ശരീരങ്ങളല്ല, മറിച്ച് ഒന്ന്. ദൈവം രണ്ട് ലിംഗങ്ങളുടെയും ഈ ജൈവ ഐക്യം സൃഷ്ടിച്ചതിനാൽ, ആരും അവരെ വേർപെടുത്തി തന്റെ കലയെ അശുദ്ധമാക്കരുത്. "

സഭാപ്രസംഗി 4:12
സന്ദേശം
12. നിങ്ങൾക്ക് സ്വയം സംരക്ഷണമില്ല. ഒരു സുഹൃത്തുണ്ടെങ്കിൽ, നിങ്ങൾക്ക് ഏറ്റവും മോശമായത് പോലും നേരിടാം. മൂന്നിലൊന്ന് പേരെ നിങ്ങൾക്ക് കെട്ടിയിടാൻ കഴിയുമോ? മൂന്ന് ഇഴകളുള്ള ഒരു കയർ എളുപ്പത്തിൽ പൊട്ടിപ്പോവില്ല.

രാവിലെ 6 മണിക്ക് പിതാവേ, നീ യോജിപ്പിച്ചതിനെ നരകത്തിന്റെയോ മാംസത്തിന്റെയോ സംസ്കാരത്തിന്റെയോ ഒരു ശക്തിയും വേർപെടുത്താൻ അനുവദിക്കരുത്.

രാവിലെ 9 മണിക്ക് ഞാൻ വിഭജനം, വഞ്ചന, വൈകാരിക അകലം, വിവാഹങ്ങളെ ആക്രമിക്കുന്ന പരിഹരിക്കപ്പെടാത്ത

കുറ്റകൃത്യങ്ങൾ എന്നിവയുടെ ആത്മാവിനെ തകർക്കുന്നു.

ഉച്ചയ്ക്ക് 12 മണിക്ക് സമ്മർദ്ദത്തിലായ വീടുകളിൽ ഉടമ്പടി സ്നേഹം, സത്യം, ക്ഷമ, പരസ്പര ബഹുമാനം എന്നിവ പുനഃസ്ഥാപിക്കപ്പെടട്ടെ.

3pm ദൈവിക ഐക്യവുമായി മത്സരിക്കുന്ന എല്ലാ വിചിത്ര ശബ്ദങ്ങളെയും യേശുക്രിസ്തുവിന്റെ അധികാരത്താൽ നിശബ്ദമാക്കുക.

വൈകുന്നേരം 6 മണിക്ക് കർത്താവേ, വിശ്വാസത്തെ സുഖപ്പെടുത്തണമേ, ആശയവിനിമയം നന്നാക്കണമേ, ഭാര്യാഭർത്താക്കന്മാർ തമ്മിലുള്ള ആത്മീയ പങ്കാളിത്തം പുനഃസ്ഥാപിക്കണമേ.

രാത്രി 9 മണിക്ക് വിവാഹങ്ങൾ മാലിന്യത്തിന്റെ യുദ്ധക്കളങ്ങളായി മാറരുത്, മറിച്ച് കരാറിന്റെ ബലിപീഠങ്ങളും വിധിയുടെ എഞ്ചിനുകളുമാകുമെന്ന് ഞാൻ വിധിക്കുന്നു.

12am ഉടമ്പടി ഭവനങ്ങൾക്കെതിരായ ശത്രുവിന്റെ എല്ലാ രഹസ്യ തന്ത്രങ്ങളും തുറന്നുകാട്ടപ്പെടുകയും അട്ടിമറിക്കപ്പെടുകയും ചെയ്യട്ടെ.

പുലർച്ചെ 3 മണിക്ക് ദൈവമേ, വിവാഹങ്ങളെ കൃപ, വിശുദ്ധി, പൊട്ടിക്കാൻ കഴിയാത്ത മുപ്പിരിച്ചരട് എന്നിവയാൽ ഉറപ്പിക്കണമേ.

ദിവസം 28 - ഗവൺമെന്റ് പർവ്വതം: കവാടങ്ങളും നഗരങ്ങളും

തിരുവെഴുത്തുകൾ: ഉല്പത്തി 18:16-33; സദൃശവാക്യങ്ങൾ 29:2

ഉല്പത്തി 18:16-33
പുതിയ രാജാവായ ജെയിംസ് പതിപ്പ്
അബ്രഹാം സൊദോമിനുവേണ്ടി മാധ്യസ്ഥ്യം വഹിക്കുന്നു
16 ആ പുരുഷന്മാർ അവിടെ നിന്ന് എഴുന്നേറ്റ്
സൊദോമിലേക്ക് നോക്കി. അബ്രാഹാം
അവരെ യാത്ര അയയ്ക്കാൻ അവരോടൊപ്പം
പോയി. 17 അപ്പോൾ യഹോവ പറഞ്ഞു:
"ഞാൻ ചെയ്യുന്നത് അബ്രാഹാമിൽ നിന്ന്
മറച്ചുവെക്കണമോ? 18 അബ്രാഹാം വലിയതും
ശക്തവുമായ ഒരു ജനതയായിത്തീരുകയും
ഭൂമിയിലെ സകല ജനതകളും അവനിൽ
അനുഗ്രഹിക്കപ്പെടുകയും ചെയ്യുമല്ലോ? 19
ഞാൻ അവനെ അറിഞ്ഞിരിക്കുന്നു; അവൻ
തന്റെ മക്കളോടും തന്റെ പിമ്പുള്ള
കുടുംബത്തോടും യഹോവയുടെ വഴിയിൽ
നടക്കാനും നീതിയും ന്യായവും
പ്രവർത്തിക്കാനും കല്പിക്കേണ്ടതിന്,
അങ്ങനെ കർത്താവ് അബ്രാഹാമിനോട്
അരുളിച്ചെയ്തത് അവന്നു വരുത്തട്ടെ." 20

അപ്പോൾ യഹോവ പറഞ്ഞു: "സൊദോമിനും
ഗൊമോറയ്ക്കും എതിരായ നിലവിളി
വലുതും അവരുടെ പാപം വളരെ
ഗുരുതരവുമാണ്. [21] ഞാൻ ഇറങ്ങിച്ചെന്ന്
എന്റെ അടുക്കൽ വന്ന നിലവിളി പോലെ
അവർ എല്ലാം ചെയ്തിട്ടുണ്ടോ എന്ന്
നോക്കാം; അല്ലെങ്കിൽ ഞാൻ അറിയും."
[22] അങ്ങനെ ആ പുരുഷന്മാർ അവിടെനിന്നു
തിരിഞ്ഞു സൊദോമിലേക്കു പോയി;
അബ്രാഹാമോ യഹോവയുടെ സന്നിധിയിൽ
തന്നേ നിന്നു. [23] അബ്രാഹാം അടുത്തുചെന്നു
പറഞ്ഞതു: ദുഷ്ടന്മാരോടുകൂടെ
നീതിമാന്മാരെയും നീ നശിപ്പിക്കുമോ? [24]
പട്ടണത്തിൽ അമ്പതു നീതിമാന്മാർ ഉണ്ടെങ്കിൽ
നീ ആ സ്ഥലത്തെ നശിപ്പിക്കുമോ? അതിലുള്ള
അമ്പതു നീതിമാന്മാർ നിമിത്തം *അതിനെ
രക്ഷിക്കയില്ലയോ?* [25] ഇങ്ങനെയുള്ള കാര്യം നീ
ഒരുനാളും ചെയ്യരുതു; നീതിമാൻ
ദുഷ്ടന്മാരെപ്പോലെ ആകത്തക്കവണ്ണം
ദുഷ്ടന്മാരോടുകൂടെ നീതിമാന്മാരെയും
കൊല്ലുന്നതു നിനക്കു ഒരുനാളും ഉണ്ടാകരുതു;
അതു നിന്നിൽ ഒരുനാളും ഉണ്ടാകരുതു.
സർവ്വഭൂമിയുടെയും ന്യായാധിപതിയായവൻ
നീതി പ്രവർത്തിക്കാതിരിക്കുമോ ?
[26] അതിന്നു യഹോവ: ഞാൻ സൊദോമിൽ,
പട്ടണത്തിന്നകത്തു, അമ്പതു നീതിമാന്മാരെ
കണ്ടെത്തുന്നു എങ്കിൽ അവരുടെ നിമിത്തം ആ
സ്ഥലത്തോടൊക്കെയും ക്ഷമിക്കും എന്നു
അരുളിച്ചെയ്തു.

[27] അപ്പോൾ അബ്രഹാം മറുപടി പറഞ്ഞു,
"തീർച്ചയായും, ഞാൻ തന്നെ . *പൊടിയും*
ചാരവും എന്നെത്തന്നെ കർത്താവിനോട്
സംസാരിക്കാൻ പ്രേരിപ്പിച്ചിരിക്കുന്നു: [28]
അമ്പത് നീതിമാന്മാരിൽ അഞ്ചുപേർ
കുറവാണെങ്കിൽ, അഞ്ചുപേർ
കുറഞ്ഞതുകൊണ്ട് നീ ആ നഗരം മുഴുവനും
നശിപ്പിക്കുമോ ?"
അപ്പോൾ അവൻ പറഞ്ഞു, "നാല്പത്തഞ്ചു
പേരെ ഞാൻ അവിടെ കണ്ടെത്തിയാൽ അത്
നശിപ്പിക്കില്ല ."
[29] അവൻ പിന്നെയും അവനോടു സംസാരിച്ചു:
പക്ഷേ നാല്പതുപേരെ അവിടെ കണ്ടാലോ
എന്നു ചോദിച്ചു.
അതിന് അവൻ: " നാല്പത് പേരെപ്രതി ഞാൻ
അത് നശിപ്പിക്കില്ല" എന്ന് പറഞ്ഞു .
[30] അപ്പോൾ അവൻ: കർത്താവു
കോപിക്കരുതേ; ഞാൻ പിന്നെയും
സംസാരിക്കട്ടെ; പക്ഷേ മുപ്പതുപേരെ അവിടെ
കണ്ടാലോ എന്നു പറഞ്ഞു.
അപ്പോൾ അവൻ പറഞ്ഞു: മുപ്പതുപേരെ
അവിടെ കണ്ടാൽ ഞാൻ *അത്* ചെയ്യില്ല .
[31] അവൻ പറഞ്ഞു: "ഇപ്പോൾ കർത്താവിനോടു
സംസാരിക്കാൻ ഞാൻ തുനിഞ്ഞിരിക്കുന്നു.
പക്ഷേ ഇരുപതുപേരെ അവിടെ കണ്ടാലോ?"
ഇരുപതുപേരുടെ നിമിത്തം ഞാൻ *അതു*
നശിപ്പിക്കയില്ല എന്നു അവൻ അരുളിച്ചെയ്തു
.

32 അപ്പോൾ അവൻ: കർത്താവു
കോപിക്കരുതേ; ഞാൻ ഇനി ഒരിക്കൽ മാത്രം
സംസാരിക്കും; പത്തു പേരെ അവിടെ
കണ്ടാലോ എന്നു പറഞ്ഞു.
പത്തുപേരുടെ നിമിത്തം ഞാൻ *അത്*
നശിപ്പിക്കില്ല" എന്ന് അവൻ അരുളിച്ചെയ്തു .
33 അങ്ങനെ അബ്രാഹാമിനോടു സംസാരിച്ചു
കഴിഞ്ഞപ്പോൾ യഹോവ അവിടെനിന്നു
പോയി; അബ്രാഹാമും തന്റെ സ്ഥലത്തേക്കു
മടങ്ങിപ്പോയി.

സദൃശ്യവാക്യങ്ങൾ 29:2
പുതിയ രാജാവായ ജെയിംസ് പതിപ്പ്
2 നീതിമാന്മാർ അധികാരത്തിലിരിക്കുമ്പോൾ ജനം
സന്തോഷിക്കുന്നു;
ദുഷ്ടൻ ഭരിക്കുമ്പോഴോ ജനം നെടുവീർപ്പിടുന്നു .

ഉല്പത്തി 18:16-33
സന്ദേശം
16 ആ പുരുഷന്മാർ പോകാൻ എഴുന്നേറ്റപ്പോൾ
അവർ സൊദോമിലേക്ക് പോയി. അബ്രാഹാം
അവരോടു യാത്ര പറയാൻ അവരോടൊപ്പം
നടന്നു.
17-19 അപ്പോൾ ദൈവം പറഞ്ഞു, "ഞാൻ
ചെയ്യാൻ പോകുന്ന കാര്യം അബ്രാഹാമിൽ
നിന്ന് മറച്ചുവെക്കണമോ? അബ്രാഹാം
വലുതും ശക്തവുമായ ഒരു
ജനതയായിത്തീരും; ലോകത്തിലെ എല്ലാ
ജനതകളും അവനിലൂടെ അനുഗ്രഹിക്കപ്പെടും.

അതെ, അവന്റെ മക്കളെയും ഭാവി
കുടുംബത്തെയും ദൈവത്തിന്റെ വഴി
പിന്തുടരാനും, ദയയോടും ഉദാരതയോടും
നീതിയോടും ജീവിക്കാനും
പരിശീലിപ്പിക്കേണ്ടതിന്റെ ചുമതല ഞാൻ
അവനെ ഏൽപ്പിച്ചിരിക്കുന്നു. അങ്ങനെ
ദൈവം അബ്രാഹാമിനോട് വാഗ്ദാനം
ചെയ്ത കാര്യങ്ങൾ അവനിൽ
നിവർത്തിക്കും."
20-21 ദൈവം തുടർന്നു, "സൊദോമിലെയും
ഗൊമോറയിലെയും ഇരകളുടെ നിലവിളി
കാതടപ്പിക്കുന്നതാണ്; ആ നഗരങ്ങളുടെ പാപം
വളരെ വലുതാണ്. അവർ ചെയ്യുന്നത്
തോന്നുന്നത്ര മോശമാണോ എന്ന് ഞാൻ നേരിട്ട്
കാണാൻ പോകുന്നു. അപ്പോൾ
എനിക്കറിയാം."
22 ആ പുരുഷന്മാർ സൊദോമിലേക്ക് പുറപ്പെട്ടു,
എന്നാൽ അബ്രാഹാം ദൈവത്തിന്റെ
വഴിയിൽ തടസ്സമായി നിന്നു, അവന്റെ വഴി
തടഞ്ഞു.
23-25 അബ്രഹാം അവനെ നേരിട്ടു, "നീ
പറയുന്നത് ശരിയാണോ? ദുഷ്ടന്മാരോടൊപ്പം
നല്ലവരെയും ഇല്ലാതാക്കാൻ
പദ്ധതിയിടുകയാണോ? നഗരത്തിൽ അമ്പത്
മാന്യരായ ആളുകൾ അവശേഷിച്ചാലോ?
നല്ലവരെ ദുഷ്ടന്മാരുമായി കൂട്ടിച്ചേർത്ത് ചീട്ട്
ഒഴിവാക്കുമോ? ആ അമ്പത്
നിരപരാധികൾക്കുവേണ്ടി നിങ്ങൾ നഗരത്തെ
വെറുതെ വിടില്ലേ? നല്ലവരെയും

ദുഷ്ടന്മാരെയും തമ്മിൽ ഒരു
വ്യത്യാസവുമില്ലാത്തതുപോലെ
കൊന്നൊടുക്കാൻ നിങ്ങൾ അങ്ങനെ
ചെയ്യുമെന്ന് എനിക്ക് വിശ്വസിക്കാൻ
കഴിയില്ല. സർവ്വഭൂമിയുടെയും ന്യായാധിപൻ
നീതിയോടെ വിധിക്കുന്നില്ലേ?"
26 ദൈവം പറഞ്ഞു, "സൊദോം പട്ടണത്തിൽ
അമ്പത് മാന്യരായ ആളുകളെ ഞാൻ
കണ്ടെത്തിയാൽ അവർക്കുവേണ്ടി ആ സ്ഥലം
ഞാൻ മാറ്റിവെക്കും."
27-28 അബ്രാഹാം തിരിച്ചുവന്നു: ഒരുപിടി
മണ്ണുകൊണ്ടു സൃഷ്ടിക്കപ്പെട്ട വെറും
മനുഷ്യനായ ഞാൻ എന്റെ യജമാനനോടു
വീണ്ടും വായ് തുറക്കുമോ? അമ്പതുപേരിൽ
അഞ്ചുപേർ കുറഞ്ഞുപോയാൽ, അഞ്ചുപേർ
കുറഞ്ഞുപോയതിന്റെ പേരിൽ നീ ആ നഗരം
നശിപ്പിക്കുമോ?
അവൻ പറഞ്ഞു, "നാൽപ്പത്തഞ്ച്
പേരുണ്ടെങ്കിൽ ഞാൻ അത് നശിപ്പിക്കില്ല."
29 അബ്രാഹാം വീണ്ടും ചോദിച്ചു, "നിന്റെ
കയ്യിൽ നാല്പത് മാത്രമേ ഉള്ളൂ എന്നു
കണ്ടാലോ?"
"നാല്പത് കൊണ്ട് പോലും ഞാൻ അത്
നശിപ്പിക്കില്ല."
30 അവൻ പറഞ്ഞു, "ഗുരോ, എന്നോട്
കോപിക്കരുത്, പക്ഷേ മുപ്പതുപേരെ മാത്രമേ
കണ്ടെത്തിയുള്ളൂ".
"ഇല്ല, മുപ്പത് കിട്ടിയാലും ഞാൻ അത്
ചെയ്യില്ല."

31 അവൻ തള്ളിക്കയറി പറഞ്ഞു, “ഗുരോ,
ഞാൻ നിങ്ങളുടെ ക്ഷമ
പരീക്ഷിക്കുകയാണെന്ന് എനിക്കറിയാം,
പക്ഷേ ഇരുപതുപേരെ എങ്ങനെ
പരീക്ഷിക്കും?”
"ഇരുപത് കൊണ്ട് ഞാൻ അത് നശിപ്പിക്കില്ല."
32 അവൻ പിന്മാറിയില്ല, “ഗുരോ,
കോപിക്കരുത്—ഇത് അവസാനത്തെ
തവണയാണ്. പത്ത് എണ്ണം മാത്രമേ നിങ്ങൾ
കൊണ്ടുവന്നുള്ളൂ എങ്കിലോ?”
"പത്തുപേരുടെ നിമിത്തം ഞാൻ ആ പട്ടണം
നശിപ്പിക്കയില്ല."
33 അബ്രാഹാമിനോടു സംസാരിച്ചു
കഴിഞ്ഞപ്പോൾ ദൈവം പോയി. അബ്രാഹാം
വീട്ടിലേക്കു പോയി.

സദൃശ്യവാക്യങ്ങൾ 29:2
സന്ദേശം
2 നല്ല മനുഷ്യർ കാര്യങ്ങൾ നടത്തുമ്പോൾ
എല്ലാവരും സന്തോഷിക്കുന്നു;
ഭരണാധികാരി ദുഷ്ടനാകുമ്പോൾ എല്ലാവരും
ഞരങ്ങുന്നു.

രാവിലെ 6 മണിക്ക് കർത്താവേ, അബ്രഹാം
മധ്യസ്ഥത വഹിച്ചതുപോലെ ഞങ്ങൾ
ഞങ്ങളുടെ നഗരങ്ങൾക്കുവേണ്ടി വാദിക്കുന്നു;
കാരുണ്യത്തിനായി
അടയാളപ്പെടുത്തിയിരിക്കുന്ന സമൂഹങ്ങളെ

രക്ഷിക്കുക, സുഖപ്പെടുത്തുക, പരിവർത്തനം ചെയ്യുക.

രാവിലെ 9 മണിക്ക് നീതിമാന്മാർ അധികാരത്തിലിരിക്കുമ്പോൾ, ജനങ്ങൾ സന്തോഷിക്കട്ടെ; അടിച്ചമർത്തൽ ഭരണവും ദുഷ്ട ഭരണവും നീക്കം ചെയ്യട്ടെ.

ഉച്ചയ്ക്ക് 12 മണിക്ക് നഗരകവാടങ്ങളിൽ രക്തച്ചൊരിച്ചിലും, അത്യാഗ്രഹവും, പ്രദേശിക ദുഷ്ടതയും നിറഞ്ഞ എല്ലാ ഉടമ്പടികളും ലംഘിക്കപ്പെടട്ടെ.

ഉച്ചകഴിഞ്ഞ് 3 മണിക്ക് പിതാവേ, കൗൺസിലുകളിലും മുനിസിപ്പാലിറ്റികളിലും പ്രാദേശിക ഘടനകളിലും നീതിമാനായ കാവൽക്കാരെ എഴുന്നേൽപ്പിക്കണമേ.

വൈകുന്നേരം 6 മണിക്ക് നമ്മുടെ നഗരങ്ങൾ അക്രമത്തിനും, അഴിമതിക്കും, ധാർമ്മിക തകർച്ചയ്ക്കും കീഴടങ്ങരുതെന്ന് ഞാൻ വിധിക്കുന്നു.

രാത്രി 9 മണിക്ക് പ്രാർത്ഥന വാതിലുകൾ കീഴടക്കട്ടെ, പ്രാദേശിക, ദേശീയ തലങ്ങളിൽ ജ്ഞാനമുള്ള നേതൃത്വം ഉയർന്നുവരട്ടെ.

12am അയൽപക്കങ്ങൾ, സ്ഥാപനങ്ങൾ, തന്ത്രപ്രധാന മേഖലകൾ

എന്നിവയ്ക്കുമേലുള്ള എല്ലാ പൈശാചിക അവകാശവാദങ്ങളും റദ്ദാക്കപ്പെടണം.

3am ദൈവമേ, ന്യായവിധിയിൽ കരുണ ഓർക്കണമേ, നഗരങ്ങൾ നാശത്തിനു പകരം ദൈവിക സന്ദർശനം അനുഭവിക്കട്ടെ.

ദിവസം 29 - വിദ്യാഭ്യാസ പർവ്വതം: മനസ്സിന്റെ അടിമത്തത്തിൽ നിന്നുള്ള മോചനം

തിരുവെഴുത്തുകൾ: 2 കൊരിന്ത്യർ 10:4-5; റോമർ 12:2

കൊരിന്ത്യർ 2 10:4-5
പുതിയ രാജാവായ ജെയിംസ് പതിപ്പ്
4 ഞങ്ങളുടെ യുദ്ധായുധങ്ങളോ *ജഡികങ്ങളല്ല*,
ദൈവസന്നിധിയിൽ ശക്തിയുള്ളവ തന്നേ;
കോട്ടകളെ ഇടിപ്പാൻ തക്കവണ്ണം
ശക്തിയുള്ളവ തന്നേ. 5 ദൈവപരിജ്ഞാനത്തിന്നു
വിരോധമായി പൊങ്ങുന്ന വാദങ്ങളെയും
എല്ലാ ഉന്നതഭാവത്തെയും ഇടിച്ചുകളയുന്നു.
സകല ചിന്തകളെയും ക്രിസ്തുവിന്റെ
അനുസരണത്തിന്നായി അടിമകളാക്കുന്നു.

റോമർ 12:2
പുതിയ രാജാവായ ജെയിംസ് പതിപ്പ്
2 ഈ ലോകത്തിന് അനുരൂപമാകാതെ, നല്ലതും
സ്വീകാര്യവും പൂർണ്ണവുമായ ദൈവഹിതം
ഇന്നതെന്ന് തിരിച്ചറിയേണ്ടതിന് നിങ്ങളുടെ
മനസ്സ് പുതുക്കി രൂപാന്തരപ്പെടുവിൻ.

കൊരിന്ത്യർ 2 10:4-6
സന്ദേശം
3-6 ലോകം തത്വാധിഷ്ഠിതമല്ല. അത്
നായ്ക്കളുടെ ഇഷ്ടത്തിന് വിരുദ്ധമാണ്!
ലോകം ന്യായമായി പോരാടുന്നില്ല. പക്ഷേ
നമ്മൾ അങ്ങനെ ജീവിക്കുകയോ
പോരാടുകയോ ചെയ്യുന്നില്ല - ഒരിക്കലും
അങ്ങനെ ചെയ്തിട്ടില്ല, ഒരിക്കലും ചെയ്യില്ല.
നമ്മുടെ വ്യാപാരത്തിന്റെ ഉപകരണങ്ങൾ
മാർക്കറ്റിംഗിനോ കൃത്രിമത്വത്തിനോ
വേണ്ടിയുള്ളതല്ല, മറിച്ച് ആ വൻതോതിലുള്ള
ദുഷിച്ച സംസ്കാരത്തെ തകർക്കുന്നതിനാണ്.
വികലമായ തത്ത്വചിന്തകളെ
തകർക്കുന്നതിനും, ദൈവത്തിന്റെ
സത്യത്തിനെതിരെ സ്ഥാപിച്ച തടസ്സങ്ങൾ
തകർക്കുന്നതിനും, ക്രിസ്തു രൂപപ്പെടുത്തിയ
ജീവിത ഘടനയിൽ എല്ലാ അയഞ്ഞ
ചിന്തകളെയും വികാരങ്ങളെയും
പ്രേരണകളെയും ഉൾപ്പെടുത്തുന്നതിനും നാം
നമ്മുടെ ശക്തമായ ദൈവിക ഉപകരണങ്ങൾ
ഉപയോഗിക്കുന്നു. എല്ലാ തടസ്സങ്ങളിൽ നിന്നും
മുക്തി നേടുന്നതിനും അനുസരണത്തിന്റെ
ജീവിതങ്ങളെ പക്വതയിലേക്ക്
വളർത്തിയെടുക്കുന്നതിനും നമ്മുടെ
ഉപകരണങ്ങൾ സജ്ജമാണ്.

റോമർ 12:2
സന്ദേശം

നിങ്ങളുടെ ജീവിതം ദൈവമുമ്പാകെ സമർപ്പിക്കുക

12 [1-2] അതുകൊണ്ട് ദൈവം നിങ്ങളെ സഹായിക്കണമെന്ന് ഞാൻ ആഗ്രഹിക്കുന്നത് ഇതാ: നിങ്ങളുടെ ദൈനംദിന, സാധാരണ ജീവിതം - നിങ്ങളുടെ ഉറക്കം, ഭക്ഷണം, ജോലിക്ക് പോകൽ, നടത്തം - എടുത്ത് ദൈവമുമ്പാകെ ഒരു വഴിപാടായി വയ്ക്കുക. ദൈവം നിങ്ങൾക്കുവേണ്ടി ചെയ്യുന്നത് സ്വീകരിക്കുക എന്നതാണ് നിങ്ങൾക്ക് അവനുവേണ്ടി ചെയ്യാൻ കഴിയുന്ന ഏറ്റവും നല്ല കാര്യം. ചിന്തിക്കാതെ തന്നെ നിങ്ങളുടെ സംസ്കാരവുമായി നന്നായി പൊരുത്തപ്പെടരുത്. പകരം, നിങ്ങളുടെ ശ്രദ്ധ ദൈവത്തിൽ കേന്ദ്രീകരിക്കുക. നിങ്ങൾ ഉള്ളിൽ നിന്ന് മാറും. അവൻ നിങ്ങളിൽ നിന്ന് എന്താണ് ആഗ്രഹിക്കുന്നതെന്ന് എളുപ്പത്തിൽ തിരിച്ചറിയുകയും അതിനോട് വേഗത്തിൽ പ്രതികരിക്കുകയും ചെയ്യുക. നിങ്ങളുടെ ചുറ്റുമുള്ള സംസ്കാരത്തിൽ നിന്ന് വ്യത്യസ്തമായി, നിങ്ങളെ എപ്പോഴും അതിന്റെ പക്വതയില്ലായ്മയിലേക്ക് വലിച്ചിഴയ്ക്കുകയും ചെയ്യുന്നു, ദൈവം നിങ്ങളിൽ നിന്ന് ഏറ്റവും മികച്ചത് പുറത്തെടുക്കുന്നു, നിങ്ങളിൽ നന്നായി രൂപപ്പെടുത്തിയ പക്വത വികസിപ്പിക്കുന്നു.

രാവിലെ 6 മണിക്ക് പിതാവേ, നിന്റെ സത്യത്തിനെതിരെ സ്വയം ഉയർത്തുന്ന ചിന്തയിലും, തത്ത്വചിന്തയിലും, ലോകവീക്ഷണത്തിലുമുള്ള ശക്തികേന്ദ്രങ്ങളെ തകർക്കണമേ.

രാവിലെ 9 മണിക്ക് ക്രിസ്തുവിനോടുള്ള അനുസരണത്തെ ചെറുക്കുന്ന എല്ലാ വിമത ആശയങ്ങളെയും, സാംസ്കാരിക വാദങ്ങളെയും, മാനസിക അടിമത്തത്തെയും ഞാൻ ബന്ദികളാക്കുന്നു.

ഉച്ചയ്ക്ക് 12 മണിക്ക്
വിദ്യാർത്ഥികളിലൂടെയും അധ്യാപകരിലൂടെയും സ്ഥാപനങ്ങളിലൂടെയും മനസ്സിന്റെ നവീകരണം വ്യാപിക്കട്ടെ.

ഉച്ചകഴിഞ്ഞ് 3 മണിക്ക് ദൈവത്തെ പരിഹസിക്കുകയും വിവേചനാധികാരത്തെ ദുഷിപ്പിക്കുകയും ചെയ്യുന്ന എല്ലാ അക്കാദമിക് അഹങ്കാരവും ദിവ്യപ്രകാശത്തിന് കീഴിൽ താഴ്ത്തപ്പെടുക.

വൈകുന്നേരം 6 മണിക്ക് കർത്താവേ, മനസ്സുകളെ ആഘാതത്തിൽ നിന്നും, ആശയക്കുഴപ്പത്തിൽ നിന്നും, വശീകരണത്തിൽ നിന്നും, ബൗദ്ധിക അടിമത്തത്തിൽ നിന്നും മോചിപ്പിക്കണമേ.

രാത്രി 9 മണിക്ക് ക്രിസ്തീയ പഠിതാക്കൾ വ്യക്തമായും, ബൈബിളധിഷ്ഠിതമായും, ധൈര്യത്തോടെയും ചിന്തിക്കണമെന്ന് ഞാൻ ഉത്തരവിടുന്നു.

12am ക്ലാസ് മുറികൾ സത്യം വഞ്ചനയെ ഇല്ലാതാക്കുകയും ലക്ഷ്യം ഉണർത്തുകയും ചെയ്യുന്ന ഇടങ്ങളായി മാറട്ടെ.

3am ദൈവമേ, ഈ തലമുറയുടെ മനസ്സുകളെ വീണ്ടും സ്വന്തമാക്കി നിന്റെ ജ്ഞാനവുമായി അവയെ നിറപ്പാക്കേണമേ.

ദിവസം 30 - മാധ്യമ പർവ്വതം: മറഞ്ഞിരിക്കുന്ന കൃതികളുടെ വെളിപ്പെടുത്തൽ

തിരുവെഴുത്തുകൾ: എഫെസ്യർ 5:11-14; ലൂക്കോസ് 8:17

എഫെസ്യർ 5:11-14
പുതിയ രാജാവായ ജെയിംസ് പതിപ്പ്
[11] ഇരുട്ടിന്റെ നിഷ്ഫലപ്രവൃത്തികളിൽ
കൂട്ടാളികൾ ആകരുത്; അവയെ തുറന്നു
കാണിക്കുകയത്രേ വേണ്ടത്. [12] അവർ
രഹസ്യമായി ചെയ്യുന്ന കാര്യങ്ങളെക്കുറിച്ചു
സംസാരിക്കുന്നതുപോലും ലജ്ജാകരമാണ്. [13]
എന്നാൽ വെളിപ്പെടുന്നതെല്ലാം വെളിച്ചത്താൽ
വെളിപ്പെടുന്നു; വെളിപ്പെടുന്നതെല്ലാം
വെളിച്ചമത്രേ. [14] അതുകൊണ്ട് അവൻ പറയുന്നു:
"ഉറങ്ങുന്നവനേ, ഉണരുക,
മരിച്ചവരിൽനിന്ന് എഴുന്നേൽക്കുക, ക്രിസ്തു
നിനക്ക് വെളിച്ചം നൽകും."

ലൂക്കോസ് 8:17
പുതിയ രാജാവായ ജെയിംസ് പതിപ്പ്
[17] കാരണം, വെളിപ്പെടുത്താതെ രഹസ്യമായി
ഒന്നും തന്നെയില്ല; അറിയപ്പെടാതെയും

വെളിച്ചത്തു വരാതെയും മറഞ്ഞിരിക്കുന്നതു *ഒന്നുമില്ല*.

എഫെസ്യർ 5:11-16
സന്ദേശം
11-16 ഉപയോഗശൂന്യമായ ജോലികളിലും,
വെറും തിരക്കേറിയ ജോലികളിലും,
ഇരുട്ടിന്റെ വ്യർത്ഥമായ
അന്വേഷണങ്ങളിലും നിങ്ങളുടെ സമയം
പാഴാക്കരുത്. ഇവയെ വ്യാജമായി
തുറന്നുകാട്ടുക. ആരും കാണാത്ത ഇരുട്ടിൽ
ചെയ്യേണ്ട കാര്യങ്ങളിൽ ആളുകൾ ജീവിതം
പാഴാക്കുന്നത് ഒരു അപവാദമാണ്. ആ
വഞ്ചനകളുടെ മൂടുപടം കീറിക്കളഞ്ഞ്
ക്രിസ്തുവിന്റെ വെളിച്ചത്തിൽ അവ എത്ര
ആകർഷകമാണെന്ന് കാണുക.
ഉറക്കത്തിൽ നിന്ന് ഉണരുക,
ശവപ്പെട്ടികളിൽ നിന്ന് പുറത്തുവരിക;
ക്രിസ്തു നിങ്ങൾക്ക് വെളിച്ചം കാണിച്ചുതരും!
അതുകൊണ്ട് നിങ്ങളുടെ ചുവടുകൾ
ശ്രദ്ധിക്കുക. നിങ്ങളുടെ ബുദ്ധി
ഉപയോഗിക്കുക. ലഭിക്കുന്ന എല്ലാ
അവസരങ്ങളും പരമാവധി
പ്രയോജനപ്പെടുത്തുക. ഇത്
നിരാശാജനകമായ സമയങ്ങളാണ്!

ലൂക്കോസ് 8:17-18
സന്ദേശം

നിങ്ങൾ കേൾക്കുന്ന കാര്യങ്ങളിൽ പിശുക്കന്മാർ

16-18 "ആരും വിളക്ക് കത്തിച്ച് ഒരു വാഷ് ടബ് കൊണ്ട് മൂടുകയോ കട്ടിലിനടിയിൽ തള്ളുകയോ ചെയ്യില്ല. ഇല്ല, മുറിയിൽ പ്രവേശിക്കുന്നവർക്ക് അവരുടെ വഴി കാണാൻ കഴിയുന്ന തരത്തിൽ നിങ്ങൾ അത് ഒരു വിളക്ക് സ്റ്റാൻഡിൽ സ്ഥാപിക്കുന്നു. ഞങ്ങൾ രഹസ്യങ്ങൾ സൂക്ഷിക്കുന്നില്ല; ഞങ്ങൾ അവരോട് പറയുന്നു. ഞങ്ങൾ കാര്യങ്ങൾ മറച്ചുവെക്കുന്നില്ല; ഞങ്ങൾ *എല്ലാം* തുറന്നുപറയുന്നു. അതിനാൽ നിങ്ങൾ കേൾക്കുന്നതിൽ പിശുക്കന്മാരാകാതിരിക്കാൻ ശ്രദ്ധിക്കുക. ഔദാര്യം ഔദാര്യത്തെ ജനിപ്പിക്കുന്നു. പിശുക്ക് ദരിദ്രമാക്കുന്നു."

രാവിലെ 6 മണിക്ക് പിതാവേ, ആശയവിനിമയ സംവിധാനങ്ങളിലെ അന്ധകാരത്തിന്റെ മറഞ്ഞിരിക്കുന്ന പ്രവൃത്തികളെ നിന്റെ വെളിച്ചത്താൽ വെളിപ്പെടുത്തേണമേ.

രാവിലെ 9 മണിക്ക് ഞാൻ വിധിക്കുന്നു, ജനങ്ങളെ കബളിപ്പിക്കാൻ വേണ്ടി മറച്ചുവെക്കുന്ന ഒന്നും എന്നെന്നേക്കുമായി മറഞ്ഞിരിക്കില്ലെന്ന്.

ഉച്ചയ്ക്ക് 12 മണിക്ക് തെറ്റായ വിവരങ്ങൾ, പ്രകോപനം, അഴിമതി എന്നിവ സൃഷ്ടിക്കുന്ന

എല്ലാ രഹസ്യ സഖ്യങ്ങളെയും
തുറന്നുകാട്ടണം.

ഉച്ചകഴിഞ്ഞ് 3 മണിക്ക് കർത്താവേ, സത്യം പറയുന്നവരെയും പരിഷ്കർത്താക്കളെയും ധൈര്യത്തോടെയും സംരക്ഷണത്തോടെയും ഉണർത്തണമേ.

വൈകുന്നേരം 6 മണിക്ക്
ആശയക്കുഴപ്പത്തിലാക്കാനും നിയന്ത്രിക്കാനും ദുഷിപ്പിക്കാനും ഇരുട്ടിൽ നിർമ്മിച്ചവയെ തുറന്ന ന്യായവിധിയിലേക്ക് വലിച്ചിഴയ്ക്കട്ടെ.

രാത്രി 9 മണിക്ക് ഞാൻ മനുഷ്യഭയം നിരസിക്കുകയും സങ്കീർണ്ണമായ വഞ്ചനയുടെ മുന്നിൽ വിശുദ്ധമായ വ്യക്തതയ്ക്കായി പ്രാർത്ഥിക്കുകയും ചെയ്യുന്നു.

12am സത്യം ശ്വസിക്കുകയും നീതി കേൾക്കുകയും ചെയ്യുന്നതുവരെ മാധ്യമ സംവിധാനങ്ങൾ ഇളകട്ടെ.

3am ദൈവമേ, രഹസ്യങ്ങൾ വെളിപ്പെടുത്തുന്നവനായി എഴുന്നേൽക്കണമേ, നിന്റെ രാജ്യത്തിന് എതിരായ എല്ലാ രഹസ്യ പ്രവൃത്തികളെയും തുറന്നുകാട്ടണമേ.

ദിവസം 31 - ബിസിനസ് പർവ്വതം: വർദ്ധനവിനുള്ള പ്രതിരോധം തകർക്കുക

തിരുവെഴുത്തുകൾ: ഉല്പത്തി 50:20; ഇയ്യോബ് 5:12

ഉല്പത്തി 50:20
പുതിയ രാജാവായ ജെയിംസ് പതിപ്പ്
[20] നിങ്ങളോ എന്റെ നേരെ ദോഷം വിചാരിച്ചു; *ദൈവമോ , ഇന്നുള്ളതുപോലെ* അതു വരുത്തേണ്ടതിന്നും , അനേകരുടെ ജീവനെ രക്ഷിക്കേണ്ടതിന്നും അതിനെ ഗുണമാക്കിത്തീർത്തു.

ഇയ്യോബ് 5:12
പുതിയ രാജാവായ ജെയിംസ് പതിപ്പ്
[12] അവൻ ഉപായികളുടെ സൂത്രങ്ങളെ അബദ്ധമാക്കുന്നു;
അവരുടെ കൈകൾ ആലോചന സാക്ഷാത്കരിക്കരുതു.

ഉല്പത്തി 50:20-21
സന്ദേശം
[19-21] ജോസഫ് മറുപടി പറഞ്ഞു, "ഭയപ്പെടേണ്ട. ഞാൻ ദൈവത്തിനുവേണ്ടിയാണോ പ്രവർത്തിക്കുന്നത്? നിങ്ങൾ കാണുന്നില്ലേ,

നിങ്ങൾ എനിക്കെതിരായി തിന്മ ആസൂത്രണം ചെയ്തു, പക്ഷേ ദൈവം അതേ പദ്ധതികൾ എന്റെ നന്മയ്ക്കായി ഉപയോഗിച്ചു, ഇപ്പോൾ നിങ്ങൾ ചുറ്റും കാണുന്നതുപോലെ - നിരവധി ആളുകളുടെ ജീവിതം. ഇപ്പോൾ സമാധാനമായി, നിങ്ങൾക്ക് ഭയപ്പെടാനൊന്നുമില്ല; ഞാൻ നിങ്ങളെയും നിങ്ങളുടെ കുട്ടികളെയും പരിപാലിക്കും." അവൻ അവരെ ധൈര്യപ്പെടുത്തി, ഹൃദയംഗമമായി സംസാരിച്ചു.

ഇയ്യോബ് 5:12-16
സന്ദേശം
ദൈവം നിങ്ങളെ തിരുത്തുമ്പോൾ എന്തൊരു അനുഗ്രഹം!
8-16 "ഞാൻ നിങ്ങളുടെ സ്ഥാനത്തായിരുന്നെങ്കിൽ,
ഞാൻ നേരെ ദൈവത്തിലേക്ക്
പോകുമായിരുന്നു,
ദൈവത്തിന്റെ കാരുണ്യത്തിൽ ഞാൻ
എന്നെത്തന്നെ സമർപ്പിക്കുമായിരുന്നു.
എല്ലാത്തിനുമുപരി, അവൻ മഹത്തായതും
അപ്രതീക്ഷിതവുമായ പ്രവൃത്തികൾക്ക്
പേരുകേട്ടവനാണ്; അവന്റെ
ആശ്ചര്യങ്ങൾക്ക് അവസാനമില്ല.
ഉദാഹരണത്തിന്, വിശാലമായ
ഭൂമിയിലുടനീളം അവൻ മഴ പെയ്യിക്കുന്നു,
വയലുകൾ നനയ്ക്കാൻ വെള്ളം
അയയ്ക്കുന്നു.
അവൻ താഴ്ന്നതും പുറത്തും ഉയർത്തുന്നു,

ദുഃഖത്തിൽ മുങ്ങുന്നവർക്ക് ഉറച്ച അടിത്തറ നൽകുന്നു. തന്ത്രശാലികളായ വഞ്ചകരുടെ പദ്ധതികൾ അവൻ നിർത്തലാക്കുന്നു, അങ്ങനെ അവരുടെ ഗൂഢാലോചനകളൊന്നും ഫലിക്കില്ല. അവരുടെ ഗൂഢാലോചനകളിൽ എല്ലാം അറിയുന്നവരെ അവൻ പിടികൂടുന്നു - ആ സങ്കീർണ്ണമായ ഗൂഢാലോചനകളെല്ലാം മാലിന്യക്കൂമ്പാരത്തിൽ നിന്ന് തൂത്തുവാരി! പെട്ടെന്ന് അവർ വഴിതെറ്റുന്നു, ഇരുട്ടിലേക്ക് വീഴുന്നു; ഒരു കാൽ മറ്റൊന്നിന് മുന്നിൽ വയ്ക്കാൻ അവർക്ക് കാഴ്ചയില്ല. എന്നാൽ അടിച്ചമർത്തപ്പെട്ടവരെ ദൈവം രക്ഷിക്കുന്നു, കൊലപാതക ഗൂഢാലോചനകളിൽ നിന്ന് രക്ഷിക്കുന്നു, ഇരുമ്പുമുഷ്ടിയിൽ നിന്ന് രക്ഷിക്കുന്നു. അങ്ങനെ ദരിദ്രർ പ്രതീക്ഷ തുടരുന്നു, അതേസമയം അനീതി ബന്ധിക്കപ്പെട്ടിരിക്കുന്നു.

രാവിലെ 6 മണിക്ക് പിതാവേ, സാമ്പത്തികം, സംരംഭം, കരുതൽ എന്നിവയിൽ ശത്രു തിന്മയ്ക്കായി ഉദ്ദേശിച്ചത്, അത് രാജ്യത്തിന്റെ നന്മയ്ക്കായി മാറ്റട്ടെ.

രാവിലെ 9 മണിക്ക് തന്ത്രശാലികളുടെ തന്ത്രങ്ങളെ നിഷ്ഫലമാക്കേണമേ; അങ്ങനെ അവരുടെ കൈകൾ നമുക്കെതിരായി കാര്യം നടത്തുകയില്ല.

ഉച്ചയ്ക്ക് 12 മണിക്ക് പുരോഗതിയുടെ കവാടത്തിൽ നിലയുറപ്പിച്ചിരിക്കുന്ന എല്ലാ പ്രതിരോധ മനോഭാവങ്ങളെയും ദൈവത്തിന്റെ അഗ്നിയാൽ നീക്കം ചെയ്യൂ.

ഉച്ചകഴിഞ്ഞ് 3 മണിക്ക് നീതിപൂർവകമായ അധ്വാനത്തിനെതിരായ കാലതാമസം, അട്ടിമറി, ദ്രോഹകരമായ റിപ്പോർട്ടിംഗ്, തെറ്റായ ആരോപണങ്ങൾ, മറഞ്ഞിരിക്കുന്ന എതിർപ്പ് എന്നിവ ഞാൻ തകർക്കുന്നു.

വൈകുന്നേരം 6 മണിക്ക് കർത്താവേ, ശത്രുതാപരമായ ശബ്ദങ്ങളെ നിശബ്ദമാക്കുകയും തന്ത്രപരമായ വാതിലുകൾ തുറക്കുകയും ചെയ്യുന്ന നിന്റെ ജനത്തിന് കൃപ നൽകണമേ .

രാത്രി 9 മണിക്ക് ഞാൻ ശത്രുതയ്ക്കിടയിൽ അഭിവൃദ്ധിയും എതിർപ്പിന് മുന്നിൽ പുരോഗതിയും പ്രഖ്യാപിക്കുന്നു.

12am രാജ്യപുരോഗതിക്കായി മറഞ്ഞിരിക്കുന്ന പിന്തുണയും, ദിവ്യ സഖ്യകക്ഷികളും, നിയമാനുസൃതമായ അവസരങ്ങളും പെട്ടെന്ന് ഉയർന്നുവരട്ടെ.

പുലർച്ചെ 3 മണിക്ക് ദൈവമേ, എല്ലാ സംഘടിത എതിർപ്പുകളെയും നിന്റെ വിശ്വസ്തതയുടെയും ശക്തിയുടെയും സാക്ഷ്യമാക്കി മാറ്റണമേ.

ദിവസം 32 - ആർട്സ് മൗണ്ടൻ: വശീകരണവും വിഗ്രഹാരാധനയും തകർക്കൽ

തിരുവെഴുത്തുകൾ: സങ്കീർത്തനം 69:22-28; 1 യോഹന്നാൻ 5:21

സങ്കീർത്തനങ്ങൾ 69:22-28
പുതിയ രാജാവായ ജെയിംസ് പതിപ്പ്
22 അവരുടെ മേശ അവരുടെ മുമ്പിൽ ഒരു കെണിയായും അവരുടെ
സുഖം ഒരു കുടുക്കായും
തീരട്ടെ .
23 അവരുടെ കണ്ണുകൾ കാണാതവണ്ണം
ഇരുണ്ടുപോകട്ടെ; അവരുടെ
അരക്കെട്ടുകൾ എപ്പോഴും ആടിക്കളിക്കട്ടെ.
24 നിന്റെ ക്രോധം അവരുടെമേൽ പകരേണമേ ;
നിന്റെ കോപം അവരെ പിടിക്കട്ടെ .
25 അവരുടെ വാസസ്ഥലം ശൂന്യമാകട്ടെ;
അവരുടെ കൂടാരങ്ങളിൽ ആരും
പാർക്കാതിരിക്കട്ടെ.
26 നീ അടിച്ചവരെ അവർ ഉപദ്രവിക്കുന്നു;
നീമുറിവേല്പിച്ചവരുടെ ദുഃഖത്തെക്കുറിച്ചു
സംസാരിക്കുന്നു.
27 അവരുടെ അകൃത്യത്തോടു അകൃത്യം
കൂട്ടേണമേ;

അവർ നിന്റെ നീതിയിൽ വരരുതേ.
28 ജീവന്റെ പുസ്തകത്തിൽനിന്നു അവരെ
മായിച്ചുകളയേണമേ;
നീതിമാന്മാരോടുകൂടെ അവരെ എഴുതരുതേ.

യോഹന്നാൻ 1 5:21
പുതിയ രാജാവായ ജെയിംസ് പതിപ്പ്
21 കുഞ്ഞുങ്ങളേ, വിഗ്രഹങ്ങളോടു അകന്നു
സൂക്ഷിച്ചുകൊൾവിൻ. ആമേൻ.

സങ്കീർത്തനങ്ങൾ 69:22-28
സന്ദേശം
22 അവരുടെ അത്താഴം പെട്ടെന്ന്
അടഞ്ഞുപോകുന്ന കെണിയിലെ ഇരയാകട്ടെ;
അവരുടെ ഉറ്റ സുഹൃത്തുക്കൾ അവരെ
ജീവനോടെ തോലുരിക്കുന്ന വേട്ടക്കാരാകട്ടെ.
23 അവരെ വവ്വാലുകളെപ്പോലെ
അന്ധരാക്കേണമേ;
രാവിലെ മുതൽ രാത്രി വരെ അവർക്ക്
കുലുക്കം കൊടുക്കേണമേ.
24 അവരെക്കുറിച്ചുള്ള നിങ്ങളുടെ അഭിപ്രായം
അവരെ അറിയിക്കുക;
നിങ്ങളുടെ കോപം അവരെ ജ്വലിപ്പിക്കുക.
25 അവരുടെ വീടുകൾ കത്തിച്ചുകളയേണമേ;
വീട്ടിൽ ആരുമില്ലാതെ അവരെ
ശൂന്യമാക്കേണമേ.
26 നീ ശിക്ഷിച്ചവനെക്കുറിച്ച് അവർ അപവാദം
പറഞ്ഞു,

ദൈവം മുറിവേൽപ്പിച്ചവനെക്കുറിച്ച് കഥകൾ
കെട്ടിച്ചമച്ചു.
27 കുറ്റം കെട്ടിവെക്കുക;
അവരെ വെറുതെ വിടരുത്.
28 ജീവനുള്ളവരുടെ പട്ടികയിൽ നിന്ന്
അവരുടെ പേരുകൾ മായ്ച്ചുകളയേണമേ;
നീതിമാന്മാരുടെ ഇടയിൽ അവർക്ക് പാറയിൽ
കൊത്തിയ ബഹുമാനം ഉണ്ടാകയില്ല.

യോഹന്നാൻ 1 5:21
സന്ദേശം
18-21 ദൈവജനനത്തിൽ ആരും പാപം -
മാരകമായ പാപം - ചെയ്യുന്നില്ലെന്ന്
നമുക്കറിയാം. ദൈവജനനവും ദൈവത്താൽ
സംരക്ഷിക്കപ്പെട്ടവരാണ്. ദുഷ്ടന് അവരുടെ
മേൽ കൈ വയ്ക്കാൻ കഴിയില്ല. ദൈവത്താൽ
നാം മുറുകെ പിടിക്കപ്പെട്ടിരിക്കുന്നുവെന്ന്
നമുക്കറിയാം; ലോകത്തിലെ ആളുകൾ
മാത്രമാണ് ദുഷ്ടന്റെ പിടിയിൽ തുടരുന്നത്.
ദൈവത്തിന്റെ സത്യം തിരിച്ചറിയാനും
മനസ്സിലാക്കാനും വേണ്ടിയാണ് ദൈവപുത്രൻ
വന്നതെന്ന് നമുക്കറിയാം - എന്തൊരു
സമ്മാനം ! - നാം സത്യത്തിൽ തന്നെ
ജീവിക്കുന്നു, ദൈവപുത്രനായ
യേശുക്രിസ്തുവിൽ. ഈ യേശു
സത്യദൈവവും യഥാർത്ഥ ജീവിതവുമാണ്.
പ്രിയ മക്കളേ, എല്ലാ സമർത്ഥമായ
വ്യാജങ്ങൾക്കെതിരെയും ജാഗ്രത പാലിക്കുക.

രാവിലെ 6 മണിക്ക് പിതാവേ, ഹൃദയങ്ങളെ കുടുക്കാൻ സംസ്കാരത്തിലൂടെ ഒരുക്കിയിരിക്കുന്ന എല്ലാ വശീകരണ മേശകളെയും എല്ലാ കെണികളെയും മറിച്ചിടണമേ.

രാവിലെ 9 മണിക്ക് സൃഷ്ടിപരമായ ഇടങ്ങളെ അടക്കിഭരിക്കുന്ന സെലിബ്രിറ്റി, മായ, ഇന്ദ്രിയത, സ്വയം ഉയർത്തൽ എന്നിവയുടെ വിഗ്രഹങ്ങളെ ഞാൻ ഉപേക്ഷിക്കുന്നു.

ഉച്ചയ്ക്ക് 12 മണിക്ക് മന്ത്രവാദം, ഇരുട്ടിനോടുള്ള ആകർഷണം, അഴിമതിയോടുള്ള ആസക്തി എന്നിവയ്ക്ക് ജനങ്ങളുടെ മേലുള്ള ശക്തി നഷ്ടപ്പെടട്ടെ.

ഉച്ചകഴിഞ്ഞ് 3 മണിക്ക് ദൈവത്തിൽ നിന്ന് ആരാധനയെ അകറ്റുന്ന വിഗ്രഹാരാധനാപരമായ എല്ലാ ബലിപീഠങ്ങളും പൊളിച്ചുമാറ്റപ്പെടണം.

വൈകുന്നേരം 6 മണിക്ക് കർത്താവേ, അംഗീകാരത്തിന്റെയും അമിതത്വത്തിന്റെയും ആത്മീയ അന്ധതയുടെയും ബന്ധനത്തിൽ നിന്ന് കലാകാരന്മാരെയും പ്രേക്ഷകരെയും രക്ഷിക്കണമേ.

രാത്രി 9 മണിക്ക്, സംസ്കാരത്തിന്മേലുള്ള ധാർമ്മിക മരവിപ്പിന്റെ സ്വാധീനം

ക്രിസ്തുവിന്റെ വെളിച്ചത്താൽ
തകർക്കപ്പെടുമെന്ന് ഞാൻ വിധിക്കുന്നു.

12am, വിശുദ്ധ ബോധ്യം ഇരുട്ട്
ആഘോഷിക്കപ്പെട്ട തിയേറ്ററുകളിലും,
സ്റ്റുഡിയോകളിലും, വേദികളിലും,
അരുവികളിലും സന്ദർശിക്കട്ടെ.

3am ദൈവമേ, വിഗ്രഹങ്ങളിൽ നിന്ന്
ഭാവനയെ വീണ്ടെടുത്ത് സത്യത്തിലേക്കും
സൗന്ദര്യത്തിലേക്കും ആരാധനയിലേക്കും
ആഗ്രഹത്തെ തിരിച്ചുവിടണമേ.

ദിവസം 33 - ദേശീയ കാരുണ്യത്തിന്റെയും ഉടമ്പടി പുനഃസ്ഥാപനത്തിന്റെയും ദിനം.

തിരുവെഴുത്തുകൾ: ദാനിയേൽ 9:1-19; 2 ദിനവൃത്താന്തം 7:13-16

ദാനീയേൽ 9:1-19
പുതിയ രാജാവായ ജെയിംസ് പതിപ്പ്
ജനങ്ങൾക്കുവേണ്ടിയുള്ള ദാനിയേലിന്റെ പ്രാർത്ഥന
9 മേദ്യവംശത്തിൽപ്പെട്ട അഹശ്വേരോശിന്റെ
മകനും കല്ദയരാജ്യത്തിന്നു രാജാവുമായ
ദാര്യാവേശിന്റെ ഒന്നാം ആണ്ടിൽ തന്നേ, [2]
അവന്റെ വാഴ്ചയുടെ ഒന്നാം ആണ്ടിൽ തന്നേ, ദാനിയേൽ എന്ന ഞാൻ
യെരൂശലേമിന്റെ ശൂന്യാവസ്ഥ എഴുപതു
സംവത്സരംകൊണ്ടു തീരും എന്നു
യിരെമ്യാപ്രവാചകൻ മുഖാന്തരം യഹോവ
അരുളിച്ചെയ്ത *കാലസംഖ്യ*
പുസ്തകങ്ങളിൽനിന്നു ഗ്രഹിച്ചു .
[3] അപ്പോൾ ഞാൻ ഉപവസിച്ചും രട്ടുടുത്തും
വെണ്ണീറിലും ഇരുന്നും പ്രാർത്ഥനയാലും
യാചനകളാലും യാചിക്കേണ്ടതിന്നു

ദൈവമായ കർത്താവിങ്കലേക്കു മുഖം
തിരിച്ചു. [4] എന്റെ ദൈവമായ യഹോവയോടു
ഞാൻ പ്രാർത്ഥിച്ചു ഏറ്റുപറഞ്ഞു: തന്നെ
സ്നേഹിക്കുന്നവരോടും തന്റെ കല്പനകളെ
പ്രമാണിക്കുന്നവരോടും തന്റെ നിയമവും
കരുണയും പാലിക്കുന്നവനായ മഹാനും
ഭയങ്കരനുമായ ദൈവമായ കർത്താവേ, [5]
ഞങ്ങൾ പാപം ചെയ്തു അകൃത്യം ചെയ്തു,
ദുഷ്ടത പ്രവർത്തിച്ചു, നിന്റെ
കല്പനകളെയും ന്യായങ്ങളെയും വിട്ടുമാറി
മത്സരിച്ചു. [6] ഞങ്ങളുടെ രാജാക്കന്മാരോടും
പ്രഭുക്കന്മാരോടും പിതാക്കന്മാരോടും
ദേശത്തിലെ സകലജനങ്ങളോടും നിന്റെ
നാമത്തിൽ സംസാരിച്ച നിന്റെ ദാസന്മാരായ
പ്രവാചകന്മാരെ ഞങ്ങൾ ശ്രദ്ധിച്ചില്ല. [7]
കർത്താവേ, നീതി *നിനക്കുള്ളതു ;*
ഇന്നുള്ളതുപോലെ ഞങ്ങൾക്കു ലജ്ജ
തോന്നുന്നു ; യെഹൂദാപുരുഷന്മാർക്കും
യെരൂശലേം നിവാസികൾക്കും എല്ലാ
യിസ്രായേലിന്നും അവർ നിന്നോടു ചെയ്ത
അവിശ്വസ്തത നിമിത്തം നീ അവരെ
നീക്കിക്കളഞ്ഞ സകലദേശങ്ങളിലും
സമീപസ്ഥരും ദൂരസ്ഥരുമായവർക്കു തന്നേ.
[8] “കർത്താവേ, ഞങ്ങൾ നിന്നോടു പാപം
ചെയ്തിരിക്കയാൽ ഞങ്ങൾക്കും ഞങ്ങളുടെ
രാജാക്കന്മാർക്കും പ്രഭുക്കന്മാർക്കും
പിതാക്കന്മാർക്കും മുഖലജ്ജയുണ്ട്. *9* ഞങ്ങളുടെ
ദൈവമായ കർത്താവിന് കരുണയും ക്ഷമയും
ഉണ്ട് ; ഞങ്ങൾ അവനോടു മത്സരിച്ചു. [10]

ഞങ്ങളുടെ ദൈവമായ കർത്താവിന്റെ ശബ്ദം
ഞങ്ങൾ കേട്ടില്ല, അവൻ തന്റെ ദാസന്മാരായ
പ്രവാചകന്മാർ മുഖാന്തരം ഞങ്ങളുടെ
മുമ്പിൽ വെച്ചിരിക്കുന്ന അവന്റെ
ന്യായപ്രമാണപ്രകാരം നടന്നു. [11] അതെ, എല്ലാ
യിസ്രായേലും നിന്റെ ന്യായപ്രമാണം
ലംഘിച്ചു, നിന്റെ വാക്കു കേൾക്കാതെ
വിട്ടുമാറി; അങ്ങനെ ഞങ്ങൾ അവനോടു
പാപം ചെയ്തിരിക്കയാൽ ദൈവത്തിന്റെ
ദാസനായ മോശെയുടെ ന്യായപ്രമാണത്തിൽ
എഴുതിയിരിക്കുന്ന ശാപവും ആണയും
ഞങ്ങളുടെ മേൽ ചൊരിഞ്ഞിരിക്കുന്നു. [12]
ഞങ്ങളുടെ മേൽ ഒരു വലിയ അനർത്ഥം
വരുത്തി, അവൻ ഞങ്ങൾക്കും ഞങ്ങളെ
ന്യായം വിധിച്ച ന്യായാധിപന്മാർക്കും
എതിരെ താൻ അരുളിച്ചെയ്ത തന്റെ
വചനങ്ങളെ സ്ഥിരീകരിച്ചിരിക്കുന്നു;
ആകാശത്തിൻ കീഴിൽ യെരൂശലേമിൽ
സംഭവിച്ചതുപോലെ ഒരിക്കലും
സംഭവിച്ചിട്ടില്ല.
[13] മോശെയുടെ ന്യായപ്രമാണത്തിൽ
എഴുതിയിരിക്കുന്നതുപോലെ ഈ
അനർത്ഥമൊക്കെയും ഞങ്ങളുടെ മേൽ
വന്നിരിക്കുന്നു; എന്നിട്ടും ഞങ്ങൾ ഞങ്ങളുടെ
അകൃത്യങ്ങളിൽനിന്നു പിന്തിരിഞ്ഞു നിന്റെ
സത്യം ഗ്രഹിക്കേണ്ടതിന്നു ഞങ്ങളുടെ
ദൈവമായ യഹോവയുടെ സന്നിധിയിൽ
അപേക്ഷിച്ചില്ല. 14 *അതുകൊണ്ടു* കർത്താവു ആ
അനർത്ഥം ഓർത്തു ഞങ്ങളുടെമേൽ

വരുത്തിയിരിക്കുന്നു; ഞങ്ങൾ അവന്റെ
വാക്കു കേട്ടനുസരിച്ചില്ലെങ്കിലും ഞങ്ങളുടെ
ദൈവമായ കർത്താവു താൻ ചെയ്യുന്ന
സകലപ്രവൃത്തികളിലും നീതിമാനാകുന്നു. *15*
ഇപ്പോൾ , നിന്റെ ജനത്തെ ബലമുള്ള കൈകൊണ്ടു
മിസ്രയീംദേശത്തുനിന്നു കൊണ്ടുവന്നു,
ഇന്നുള്ളതുപോലെ നിനക്കു ഒരു നാമം
ഉണ്ടാക്കിയവനായ ഞങ്ങളുടെ ദൈവമായ
കർത്താവേ, ഞങ്ങൾ പാപം ചെയ്തു ദുഷ്ടത
പ്രവർത്തിച്ചിരിക്കുന്നു.
16 "കർത്താവേ, നിന്റെ സകല നീതിക്കും ഒത്തവണ്ണം നിന്റെ കോപവും
ക്രോധവും നിന്റെ വിശുദ്ധപർവ്വതമായ
യെരൂശലേം നഗരത്തിൽനിന്നു
മാറിപ്പോകുമാറാകട്ടെ ; ഞങ്ങളുടെ പാപങ്ങൾ
നിമിത്തം ഞങ്ങളുടെ പിതാക്കന്മാരുടെ
അകൃത്യങ്ങൾ നിമിത്തം യെരൂശലേമും
നിന്റെ ജനവും ഞങ്ങളുടെ ചുറ്റുമുള്ള
എല്ലാവർക്കും നിന്ദയായി തീർന്നിരിക്കുന്നു. *17*
ആകയാൽ *ഞങ്ങളുടെ* ദൈവമേ , നിന്റെ
ദാസന്റെ പ്രാർത്ഥനയും അവന്റെ
യാചനകളും കേട്ടു ശൂന്യമായിരിക്കുന്ന നിന്റെ
വിശുദ്ധമന്ദിരത്തിന്മേൽ നിന്റെ മുഖം
പ്രകാശിപ്പിക്കേണമേ . [18] എന്റെ ദൈവമേ,
നിന്റെ ചെവി ചായിച്ചു കേൾക്കേണമേ;
നിന്റെ കണ്ണു തുറന്നു ഞങ്ങളുടെ
നാശങ്ങളെയും നിന്റെ നാമം
വിളിച്ചിരിക്കുന്ന നഗരത്തെയും കാൺക;
ഞങ്ങളുടെ നീതിപ്രവൃത്തികൾ നിമിത്തമല്ല,
നിന്റെ മഹാകരുണനിമിത്തം ഞങ്ങൾ

ഞങ്ങളുടെ അപേക്ഷകൾ നിന്റെ മുമ്പാകെ
സമർപ്പിക്കുന്നു. 19 കർത്താവേ , കേൾക്കേണമേ ! കർത്താവേ ,
ക്ഷമിക്കേണമേ ! കർത്താവേ, ചെവിക്കൊണ്ടു
പ്രവർത്തിക്കേണമേ! എന്റെ ദൈവമേ,
നിന്നെച്ചൊല്ലി താമസിക്കരുതേ; നിന്റെ
നഗരവും നിന്റെ ജനവും നിന്റെ നാമത്താൽ
വിളിക്കപ്പെട്ടിരിക്കുന്നു."

ദിനവൃത്താന്തം 2 7:13-16
പുതിയ രാജാവായ ജെയിംസ് പതിപ്പ്
13 ഞാൻ ആകാശം അടച്ചുപൂട്ടി മഴ
പെയ്യാതിരിക്കുമ്പോൾ, അല്ലെങ്കിൽ ദേശത്തെ
വിഴുങ്ങാൻ വെട്ടുക്കിളികളോട്
കല്പിക്കുമ്പോൾ, അല്ലെങ്കിൽ എന്റെ
ജനത്തിന്റെ ഇടയിൽ മഹാമാരി
അയയ്ക്കുമ്പോൾ, 14 എന്റെ നാമം
വിളിക്കപ്പെട്ട എന്റെ ജനം തങ്ങളെത്തന്നെ
താഴ്ത്തി പ്രാർത്ഥിച്ച് എന്റെ മുഖം
അന്വേഷിച്ച് അവരുടെ ദുഷ്ടവഴികളിൽ നിന്ന്
തിരിയുമ്പോൾ, ഞാൻ സ്വർഗ്ഗത്തിൽ നിന്ന് കേട്ട്
അവരുടെ പാപം ക്ഷമിച്ച് അവരുടെ ദേശത്തെ
സുഖപ്പെടുത്തും. 15 ഇപ്പോൾ എന്റെ കണ്ണുകൾ
തുറന്നിരിക്കും, എന്റെ ചെവി ഈ സ്ഥലത്തു
നടത്തുന്ന പ്രാർത്ഥനയ്ക്ക് ശ്രദ്ധയുള്ളതായിരിക്കും . 16
എന്റെ നാമം എന്നേക്കും അവിടെ
ഇരിക്കേണ്ടതിന് ഞാൻ ഇപ്പോൾ ഈ ആലയം
തിരഞ്ഞെടുത്ത് വിശുദ്ധീകരിച്ചിരിക്കുന്നു ; എന്റെ കണ്ണും എന്റെ
ഹൃദയവും എപ്പോഴും അവിടെ ഇരിക്കും.

ദാനീയേൽ 9:1-19

സന്ദേശം

ദൈവത്തിന്റെ ഉടമ്പടി പ്രതിബദ്ധത

9 [1-4] "മേദ്യനായ അഹശ്വേരോശിന്റെ മകനും
ദാരിയൂസും ബാബിലോൺ ദേശത്തിന്റെ
രാജാവായി. അവന്റെ ഭരണത്തിന്റെ ഒന്നാം
ആണ്ടിൽ, ദാനിയേൽ എന്ന ഞാൻ,
ദൈവവചനപ്രകാരം, യിരെമ്യാ പ്രവാചകന്
യെരൂശലേം നാശത്തിൽ കിടക്കേണ്ടി വന്ന
എഴുപത് വർഷങ്ങളുടെ എണ്ണം നൽകിയ
തിരുവെഴുത്തുകളെക്കുറിച്ചു ധ്യാനിച്ചു.
ഞാൻ കർത്താവിനോട് ഉത്തരം
ചോദിച്ചുകൊണ്ട് - ആത്മാർത്ഥമായി
പ്രാർത്ഥിച്ചു, ഉപവസിച്ചു,
പശ്ചാത്താപകരമായ പരുക്കൻ ചാരായം
ധരിച്ചു, ചാരത്തിൽ മുട്ടുകുത്തി. ഞാൻ
എന്റെ ഹൃദയം ദൈവത്തോട്, എന്റെ
ദൈവത്തോട്, എന്റെ ആത്മാവിനെ തുറന്നു
പറഞ്ഞു:

[4-8] "'ഓ കർത്താവേ, മഹാനും
മഹത്വമുള്ളവനുമായ ദൈവമേ. നിന്റെ
ഉടമ്പടിയിൽ നീ ഒരിക്കലും പതറുന്നില്ല, നിന്നെ
സ്നേഹിക്കുകയും നീ പറയുന്നത്
ചെയ്യുകയും ചെയ്യുന്നവരെ ഒരിക്കലും
ഉപേക്ഷിക്കരുത്. എന്നിട്ടും ഞങ്ങൾ
സങ്കൽപ്പിക്കാവുന്ന എല്ലാ വിധത്തിലും പാപം
ചെയ്തിരിക്കുന്നു. ഞങ്ങൾ ദുഷ്ടകാര്യങ്ങൾ
ചെയ്തു, മത്സരിച്ചു, വഞ്ചിച്ചു, നിന്റെ
വ്യക്തമായി അടയാളപ്പെടുത്തിയ പാതകളിൽ

വഴിതിരിച്ചുവിട്ടു. ഞങ്ങളുടെ രാജാക്കന്മാരോടും നേതാക്കളോടും, ഞങ്ങളുടെ മാതാപിതാക്കളോടും, ദേശത്തിലെ എല്ലാ ആളുകളോടും നിന്റെ വചനം പ്രസംഗിച്ചുകൊണ്ടിരുന്ന നിന്റെ ദാസന്മാരായ പ്രവാചകന്മാരെ ഞങ്ങൾ ചെവിക്കൊണ്ടില്ല. കർത്താവേ, നീ എല്ലാം ശരിയായി ചെയ്തു, പക്ഷേ ഞങ്ങളുടെ ജീവിതത്തിനായി ഞങ്ങൾക്ക് കാണിക്കാനുള്ളത് കുറ്റബോധവും ലജ്ജയും മാത്രമാണ്, ഞങ്ങളുടെ മുഴുവൻ ഭാഗവും - യഹൂദയിലെ ജനങ്ങളും, ജറുസലേമിലെ പൗരന്മാരും, വീട്ടിൽ ഇസ്രായേൽ, നിന്നെ ഒറ്റിക്കൊടുത്തതിനാൽ ഞങ്ങളെ നാടുകടത്തിയ എല്ലാ സ്ഥലങ്ങളിലും പ്രവാസികളായ ഇസ്രായേൽ. ഓ , ദൈവമേ, ഞങ്ങളെല്ലാവരും - ഞങ്ങളുടെ രാജാക്കന്മാരും, നേതാക്കളും, മാതാപിതാക്കളും - ലോകത്തിന്റെ മുമ്പാകെ ഞങ്ങളുടെ ലജ്ജയിൽ തുറന്നുകാട്ടപ്പെട്ടു. അർഹതയോടെ, നമ്മുടെ പാപം നിമിത്തം.

9-12 "'കരുണ മാത്രമാണ് ഞങ്ങളുടെ ഏക പ്രതീക്ഷ, ഞങ്ങളുടെ ദൈവമായ കർത്താവേ, അങ്ങയുടെ കാരുണ്യം. ഞങ്ങളുടെ മത്സരത്തിൽ ഞങ്ങൾ ഞങ്ങളുടെ അവകാശങ്ങൾ നഷ്ടപ്പെടുത്തി. എങ്ങനെ ജീവിക്കണമെന്ന് നിങ്ങൾ ഞങ്ങളോട് പറഞ്ഞപ്പോൾ, പ്രവാചകന്മാരായ നിങ്ങളുടെ ദാസന്മാരായ ഞങ്ങൾ വഴി വന്ന വ്യക്തമായ

ഉപദേശം ഞങ്ങൾ ശ്രദ്ധിച്ചില്ല. ഇസ്രായേലിൽ ഞങ്ങൾ എല്ലാവരും നിങ്ങൾ പറഞ്ഞത് അവഗണിച്ചു. ഞങ്ങൾ നിങ്ങളുടെ നിർദ്ദേശങ്ങൾ ധിക്കരിക്കുകയും ഞങ്ങൾക്ക് ഇഷ്ടമുള്ളത് ചെയ്യുകയും ചെയ്തു. ഇപ്പോൾ ഞങ്ങൾ അതിന് വില കൊടുക്കുന്നു: ദൈവദാസനായ മോശയ്ക്ക് വെളിപ്പെടുത്തിയതിൽ വ്യക്തമായി എഴുതിയിരിക്കുന്ന ശാപം ഇപ്പോൾ ഞങ്ങളുടെ ഇടയിൽ പ്രവർത്തിക്കുന്നു, നിങ്ങൾക്കെതിരായ ഞങ്ങളുടെ പാപത്തിന്റെ ശമ്പളം. നിങ്ങൾ ചെയ്യുമെന്ന് പറഞ്ഞതുപോലെ നിങ്ങൾ ഞങ്ങളോടും ഞങ്ങളുടെ ഭരണാധികാരികളോടും ചെയ്തു: നിങ്ങൾ ഈ വിനാശകരമായ ദുരന്തം, രേഖപ്പെടുത്തിയിട്ടുള്ളതിൽ വച്ച് ഏറ്റവും മോശമായ ദുരന്തം - യെരൂശലേമിലും വരുത്തി!

13-14 "'മോശയ്ക്ക് ദൈവം നൽകിയ വെളിപ്പെടുത്തലിൽ എഴുതിയിരിക്കുന്നതുപോലെ, ദുരന്തം പൂർണ്ണമായിരുന്നു. ഒന്നും തടഞ്ഞുവച്ചില്ല. നിങ്ങളുടെ വ്യക്തമായ മുന്നറിയിപ്പ് അവഗണിച്ചുകൊണ്ട്, ഞങ്ങൾ വീണ്ടും ചിന്തിക്കാതെ പാപം തുടർന്നു, അതിനാൽ നിങ്ങൾക്ക് പൂർണ്ണ ശക്തിയോടെ ദുരന്തം ഞങ്ങളുടെ മേൽ അഴിച്ചുവിടുകയല്ലാതെ മറ്റ് മാർഗമില്ലായിരുന്നു. ഞങ്ങളുടെ ദൈവമായ നിങ്ങൾക്ക് ഇത് ചെയ്യാൻ പൂർണ്ണ

അവകാശമുണ്ടായിരുന്നു, കാരണം ഞങ്ങൾ നിങ്ങളെ നിരന്തരം ധിക്കാരപൂർവ്വം അവഗണിച്ചു.

15-17 "'യജമാനനേ, നീ ഞങ്ങളുടെ ദൈവമാണ്, കാരണം നീ നിന്റെ ജനത്തെ ഈജിപ്തിൽ നിന്ന് ശക്തിപ്രകടനത്തിലൂടെ വിടുവിച്ചു - ആളുകൾ ഇപ്പോഴും അതിനെക്കുറിച്ച് സംസാരിക്കുന്നു! ഞങ്ങൾ പാപം ചെയ്തുവെന്നും മോശം ജീവിതം നയിച്ചുവെന്നും ഞങ്ങൾ സമ്മതിക്കുന്നു. കാര്യങ്ങൾ ശരിയാക്കുന്നതിലും *ആളുകളെ* ശരിയാക്കുന്നതിലും നിങ്ങൾ എപ്പോഴും ചെയ്തതിന്റെ മാതൃക പിന്തുടർന്ന്, നിങ്ങളുടെ സ്വന്തം നഗരമായ ജറുസലേമിനോട്, നിങ്ങളുടെ വിശുദ്ധ പർവതത്തോട്, ദയവായി ഇത്ര കോപിക്കുന്നത് നിർത്തുക. ഇത് സംഭവിച്ചത് ഞങ്ങളുടെ തെറ്റാണെന്ന് ഞങ്ങൾക്കറിയാം, എല്ലാം ഞങ്ങളുടെ പാപങ്ങളും ഞങ്ങളുടെ മാതാപിതാക്കളുടെ പാപങ്ങളും കൊണ്ടാണ്, ഇപ്പോൾ ഞങ്ങൾ ചുറ്റുമുള്ള എല്ലാവർക്കും ഒരു നാണക്കേടാണ്. ഞങ്ങൾ അയൽപക്കത്തിന് ഒരു കളങ്കമാണ്. അതിനാൽ , ദൈവമേ, നിന്റെ ദാസന്റെ ഈ ദൃഢനിശ്ചയ പ്രാർത്ഥന കേൾക്കുക. നശിച്ചുപോയ നിന്റെ വിശുദ്ധമന്ദിരത്തോട് കരുണ കാണിക്കണമേ. ഞങ്ങൾ ആരാണെന്ന് കാണിക്കാതെ, നീ ആരാണെന്ന് കാണിക്കാതെ പ്രവർത്തിക്കുക.

18 “‘ദൈവമേ, നിന്റെ ചെവി ഞങ്ങളുടെ
വഴിക്ക് തിരിച്ചു കേൾക്കണമേ. നിന്റെ
കണ്ണുകൾ തുറന്ന് ഞങ്ങളുടെ നശിച്ച
നഗരത്തെ, നിന്റെ നാമത്തിലുള്ള ഈ
നഗരത്തെ ദീർഘനേരം നോക്കണമേ. ഞങ്ങൾ
നിന്നിൽ നിന്ന് കേൾക്കാൻ അർഹരല്ലെന്ന്
ഞങ്ങൾക്കറിയാം. നിന്റെ
കാരുണ്യത്തോടാണ് ഞങ്ങളുടെ അപേക്ഷ. ഈ
പ്രാർത്ഥന ഞങ്ങളുടെ അവസാനത്തെയും
ഏക പ്രതീക്ഷയുമാണ്:
19 " 'ഗുരുവേ, ഞങ്ങളെ ശ്രദ്ധിക്കൂ!
ഗുരുവേ, ഞങ്ങളോട് ക്ഷമിക്കൂ! ഗുരുവേ,
ഞങ്ങളെ നോക്കി എന്തെങ്കിലും ചെയ്യൂ!
ഗുരുവേ, ഞങ്ങളെ പിന്തിരിപ്പിക്കരുത്!
നിങ്ങളുടെ നഗരത്തിനും നിങ്ങളുടെ
ആളുകൾക്കും നിങ്ങളുടെ പേരാണ്
നൽകിയിരിക്കുന്നത്: നിങ്ങൾക്ക് ഞങ്ങളിൽ
ഒരു പങ്കുണ്ട്!"

ദിനവൃത്താന്തം 2 7:13-18
സന്ദേശം
12-18 ആ രാത്രിയിൽ തന്നെ ദൈവം സോളമനു
പ്രത്യക്ഷനായി പറഞ്ഞു, “ഞാൻ നിങ്ങളുടെ
പ്രാർത്ഥന സ്വീകരിക്കുന്നു; അതെ, ഈ സ്ഥലം
ഒരു യാഗത്തിനുള്ള ക്ഷേത്രമായും
ആരാധനാലയമായും ഞാൻ
തിരഞ്ഞെടുത്തിരിക്കുന്നു.
ആകാശത്തുനിന്നുള്ള മഴയുടെ വിതരണം
ഞാൻ നിർത്തുകയോ വെട്ടുക്കിളികളോട്

വിളകൾ തിന്നാൻ കൽപ്പിക്കുകയോ എന്റെ
ജനത്തിന്മേൽ ഒരു മഹാമാരി
അയയ്ക്കുകയോ ചെയ്താൽ, എന്റെ
ജനമായ എന്റെ ദൈവം നിർവചിച്ച
ആളുകൾ സ്വയം താഴ്ത്തി,
പ്രാർത്ഥിക്കുകയും, എന്റെ സാന്നിധ്യം
തേടുകയും, അവരുടെ ദുഷ്ട ജീവിതത്തിന്
പുറംതിരിഞ്ഞുനിൽക്കുകയും ചെയ്താൽ,
ഞാൻ നിങ്ങൾക്കായി അവിടെ
തയ്യാറായിരിക്കും: ഞാൻ സ്വർഗ്ഗത്തിൽ നിന്ന്
കേൾക്കുകയും, അവരുടെ പാപങ്ങൾ
ക്ഷമിക്കുകയും, അവരുടെ ദേശത്തെ
ആരോഗ്യത്തിലേക്ക് പുനഃസ്ഥാപിക്കുകയും
ചെയ്യും. ഇനി മുതൽ ഈ സ്ഥലത്ത്
അർപ്പിക്കുന്ന പ്രാർത്ഥനകൾക്കായി ഞാൻ
രാവും പകലും ജാഗരൂകനാണ്. എന്നെ
വിശ്വസിക്കൂ, നിങ്ങൾ പണിത ഈ ആലയം
ഞാൻ തിരഞ്ഞെടുത്ത്
വിശുദ്ധീകരിച്ചിരിക്കുന്നു: എന്റെ നാമം
അതിൽ എന്നേക്കും മുദ്രയിട്ടിരിക്കുന്നു;
എന്റെ കണ്ണുകൾ അതിൽ ഉണ്ട്, എന്റെ
ഹൃദയം എപ്പോഴും അതിൽ ഉണ്ട്. നിങ്ങളുടെ
പിതാവായ ദാവീദ് ജീവിച്ചതുപോലെ നിങ്ങൾ
എന്റെ സാന്നിധ്യത്തിൽ, ഹൃദയശുദ്ധിയിലും
പ്രവൃത്തിയിലും, ഞാൻ നിങ്ങൾക്കായി
നിശ്ചയിച്ച ജീവിതം നയിക്കുന്നുവെങ്കിൽ,
എന്റെ മാർഗനിർദേശങ്ങൾക്കും
വിധികൾക്കും ശ്രദ്ധയോടെ
അനുസരിക്കുന്നുവെങ്കിൽ, ഞാൻ നിങ്ങളുടെ

രാജകീയ ഭരണത്തെ പിന്തുണയ്ക്കും.
യിസ്രായേലേ, ഉറപ്പുള്ള ഒരു
അടിസ്ഥാനത്തിന്മേൽ അതിനെ ഉറപ്പിക്ക.
നിന്റെ പിതാവായ ദാവീദിനോടു ഞാൻ
നിനക്കും നൽകുന്ന അതേ ഉടമ്പടിയുടെ ഉറപ്പ്,
അതായത്, 'യിസ്രായേലിന്റെ
സിംഹാസനത്തിൽ നിനക്ക് എപ്പോഴും ഒരു
സന്തതി ഉണ്ടായിരിക്കും' എന്നതാണ്.

രാവിലെ 6 മണിക്ക് കർത്താവേ, ഞങ്ങൾ
ദേശീയ പാപവും, കോർപ്പറേറ്റ് കലാപവും,
കൂട്ടായ അഹങ്കാരവും ഏറ്റുപറയുന്നു;
നിന്റെ മഹാകരുണയ്ക്കായി ഞങ്ങൾ
അപേക്ഷിക്കുന്നു.

രാവിലെ 9 മണിക്ക് ഞങ്ങൾ ഞങ്ങളുടെ
നീതിയുള്ളവരായതുകൊണ്ടല്ല, മറിച്ച്
നിങ്ങളുടെ കാരുണ്യം കൊണ്ടാണ് ഞങ്ങളുടെ
യാചനകൾ സമർപ്പിക്കുന്നത്.

ഉച്ചയ്ക്ക് 12 മണിക്ക് നമ്മുടെ നാട്ടിൽ ലജ്ജ
മാനസാന്തരമായും അനുതാപം
പുനഃസ്ഥാപനമായും മാറട്ടെ.

3pm അനീതി, രക്തച്ചൊരിച്ചിൽ,
വിഗ്രഹാരാധന, അഴിമതി എന്നിവയുള്ള
എല്ലാ ഉടമ്പടികളും ദൈവിക കാരുണ്യത്താൽ
തകർക്കപ്പെടും.

വൈകുന്നേരം 6 മണിക്ക് പിതാവേ,
കേൾക്കേണമേ, ക്ഷമിക്കേണമേ,
ചെവിക്കൊള്ളേണമേ, പ്രവർത്തിക്കേണമേ;
നിന്റെ നാമം നിമിത്തം വൈകരുതേ.

രാത്രി 9 മണിക്ക് ഞാൻ വിധിക്കുന്നു,
വിജനമായ സ്ഥലങ്ങൾ ദൈവം
ഓർമ്മിക്കുകയും അവന്റെ അനുഗ്രഹത്താൽ
പുനർനിർമ്മിക്കുകയും ചെയ്യും.

12am ആത്മീയ വരൾച്ചയും, സാമൂഹിക
തകർച്ചയും, ധാർമ്മിക തകർച്ചയും
രോഗശാന്തിക്കും നവീകരണത്തിനും
വഴിയൊരുക്കട്ടെ.

3am ദൈവമേ, നിന്റെ ജനത്തെ ഓർക്കേണമേ,
നിന്റെ സാക്ഷ്യം കാത്തുസൂക്ഷിക്കേണമേ,
നിന്റെ മഹത്തായ നാമത്തിനുവേണ്ടി
ഞങ്ങളുടെ ദേശത്തെ
പുനരുജ്ജീവിപ്പിക്കേണമേ.

ദിവസം 34 - സുവിശേഷീകരണവും അവിശ്വാസികൾക്കായുള്ള കൂടിക്കാഴ്ചകളും

തിരുവെഴുത്തുകൾ: ലൂക്കോസ് 2:32; യോഹന്നാൻ 16:8

ലൂക്കോസ് 2:32
പുതിയ രാജാവായ ജെയിംസ് പതിപ്പ്
32 ജാതികൾക്കു വെളിപ്പാടു
വരുത്തുന്ന വെളിച്ചവും നിന്റെ ജനമായ
യിസ്രായേലിന്റെ മഹത്വവും ആകുന്നു."

യോഹന്നാൻ 16:8
പുതിയ രാജാവായ ജെയിംസ് പതിപ്പ്
8 അവൻ വന്നു പാപത്തെക്കുറിച്ചും
നീതിയെക്കുറിച്ചും ന്യായവിധിയെക്കുറിച്ചും
ലോകത്തിന്നു ബോധം വരുത്തും.

ലൂക്കോസ് 2:32
സന്ദേശം
25-32 അക്കാലത്ത് യെരൂശലേമിൽ, ശിമയോൻ
എന്നു പേരുള്ള ഒരു മനുഷ്യൻ ഉണ്ടായിരുന്നു,
ഇസ്രായേലിനുവേണ്ടിയുള്ള
സഹായത്തിനായി പ്രാർത്ഥനാപൂർവ്വം

കാത്തിരുന്ന ഒരു മനുഷ്യൻ. പരിശുദ്ധാത്മാവ്
അവന്റെ മേൽ ഉണ്ടായിരുന്നു.
മരിക്കുന്നതിനുമുമ്പ് ദൈവത്തിന്റെ
മിശിഹായെ അവൻ കാണുമെന്ന്
പരിശുദ്ധാത്മാവ് അവന്
കാണിച്ചുകൊടുത്തിരുന്നു. ആത്മാവിന്റെ
നേതൃത്വത്തിൽ അവൻ ദേവാലയത്തിൽ
പ്രവേശിച്ചു. ന്യായപ്രമാണത്തിന്റെ
ആചാരങ്ങൾ അനുഷ്ഠിക്കാൻ ശിശുവായ
യേശുവിന്റെ മാതാപിതാക്കൾ അവനെ
കൊണ്ടുവന്നപ്പോൾ, ശിമയോൻ അവനെ
കൈകളിൽ എടുത്ത് ദൈവത്തെ വാഴ്ത്തി:
ദൈവമേ, ഇപ്പോൾ അങ്ങയുടെ ദാസനെ
മോചിപ്പിക്കാൻ അങ്ങേക്ക് കഴിയും;
അങ്ങ് വാഗ്ദാനം ചെയ്തതുപോലെ എന്നെ
സമാധാനത്തോടെ മോചിപ്പിക്കണമേ. എന്റെ
സ്വന്തം കണ്ണുകളാൽ ഞാൻ അങ്ങയുടെ രക്ഷ
കണ്ടു; ഇപ്പോൾ അത് എല്ലാവർക്കും കാണാൻ
തുറന്നിരിക്കുന്നു: യഹൂദേതര ജനതകൾക്ക്
ദൈവത്തെ വെളിപ്പെടുത്തുന്ന വെളിച്ചവും,
അങ്ങയുടെ ജനമായ ഇസ്രായേലിന്
മഹത്വവും.

യോഹന്നാൻ 16:8-11

സന്ദേശം

8-11 “അവൻ വരുമ്പോൾ, പാപം, നീതി,
ന്യായവിധി എന്നിവയെക്കുറിച്ചുള്ള
ദൈവമില്ലാത്ത ലോകത്തിന്റെ

വീക്ഷണത്തിന്റെ തെറ്റ് അവൻ തുറന്നുകാട്ടും:
എന്നിൽ വിശ്വസിക്കാൻ അവർ
വിസമ്മതിക്കുന്നത് അവരുടെ അടിസ്ഥാന
പാപമാണെന്ന് അവൻ അവരെ കാണിക്കും;
ഞാൻ പിതാവിനൊപ്പം ഇരിക്കുന്ന
ഉയരത്തിൽ നിന്ന് നീതി വരുന്നു , അവരുടെ
കാഴ്ചയിൽ നിന്നും നിയന്ത്രണത്തിൽ നിന്നും;
ഈ ദൈവമില്ലാത്ത ലോകത്തിന്റെ
ഭരണാധികാരിയെ വിചാരണ ചെയ്യുകയും
ശിക്ഷിക്കുകയും ചെയ്യുമ്പോൾ ന്യായവിധി
നടക്കുന്നു.

രാവിലെ 6 മണിക്ക് പിതാവേ,
ക്രിസ്തുവിന്റെ വെളിച്ചം
അവിശ്വാസത്തിന്റെയും നിസ്സംഗതയുടെയും
കഠിനമായ ചെറുത്തുനിൽപ്പിന്റെയും
അന്ധകാരത്തിലേക്ക് കടന്നുവരട്ടെ.

രാവിലെ 9 മണിക്ക് ഹൃദയങ്ങളെ
പാപത്തെയും നീതിയെയും
ന്യായവിധിയെയും കുറിച്ച്
ബോധ്യപ്പെടുത്തുകയും അന്ധമായ
മനസ്സുകളിൽ നിന്ന് തുലാസുകൾ നീക്കം
ചെയ്യുകയും ചെയ്യുക.

ഉച്ചയ്ക്ക് 12 മണിക്ക് യേശുക്രിസ്തുവിന്റെ
ദൈവിക കൂടിക്കാഴ്ചകൾക്കും,
സ്വപ്നങ്ങൾക്കും, സന്ദർശനങ്ങൾക്കും,
നിഷേധിക്കാനാവാത്ത

വെളിപ്പെടുത്തലുകൾക്കും വേണ്ടി ഞാൻ പ്രാർത്ഥിക്കുന്നു.

3pm ദൈവകാരുണ്യത്താൽ കുടുംബങ്ങളുടെയും, സമൂഹങ്ങളുടെയും, ഇതുവരെ വിശ്വസിക്കാത്ത ജനതകളുടെയും മേലുള്ള എല്ലാ മൂടുപടങ്ങളും കീറപ്പെടട്ടെ.

വൈകുന്നേരം 6 മണിക്ക് കർത്താവേ, രക്ഷയിലേക്ക് നയിക്കുന്ന വിശുദ്ധ ബോധ്യത്തോടെ വ്യാജ സമാധാനത്തെയും സുഖകരമായ മത്സരത്തെയും തകർക്കണമേ.

രാത്രി 9 മണിക്ക് അന്വേഷകർ നിന്നെ കണ്ടെത്തട്ടെ, പരിഹാസികൾ സത്യം മൂലം അറസ്റ്റ് ചെയ്യപ്പെടും, ധൂർത്തരെ വീട്ടിലേക്ക് വലിച്ചിഴയ്ക്കും.

12am ക്രിസ്തുവിനെ ഫലപ്രദമായി പ്രസംഗിക്കുന്നതിനായി അനുകമ്പയും വ്യക്തതയും ശക്തിയും നിറഞ്ഞ സാക്ഷികളെ എഴുന്നേൽപ്പിക്കുക.

പുലർച്ചെ 3 മണിക്ക് ദൈവമേ, ശത്രുക്കളെ സ്ഥാനപതികളായും സംശയാലുക്കളെ ആരാധകരായും മാറ്റുന്ന കണ്ടുമുട്ടലുകൾ നൽകണമേ.

ദിവസം 35 -
വ്യക്തിപരമായ യുദ്ധവും വിശുദ്ധീകരണവും

തിരുവെഴുത്തുകൾ: **എഫെസ്യർ** 6:10-18; **സങ്കീർത്തനം** 139:23-24

എഫെസ്യർ 6:10-18
സന്ദേശം
അവസാനം വരെയുള്ള പോരാട്ടം
10-12 അത്രമാത്രം. ദൈവം ശക്തനാണ്, അവൻ
നിങ്ങളെ ശക്തരാക്കാൻ ആഗ്രഹിക്കുന്നു.
അതിനാൽ യജമാനൻ നിങ്ങൾക്കായി
ഒരുക്കിയിരിക്കുന്നതെല്ലാം എടുക്കുക,
ഏറ്റവും മികച്ച വസ്തുക്കൾ കൊണ്ട് നന്നായി
നിർമ്മിച്ച ആയുധങ്ങൾ. പിശാച് നിങ്ങളുടെ
വഴിക്ക് എറിയുന്ന എല്ലാറ്റിനെയും
ചെറുക്കാൻ നിങ്ങൾക്ക് കഴിയേണ്ടതിന് അവ
ഉപയോഗിക്കുക. ഇത് ഒരു വാരാന്ത്യ
യുദ്ധമല്ല, അതിൽ നിന്ന് നമുക്ക് കുറച്ച്
മണിക്കൂറിനുള്ളിൽ മറന്നുപോകാം. ഇത് ഒരു
ജീവന്മരണ പോരാട്ടമാണ്, പിശാചിനും
അവന്റെ എല്ലാ ദൂതന്മാർക്കും എതിരായ
അവസാനത്തിലേക്കുള്ള ഒരു ജീവൻമരണ
പോരാട്ടം.
13-18 തയ്യാറായിരിക്കുക. നിങ്ങൾക്ക് സ്വന്തമായി
കൈകാര്യം ചെയ്യാൻ കഴിയുന്നതിലും

വളരെയേറെ കാര്യങ്ങൾ നിങ്ങൾ നേരിടേണ്ടിവരും. നിങ്ങൾക്ക് ലഭിക്കുന്ന എല്ലാ സഹായവും സ്വീകരിക്കുക, ദൈവം നൽകിയിരിക്കുന്ന എല്ലാ ആയുധങ്ങളും സ്വീകരിക്കുക, അങ്ങനെ എല്ലാം അവസാനിക്കുമ്പോഴും ആർപ്പുവിളികൾ അവസാനിക്കുമ്പോഴും നിങ്ങൾ നിങ്ങളുടെ കാലിൽ നിൽക്കും. സത്യം, നീതി, സമാധാനം, വിശ്വാസം, രക്ഷ എന്നിവ വാക്കുകളേക്കാൾ കൂടുതലാണ്. അവ എങ്ങനെ പ്രയോഗിക്കണമെന്ന് പഠിക്കുക. നിങ്ങളുടെ ജീവിതത്തിലുടനീളം അവ നിങ്ങൾക്ക് ആവശ്യമായി വരും. ദൈവവചനം ഒരു *അനിവാര്യ* ആയുധമാണ്. അതുപോലെ, ഈ തുടർച്ചയായ യുദ്ധത്തിൽ പ്രാർത്ഥന അത്യാവശ്യമാണ്. കഠിനവും ദീർഘവും പ്രാർത്ഥിക്കുക. നിങ്ങളുടെ സഹോദരീസഹോദരന്മാർക്കുവേണ്ടി പ്രാർത്ഥിക്കുക. നിങ്ങളുടെ കണ്ണുകൾ തുറന്നിരിക്കുക. ആരും പിന്നോട്ട് പോകുകയോ വീഴുകയോ ചെയ്യാതിരിക്കാൻ പരസ്പരം മനസ്സിനെ നിലനിർത്തുക.

സങ്കീർത്തനങ്ങൾ 139:23-24

സന്ദേശം

23-24 ദൈവമേ, എന്റെ ജീവിതത്തെ
അന്വേഷിക്കണമേ,
എന്നെക്കുറിച്ചുള്ള എല്ലാം കണ്ടെത്തണമേ;
എന്നെ ക്രോസ് വിസ്താരം ചെയ്ത്

പരീക്ഷിക്കണമേ, ഞാൻ എന്താണെന്ന്
വ്യക്തമായ ഒരു ചിത്രം നേടണമേ;
ഞാൻ എന്തെങ്കിലും തെറ്റ് ചെയ്തിട്ടുണ്ടോ
എന്ന് സ്വയം നോക്കണമേ -
എന്നിട്ട് എന്നെ നിത്യജീവനിലേക്കുള്ള
വഴിയിലേക്ക് നയിക്കണമേ.

എഫെസ്യർ 6:10-18
പുതിയ രാജാവായ ജെയിംസ് പതിപ്പ്
ദൈവത്തിന്റെ സർവ്വായുധവർഗ്ഗം
[10] ഒടുവിൽ, എന്റെ സഹോദരന്മാരേ,
കർത്താവിലും അവന്റെ ശക്തിയുടെ
ശക്തിയിലും ശക്തിപ്പെടുവിൻ. [11] പിശാചിന്റെ
തന്ത്രങ്ങളെ എതിർത്തുനില്പാൻ കഴിയേണ്ടതിന്നു
ദൈവത്തിന്റെ സർവ്വായുധവർഗ്ഗം
ധരിച്ചുകൊൾവിൻ . [12] നാം
മാംസരക്തങ്ങളോടല്ല, വാഴ്ചകളോടും
അധികാരങ്ങളോടും ഈ യുഗത്തിലെ
അന്ധകാരത്തിന്റെ ഭരണാധികാരികളോടും സ്വർഗ്ഗീയ
സ്ഥലങ്ങളിലെ ദുഷ്ടാത്മസേനയോടും *പോരാടുന്നു* . [13]
അതുകൊണ്ടു നിങ്ങൾ ദുർദ്ദിവസത്തിൽ
എതിർപ്പാനും സകലവും ചെയ്തുകഴിഞ്ഞാൽ
ഉറെച്ചു നില്പാനും കഴിയേണ്ടതിന്നു
ദൈവത്തിന്റെ സർവ്വായുധവർഗ്ഗം
എടുത്തുകൊൾവിൻ.
[14] അതുകൊണ്ട് സത്യം കൊണ്ട് അര കെട്ടി,
നീതി എന്ന കവചം ധരിച്ച്, [15] സമാധാന
സുവിശേഷത്തിനായുള്ള ഒരുക്കം കാലിനു
ചെരിപ്പാക്കി, [16] എല്ലാറ്റിനുമുപരി, ദുഷ്ടന്റെ

തീയമ്പുകളെയെല്ലാം കെടുത്തിക്കളയാൻ
നിങ്ങൾക്ക് കഴിയുന്ന വിശ്വാസം എന്ന പരിച
എടുത്തുകൊണ്ട്, [17] രക്ഷ എന്ന ശിരസ്ത്രവും
ദൈവവചനം എന്ന ആത്മാവിന്റെ വാളും
കൈക്കൊള്ളുവിൻ. [18] ആത്മാവിൽ എല്ലാ
പ്രാർത്ഥനയോടും യാചനയോടും കൂടെ
എപ്പോഴും പ്രാർത്ഥിക്കുവിൻ; എല്ലാ
വിശുദ്ധന്മാർക്കും വേണ്ടി എല്ലാ
സ്ഥിരോത്സാഹത്തോടും യാചനയോടും കൂടെ
എപ്പോഴും ജാഗരൂകരായിരിക്കുവിൻ .

സങ്കീർത്തനങ്ങൾ 139:23-24
പുതിയ രാജാവായ ജെയിംസ് പതിപ്പ്
[23] ദൈവമേ, എന്നെ ശോധന ചെയ്തു എന്റെ
ഹൃദയത്തെ അറിയേണമേ;
എന്നെ പരീക്ഷിച്ചു എന്റെ ഉത്കണ്ഠകളെ
അറിയേണമേ;
[24] എന്നിൽ ദുഷ്ടമാർഗ്ഗം
ഉണ്ടോ എന്നു നോക്കി , ശാശ്വതമാർഗ്ഗത്തിൽ
എന്നെ നടത്തേണമേ.

രാവിലെ 6 മണിക്ക് കർത്താവേ, എന്നെ ശോധന ചെയ്യണമേ, എന്നെ പരീക്ഷിക്കണമേ, ശത്രുവിന് നിയമപരമായ അടിത്തറ നൽകുന്ന എന്തും എന്റെ ഉള്ളിൽ തുറന്നുകാട്ടണമേ.

രാവിലെ 9 മണിക്ക് ഞാൻ ദൈവത്തിന്റെ സർവ്വായുധവർഗ്ഗം ധരിച്ച് ആത്മീയ അധികാരത്തെ ദുർബലപ്പെടുത്തുന്ന എല്ലാ വിട്ടുവീഴ്ചകളെയും നിരസിക്കുന്നു.

ഉച്ചയ്ക്ക് 12 മണിക്ക് ഭയം, അഹങ്കാരം, കാമം, കയ്പ്പ്, അവിശ്വാസം എന്നിവയുമായുള്ള എല്ലാ ആന്തരിക സഖ്യങ്ങളും ഇപ്പോൾ തകർക്കുക.

3pm മറഞ്ഞിരിക്കുന്ന ഉദ്ദേശ്യങ്ങളും, മലിനമായ വിശപ്പുകളും, ഉണങ്ങാത്ത മുറിവുകളും ക്രിസ്തുവിന്റെ ഭരണത്തിൻ കീഴിൽ കൊണ്ടുവരട്ടെ.

വൈകുന്നേരം 6 മണിക്ക് പിതാവേ, എന്റെ വാക്കുകൾ ശുദ്ധീകരിക്കണമേ, എന്റെ ചിന്തകളെ അച്ചടക്കണമേ, യുദ്ധത്തിനും ആരാധനയ്ക്കും വേണ്ടിയുള്ള എന്റെ ആഗ്രഹങ്ങളെ ക്രമീകരിക്കണമേ.

രാത്രി 9 മണിക്ക് ഞാൻ സ്വകാര്യ യുദ്ധങ്ങളിൽ തോൽക്കരുതെന്നും പരസ്യമായി വിജയിക്കാൻ ശ്രമിക്കരുതെന്നും ഞാൻ വിധിക്കുന്നു.

12am എന്റെ ജീവിതം ഇരുട്ടിലേക്കുള്ള ഒരു അടഞ്ഞ വാതിലും പരിശുദ്ധാത്മാവിലേക്കുള്ള ഒരു തുറന്ന വാതിലുമായി മാറട്ടെ.

3am ദൈവമേ, എന്നെ പൂർണ്ണമായും വിശുദ്ധീകരിക്കുകയും തന്ത്രപരമായ മധ്യസ്ഥതയ്ക്കുള്ള ഒരു ശുദ്ധമായ പാത്രമാക്കുകയും ചെയ്യണമേ.

ദിവസം 36 - പ്രതിരോധത്തിനെതിരെ അർദ്ധരാത്രി ജാഗ്രത

തിരുവെഴുത്തുകൾ: നെഹെമ്യാവു 4:9,13; മത്തായി 26:41

നെഹെമ്യാവു 4:9
പുതിയ രാജാവായ ജെയിംസ് പതിപ്പ്
9 എന്നിരുന്നാലും ഞങ്ങൾ ഞങ്ങളുടെ ദൈവത്തോട് പ്രാർത്ഥിച്ചു; അവരുടെ നിമിത്തം രാവും പകലും കാവൽക്കാരെ ആക്കി.

നെഹെമ്യാവു 4:13
പുതിയ രാജാവായ ജെയിംസ് പതിപ്പ്
13 അതുകൊണ്ട് ഞാൻ മതിലിന്റെ പിൻഭാഗത്തും വാതിലുകളിലും *ആളുകളെ നിർത്തി; ഞാൻ ആളുകളെ കുടുംബം കുടുംബമായി വാളുകളോടും കുന്തങ്ങളോടും വില്ലുകളോടും കൂടെ നിർത്തി.*

മത്തായി 26:41
പുതിയ രാജാവായ ജെയിംസ് പതിപ്പ്
41 പരീക്ഷയിൽ അകപ്പെടാതിരിപ്പാൻ ഉണർന്നിരുന്നു പ്രാർത്ഥിപ്പിൻ; ആത്മാവു

ഒരുക്കമുള്ളതു , ജഡമോ *ബലഹീനമത്രേ* എന്നു പറഞ്ഞു.

നെഹെമ്യാവു 4:9

സന്ദേശം

7-9 യെരൂശലേമിന്റെ മതിലുകളുടെ അറ്റകുറ്റപ്പണികൾ നന്നായി
നടക്കുന്നുണ്ടെന്നും മതിലിന്റെ വിടവുകൾ
നന്നാക്കിക്കൊണ്ടിരിക്കുകയാണെന്നും സൻബല്ലത്തും
തോബീയാവും അറബികളും അമ്മോന്യരും
അസ്തോദ്യരും കേട്ടപ്പോൾ അവർ അത്യന്തം
കോപാകുലരായി. അവർ തങ്ങളുടെ
മനസ്സുകൾ ഒരുമിച്ചുകൂട്ടി
യെരൂശലേമിനെതിരെ യുദ്ധം ചെയ്യാനും
കഴിയുന്നത്ര കുഴപ്പങ്ങൾ സൃഷ്ടിക്കാനും
തീരുമാനിച്ചു. ഞങ്ങൾ ഞങ്ങളുടെ
ദൈവത്തോട് പ്രാർത്ഥിച്ചുകൊണ്ട് അവരെ
നേരിടുകയും 24 മണിക്കൂറും കാവൽ
ഏർപ്പെടുത്തുകയും ചെയ്തു.

നെഹെമ്യാവു 4:13

സന്ദേശം

13-14 അതുകൊണ്ട് ഞാൻ മതിലിന്റെ ഏറ്റവും
ദുർബലമായ സ്ഥലങ്ങളിൽ
ആയുധധാരികളായ കാവൽക്കാരെ നിർത്തി,
വാളുകൾ, കുന്തങ്ങൾ, വില്ലുകൾ
എന്നിവയുമായി കുടുംബങ്ങൾ തോറും
ആളുകളെ നിയോഗിച്ചു. കാര്യങ്ങൾ
നോക്കിയ ശേഷം ഞാൻ എഴുന്നേറ്റു നിന്ന്
പ്രഭുക്കന്മാരോടും ഉദ്യോഗസ്ഥന്മാരോടും

മറ്റുള്ളവരോടും പറഞ്ഞു: "അവരെ ഭയപ്പെടേണ്ട. മഹാനും ഭയങ്കരനുമായ കർത്താവിൽ മനസ്സു പതിപ്പിച്ച് നിങ്ങളുടെ സഹോദരന്മാർക്കും പുത്രന്മാർക്കും പുത്രിമാർക്കും ഭാര്യമാർക്കും വീടുകൾക്കും വേണ്ടി പോരാടുവിൻ."

മത്തായി 26:41

സന്ദേശം

40-41 അവൻ ശിഷ്യന്മാരുടെ അടുക്കൽ മടങ്ങിവന്നപ്പോൾ അവർ ഉറങ്ങുന്നതായി കണ്ടു. അവൻ പത്രോസിനോട്: ഒരു മണിക്കൂർ പോലും എന്നോടുകൂടെ കാത്തിരിക്കാൻ നിങ്ങൾക്ക് കഴിയില്ലേ? ഉണർന്നിരിക്കുക; അപകടത്തിലാണെന്ന് അറിയാതെ പ്രലോഭനത്തിൽ അകപ്പെടാതിരിക്കാൻ പ്രാർത്ഥിക്കുക. ദൈവത്തിൽ എന്തിനും തയ്യാറുള്ള ഒരു ഭാഗം നിങ്ങളിലുണ്ട്. എന്നാൽ തീയുടെ അരികെ ഉറങ്ങുന്ന ഒരു പഴയ നായയെപ്പോലെ അലസമായ മറ്റൊരു ഭാഗം നിങ്ങളിലുണ്ട്.

രാവിലെ 6 മണിക്ക് പിതാവേ, ഞങ്ങൾ പ്രാർത്ഥിക്കുകയും കാവൽ ഏർപ്പെടുത്തുകയും ചെയ്യുമ്പോൾ, നമ്മുടെ പുരോഗതിക്കെതിരായ എല്ലാ രാത്രിയിലെയും ആക്രമണം തടയപ്പെടട്ടെ.

രാവിലെ 9 മണിക്ക് സൂക്ഷ്മമായ ആക്രമണം, ആത്മീയ ക്ഷീണം, അദൃശ്യമായ പ്രതിരോധം എന്നിവയ്ക്കെതിരായ ജാഗ്രതയ്ക്കായി എനിക്ക് കൃപ ലഭിക്കുന്നു.

ഉച്ചയ്ക്ക് 12 മണിക്ക് ദൈവിക പുനർനിർമ്മാണത്തിനെതിരെ നിന്ദ പറയുന്ന എല്ലാ സൻബല്ലത്തും തോബിയാവും മിണ്ടാതിരിപ്പിൻ.

3pm രഹസ്യമായി വെച്ചിരിക്കുന്ന ഓരോ കെണിയും, അത് കേടുപാടുകളായി വളരുന്നതിന് മുമ്പ് തുറന്നുകാട്ടപ്പെടട്ടെ.

വൈകുന്നേരം 6 മണിക്ക് കർത്താവേ, നിന്റെ ജനത്തെ വിവേചനശക്തി, ധൈര്യം, അച്ചടക്കമുള്ള ജാഗ്രത എന്നിവയാൽ സജ്ജരാക്കണമേ.

രാത്രി 9 മണിക്ക് , എതിർപ്പ് നിർമ്മാണത്തെയോ പ്രാർത്ഥനയെയോ പ്രവചന പൂർത്തീകരണത്തെയോ തടസ്സപ്പെടുത്തില്ലെന്ന് ഞാൻ വിധിക്കുന്നു.

രാവിലെ 12 മണിക്ക് എന്റെ വീട്ടുകാർക്കെതിരായ എല്ലാ അർദ്ധരാത്രി ഇടപാടുകളും, നിയമനവും, വിളികളും യേശുവിന്റെ രക്തത്താൽ റദ്ദാക്കപ്പെടും.

പുലർച്ചെ 3 മണിക്ക് ദൈവമേ, കാവൽ സ്ഥാപിക്കുകയും ഈ സീസണിൽ എല്ലാ പ്രതിരോധങ്ങൾക്കും മേൽ ഞങ്ങൾക്ക് വിജയം നൽകുകയും ചെയ്യണമേ.

ദിവസം 37 - പ്രദേശിക വിടുതലും മാലാഖമാരുടെ സഹായവും

തിരുവെഴുത്തുകൾ: സങ്കീർത്തനം 91:11-13; പ്രവൃത്തികൾ 12:7-10

സങ്കീർത്തനങ്ങൾ 91:11-13
പുതിയ രാജാവായ ജെയിംസ് പതിപ്പ്
11 നിന്റെ എല്ലാ വഴികളിലും നിന്നെ
കാക്കേണ്ടതിന്നു അവൻ തന്റെ ദൂതന്മാരോടു
നിന്നെക്കുറിച്ചു കല്പിക്കും.
12 നിന്റെ
കാൽ *കല്ലിൽ* തട്ടാതിരിക്കേണ്ടതിന്നു അവർ
നിന്നെ കൈകളിൽ വഹിച്ചുകൊള്ളും.
13 നീ സിംഹത്തിന്മേലും
മൂർഖന്മേലും ചവിട്ടി നടക്കും ; യുവസിംഹത്തെയും
സർപ്പത്തെയും
നീ ചവിട്ടിമെതിക്കും .

പ്രവൃത്തികൾ 12:7-10
പുതിയ രാജാവായ ജെയിംസ് പതിപ്പ്
7 അപ്പോൾ കർത്താവിന്റെ ദൂതൻ *അവന്റെ*
അടുക്കൽ നിന്നു; കാരാഗൃഹത്തിൽ ഒരു
വെളിച്ചം പ്രകാശിച്ചു; അവൻ പത്രൊസിനെ
വിലാപ്പുറത്തു തട്ടി എഴുന്നേറ്റു: വേഗം
എഴുന്നേൽക്ക എന്നു പറഞ്ഞു; ഉടനെ

അവന്റെ ചങ്ങലകൾ വീണു പോയി. 8 ദൂതൻ
അവനോടു: അര കെട്ടി ചെരിപ്പു ഇട്ടു കെട്ടുക
എന്നു പറഞ്ഞു; അവൻ അങ്ങനെ തന്നേ
ചെയ്തു. അവൻ അവനോടു: വസ്ത്രം ധരിച്ചു
എന്റെ പിന്നാലെ വരിക എന്നു പറഞ്ഞു. 9
അവൻ പുറപ്പെട്ടു അവനെ അനുഗമിച്ചു;
ദൂതൻ മുഖാന്തരം സംഭവിച്ചതു
വാസ്തവമാണെന്ന് അവൻ അറിയാതെ, താൻ
ഒരു ദർശനം കാണുന്നു എന്നു കരുതി. 10 അവർ
ഒന്നാമത്തെയും രണ്ടാമത്തെയും
കാവൽപ്പട്ടകൾ കടന്നപ്പോൾ പട്ടണത്തിലേക്കു
പോകുന്ന ഇരിമ്പു വാതിൽക്കൽ എത്തി; അതു
അവർക്കു സ്വയമായി തുറന്നു; അവർ
പുറത്തിറങ്ങി ഒരു തെരുവു ഇറങ്ങിപ്പോയി;
ഉടനെ ദൂതൻ അവനെ വിട്ടു പോയി.

സങ്കീർത്തനങ്ങൾ 91:11-13

സന്ദേശം

91 1-13 ഉന്നതനായ ദൈവത്തിന്റെ സന്നിധിയിൽ
ഇരിക്കുന്നവരേ,
ഷദ്ദായിയുടെ നിഴലിൽ രാത്രി
ചെലവഴിക്കുന്നവരേ, ഇങ്ങനെ പറയുക:
"ദൈവമേ, നീ എന്റെ സങ്കേതമാണ്.
ഞാൻ നിന്നിൽ ആശ്രയിക്കുന്നു, ഞാൻ
സുരക്ഷിതനാണ്!"
അത് ശരിയാണ് - അവൻ നിങ്ങളെ
മറഞ്ഞിരിക്കുന്ന കെണികളിൽ നിന്ന്
രക്ഷിക്കുന്നു, മാരകമായ അപകടങ്ങളിൽ
നിന്ന് നിങ്ങളെ സംരക്ഷിക്കുന്നു. അവന്റെ

നീട്ടിയ വലിയ കരങ്ങൾ നിങ്ങളെ സംരക്ഷിക്കുന്നു - അവയുടെ കീഴിൽ നിങ്ങൾ പൂർണ്ണമായും സുരക്ഷിതരാണ്; അവന്റെ കൈകൾ എല്ലാ ദോഷങ്ങളെയും പ്രതിരോധിക്കുന്നു. ഒന്നും ഭയപ്പെടരുത് - രാത്രിയിൽ കാട്ടു ചെന്നായ്ക്കളെയോ, പകൽ പറക്കുന്ന അമ്പുകളെയോ അല്ല, ഇരുട്ടിലൂടെ സഞ്ചരിക്കുന്ന രോഗത്തെയോ, ഉച്ചകഴിഞ്ഞ് പൊട്ടിത്തെറിക്കുന്ന വിപത്തിനെയോ അല്ല. മറ്റുള്ളവർ ചുറ്റും മരിച്ചാലും, വലത്തോട്ടും ഇടത്തോട്ടും ഈച്ചകളെപ്പോലെ വീണാലും, ഒരു ദോഷവും നിങ്ങളെ മേയുകയില്ല. നിങ്ങൾ സ്പർശിക്കപ്പെടാതെ നിൽക്കും, ഇതെല്ലാം ദൂരെ നിന്ന് കാണും, ദുഷ്ടന്മാർ ശവങ്ങളായി മാറുന്നത് കാണുക. അതെ, കാരണം ദൈവം നിങ്ങളുടെ സങ്കേതമാണ്, ഉന്നതനായ ദൈവം നിങ്ങളുടെ സ്വന്തം ഭവനമാണ്, തിന്മയ്ക്ക് നിങ്ങളുടെ അടുത്തെത്താൻ കഴിയില്ല, ദോഷത്തിന് വാതിലിലൂടെ കടക്കാൻ കഴിയില്ല. നിങ്ങൾ പോകുന്നിടത്തെല്ലാം നിങ്ങളെ കാക്കാൻ അവൻ തന്റെ ദൂതന്മാരോട് ആജ്ഞാപിച്ചു. നിങ്ങൾ ഇടറിവീഴുകയാണെങ്കിൽ, അവർ നിങ്ങളെ പിടിക്കും; വീഴാതിരിക്കാൻ നിങ്ങളെ തടയുക എന്നതാണ് അവരുടെ ജോലി. നിങ്ങൾ സിംഹങ്ങളുടെയും പാമ്പുകളുടെയും ഇടയിൽ പരിക്കേൽക്കാതെ നടക്കും, യുവ സിംഹങ്ങളെയും സർപ്പങ്ങളെയും പാതയിൽ നിന്ന് പുറത്താക്കും.

പ്രവൃത്തികൾ 12:7-11

സന്ദേശം

7-9 പെട്ടെന്ന് ഒരു ദൂതൻ അവന്റെ അരികിൽ
പ്രത്യക്ഷപ്പെട്ടു, മുറിയിൽ വെളിച്ചം നിറഞ്ഞു.
ദൂതൻ പത്രോസിനെ കുലുക്കി
എഴുന്നേൽപ്പിച്ചു: "വേഗം വരൂ!" അവന്റെ
കൈത്തണ്ടയിൽ നിന്ന് വിലങ്ങുകൾ വീണു.
ദൂതൻ പറഞ്ഞു, "വസ്ത്രം ധരിക്കൂ, ചെരിപ്പ്
ധരിക്കൂ." പത്രോസ് അത് ചെയ്തു. പിന്നെ,
"നിന്റെ മേലങ്കി എടുക്കൂ, നമുക്ക് ഇവിടെ
നിന്ന് പോകാം." പത്രോസ് അവനെ
പിന്തുടർന്നു, പക്ഷേ അത് യഥാർത്ഥത്തിൽ ഒരു
ദൂതനാണെന്ന് വിശ്വസിച്ചില്ല - അവൻ സ്വപ്നം
കാണുകയാണെന്ന് കരുതി.
10-11 ഒന്നാമത്തെയും രണ്ടാമത്തേതിനെയും
കടന്ന് അവർ നഗരത്തിലേക്ക് നയിക്കുന്ന
ഇരുമ്പുവാതിലിനടുത്തെത്തി. അത് അവരുടെ
മുമ്പിൽ തനിയെ തുറന്നു, അവർ കാറ്റുപോലെ
സ്വതന്ത്രരായി തെരുവിലിറങ്ങി. ആദ്യ
കവലയിൽ തന്നെ ദൂതൻ അവനെ
വിട്ടുപോയി, സ്വന്തം വഴിക്ക് പോയി.
അപ്പോഴാണ് അത് സ്വപ്നമല്ലെന്ന് പത്രോസിന്
മനസ്സിലായത്. "എനിക്ക് വിശ്വസിക്കാൻ
കഴിയുന്നില്ല - ഇത് ശരിക്കും സംഭവിച്ചു!
യജമാനൻ തന്റെ ദൂതനെ അയച്ച്
ഹെരോദാവിന്റെ ദുഷ്ടമായ ചെറിയ
നിർമ്മാണത്തിൽ നിന്നും യഹൂദ ജനക്കൂട്ടം

കാത്തിരുന്ന കാഴ്ചയിൽ നിന്നും എന്നെ രക്ഷിച്ചു."

രാവിലെ 6 മണിക്ക് പിതാവേ, ഈ ഉപവാസകാലത്തും അതിനുശേഷവും ഞങ്ങളുടെ എല്ലാ വഴികളിലും ഞങ്ങളെ കാത്തുസൂക്ഷിക്കാൻ നിന്റെ ദൂതന്മാരോട് കൽപ്പിക്കണമേ.

രാവിലെ 9 മണിക്ക് , പ്രാദേശിക അടിച്ചമർത്തൽ, സംഘടിത ആക്രമണം, അദൃശ്യമായ ഭീഷണി എന്നിവ നിലനിൽക്കില്ലെന്ന് ഞാൻ വിധിക്കുന്നു.

ഉച്ചയ്ക്ക് 12 മണിക്ക് വെളിച്ചം തടവറകളിലേക്കും, രഹസ്യ അറകളിലേക്കും, ഇരുട്ട് വാഴുന്ന ബന്ധിത പ്രദേശങ്ങളിലേക്കും പ്രവേശിക്കട്ടെ.

ഉച്ചകഴിഞ്ഞ് 3 മണിക്ക് നമ്മുടെ അടുത്ത സീസണിനെ പ്രതിരോധിക്കുന്ന എല്ലാ ഇരുമ്പ് ഗേറ്റുകളും, ദൈവിക കല്പനയാൽ തുറക്കപ്പെടുന്നു.

വൈകുന്നേരം 6 മണിക്ക് കർത്താവേ, ദീർഘകാലമായി തടവിൽ കഴിയുന്ന നേതാക്കൾ, മധ്യസ്ഥർ, കുടുംബങ്ങൾ, പ്രദേശങ്ങൾ എന്നിവയിൽ നിന്ന് ചങ്ങലകൾ വീഴട്ടെ.

രാത്രി 9 മണിക്ക് ഞാൻ സിംഹങ്ങളെയും, അണലികളെയും, സർപ്പങ്ങളെയും, ശത്രുവിന്റെ എല്ലാ വിഷപ്രയോഗങ്ങളെയും ചവിട്ടിമെതിക്കുന്നു.

12am രാജ്യ നിയമനങ്ങൾക്കൊപ്പം ദൂതന്മാരുടെ അകമ്പടി ഉണ്ടായിരിക്കുകയും സാത്താന്യ ആക്രമണങ്ങളെ പരാജയപ്പെടുത്തുകയും ചെയ്യട്ടെ.

3am ദൈവമേ, നമ്മുടെ ഇടയിൽ വിടുതൽ ദൃശ്യവും, സ്പർശിക്കാവുന്നതും, നിഷേധിക്കാനാവാത്തതുമായി മാറട്ടെ.

ദിവസം 38 - വിളവെടുപ്പ്, സമ്പന്നമായ സ്ഥലങ്ങൾ, പുനഃസ്ഥാപനം

തിരുവെഴുത്തുകൾ: യെശയ്യാവു 60:5-7;
സങ്കീർത്തനം 66:12

യെശയ്യാവ് 60:5-7
പുതിയ രാജാവായ ജെയിംസ് പതിപ്പ്
5 അപ്പോൾ നീ അതു കണ്ടു പ്രകാശിക്കും;
നിന്റെ ഹൃദയം ആനന്ദത്താൽ
നിറഞ്ഞിരിക്കും; സമുദ്രത്തിന്റെ സമൃദ്ധി
നിങ്കലേക്കു തിരിയും; ജാതികളുടെ സമ്പത്തു
നിങ്കലേക്കു വരും.
6 ഒട്ടകങ്ങളുടെ കൂട്ടം നിന്റെ *ദേശത്തെ*
മൂടും ; മിദ്യാനിലെയും ഏഫയിലെയും
ചിറ്റപ്പക്ഷികൾ; ശെബയിൽ
നിന്നുള്ളവരൊക്കെയും വരും; അവർ
സ്വർണ്ണവും ധൂപവും കൊണ്ടുവരും; അവർ
യഹോവയുടെ സ്തുതിയെ ഘോഷിക്കും.
7 കേദാരിലെ ആട്ടിൻകൂട്ടങ്ങളെല്ലാം നിന്റെ
അടുക്കൽ ഒന്നിച്ചുകൂടും;
നെബായോത്തിലെ മുട്ടാടുകൾ നിനക്കു
ശുശ്രൂഷ ചെയ്യും;
അവ പ്രസാദത്തോടെ എന്റെ
യാഗപീഠത്തിന്മേൽ കയറും; എന്റെ

മഹത്വത്തിന്റെ ആലയത്തെ ഞാൻ മഹത്വപ്പെടുത്തും.

സങ്കീർത്തനങ്ങൾ 66:12

പുതിയ രാജാവായ ജെയിംസ് പതിപ്പ്

12 നീ മനുഷ്യരെ ഞങ്ങളുടെ തലമേൽ കയറി ഓടിച്ചു; ഞങ്ങൾ തീയിലും വെള്ളത്തിലും കൂടി കടന്നു; പക്ഷേ നീ ഞങ്ങളെ സമൃദ്ധമായ ഒരു നിവൃത്തിയിലേക്ക് കൊണ്ടുവന്നു .

യെശയ്യാവ് 60:5-7

സന്ദേശം

പുനഃസമാഗമത്തിനായി ആളുകൾ തിരിച്ചെത്തുന്നു

60 1-7 “കിടക്കയിൽ നിന്ന് എഴുന്നേൽക്കൂ, യെരൂശലേമേ!
ഉണരൂ. നിന്റെ മുഖം സൂര്യപ്രകാശത്തിൽ വെക്കുക. ദൈവത്തിന്റെ ശോഭയുള്ള മഹത്വം നിനക്കായി ഉദിച്ചിരിക്കുന്നു. ഭൂമി മുഴുവൻ ഇരുട്ടിൽ മൂടപ്പെട്ടിരിക്കുന്നു, എല്ലാ ആളുകളും അഗാധമായ അന്ധകാരത്തിൽ മുങ്ങിപ്പോയി, പക്ഷേ ദൈവം നിന്റെ മേൽ ഉദിക്കുന്നു, അവന്റെ ഉദയ മഹത്വം നിന്റെ മേൽ പതിക്കുന്നു. ജനതകൾ നിന്റെ

വെളിച്ചത്തിലേക്കും രാജാക്കന്മാർ നിന്റെ സൂര്യപ്രകാശത്തിലേക്കും വരും. നോക്കൂ! ചുറ്റും നോക്കൂ! അവർ ഒത്തുകൂടുമ്പോൾ ശ്രദ്ധിക്കുക, അവർ നിന്നെ സമീപിക്കുമ്പോൾ ശ്രദ്ധിക്കുക: നിന്റെ പുത്രന്മാർ ദൂരെ നിന്ന് വരുന്നു, നിന്റെ പുത്രിമാർ അവരുടെ അമ്മായിമാർ ചുമന്നുകൊണ്ട് വരുന്നു. അവർ വരുന്നത് നിങ്ങൾ കാണുമ്പോൾ നിങ്ങൾ പുഞ്ചിരിക്കും - വലിയ പുഞ്ചിരി! നിങ്ങളുടെ ഹൃദയം വീർക്കുകയും, അതെ, പൊട്ടിത്തെറിക്കുകയും ചെയ്യും! പുനഃസമാഗമത്തിനായി കടൽ വഴി മടങ്ങുന്ന എല്ലാ ആളുകളും, ജനതകളിൽ നിന്ന് ഒത്തുകൂടിയ പ്രവാസികളുടെ സമൃദ്ധമായ വിളവെടുപ്പ്! പിന്നെ കണ്ണെത്താ ദൂരത്തോളം ഒട്ടക യാത്രാസംഘങ്ങളുടെ പ്രവാഹങ്ങൾ, മിദ്യാനിലും ഏഫയിലും നാടോടികളായ കുഞ്ഞു ഒട്ടകങ്ങൾ, തെക്ക് നിന്ന് ശെബയിൽ നിന്ന് ഒഴുകുന്നു, സ്വർണ്ണവും കുന്തുരുക്കവും നിറച്ച് ദൈവത്തെ സ്തുതിക്കുന്നു. അതെ, കേദാറിലെയും നെബായോത്തിലെയും നാടോടികളിൽ നിന്ന് ആട്ടിൻകൂട്ടങ്ങളുടെ ഒരു വലിയ കൂട്ടം . എന്റെ മഹത്വമുള്ള ആലയത്തെ മഹത്വത്തിൽ കുളിപ്പിക്കുമ്പോൾ , എന്റെ ബലിപീഠത്തിൽ ആരാധനയ്ക്കുള്ള സമ്മാനങ്ങൾ സ്വാഗതം ചെയ്യുക.

സങ്കീർത്തനങ്ങൾ 66:12
സന്ദേശം

8-12 ജനങ്ങളേ, നമ്മുടെ ദൈവത്തെ
വാഴ്ത്തുവിൻ!
ഇടിമുഴക്കത്തോടെ അവനെ സ്വാഗതം
ചെയ്യുവിൻ! അവൻ നമ്മെ ജീവന്റെ
പാതയിലേക്ക് നയിച്ചില്ലേ? അവൻ നമ്മെ
കുഴിയിൽ നിന്ന് അകറ്റി നിർത്തിയില്ലേ?
അവൻ നമ്മെ ആദ്യം പരിശീലിപ്പിച്ചു,
ശുദ്ധീകരണ തീയിലൂടെ വെള്ളി പോലെ
കടത്തിവിട്ടു,
കഠിനമായ ദേശത്തേക്ക് നമ്മെ കൊണ്ടുവന്നു,
നമ്മുടെ പരിധിയിലേക്ക് തള്ളിവിട്ടു,
അകത്തും പുറത്തും നമ്മെ പരീക്ഷിച്ചു,
നരകത്തിലേക്കും തിരിച്ചും കൊണ്ടുപോയി;
ഒടുവിൽ അവൻ നമ്മെ ഈ നല്ല
ജലസമ്പുഷ്ടമായ സ്ഥലത്തേക്ക് കൊണ്ടുവന്നു.

രാവിലെ 6 മണിക്ക് പിതാവേ,
സമ്മർദ്ദത്തിന്റെയും,
വെട്ടിമുറിക്കലിന്റെയും, യുദ്ധത്തിന്റെയും
കാലങ്ങൾക്ക് ശേഷം ഞങ്ങളെ ഞങ്ങളുടെ
സമ്പന്നമായ സ്ഥലത്തേക്ക് കൊണ്ടുവരിക.

രാവിലെ 9 മണിക്ക് രാജ്യോദ്ദേശ്യത്തിനും
നീതിയുള്ള കാര്യവിചാരണയ്ക്കും ഉത്തരം
നൽകാൻ കരയിലെയും കടലിലെയും
നിധികളോട് കൽപ്പിക്കുക.

ഉച്ചയ്ക്ക് 12 മണിക്ക് വിളവെടുപ്പിന്റെ
കവാടത്തിലെ എല്ലാ ഉപരോധങ്ങളും

യേശുക്രിസ്തുവിന്റെ അധികാരത്താൽ
നീക്കം ചെയ്യപ്പെടും.

3pm പാഴാക്കിയ വർഷങ്ങൾ, വൈകിയ
അവസരങ്ങൾ, മോഷ്ടിക്കപ്പെട്ട നേട്ടങ്ങൾ
എന്നിവ വർദ്ധനയോടെ
പുനഃസ്ഥാപിക്കപ്പെടട്ടെ.

വൈകുന്നേരം 6 മണിക്ക് കർത്താവേ,
ദൗത്യങ്ങൾ, കാരുണ്യം, ശിഷ്യത്വം,
തലമുറകളുടെ സ്വാധീനം എന്നിവയ്ക്കായി
വിഭവങ്ങൾ ശേഖരിക്കണമേ.

രാത്രി 9 മണിക്ക് ഞാൻ വിധിക്കുന്നു, വയലിൽ
വിളവെടുപ്പ് നശിക്കില്ലെന്നും ഭക്ഷണം
വഴിയിൽ മുടങ്ങിപ്പോകില്ലെന്നും.

12am ദൈവത്തിന്റെ വീണ്ടെടുപ്പ്
പദ്ധതിക്കായി രാഷ്ട്രങ്ങൾ അവരുടെ സമ്പത്ത്
ഉപയോഗിക്കട്ടെ.

പുലർച്ചെ 3 മണിക്ക് ദൈവമേ, ഈ സീസണിൽ
ദൃശ്യമായ പുനഃസ്ഥാപനം,
നിയമാനുസൃതമായ വർദ്ധനവ്, സാക്ഷ്യം
എന്നിവയാൽ കിരീടം ധരിക്കേണമേ.

ദിവസം 39 - ക്രിസ്തുവിന്റെ ആധിപത്യത്തിൻ കീഴിലുള്ള ഏഴ് പർവതങ്ങൾ

തിരുവെഴുത്തുകൾ: മത്തായി 6:10; വെളിപ്പാട് 11:15

മത്തായി 6:10
പുതിയ രാജാവായ ജെയിംസ് പതിപ്പ്
[10] നിന്റെ രാജ്യം വരേണമേ; നിന്റെ ഇഷ്ടം
സ്വർഗ്ഗത്തിലെപ്പോലെ ഭൂമിയിലും ആകേണമേ
.

വെളിപ്പാടു 11:15
പുതിയ രാജാവായ ജെയിംസ് പതിപ്പ്
ഏഴാമത്തെ കാഹളം: രാജ്യം ഘോഷിക്കപ്പെടുന്നു
[15] അപ്പോൾ ഏഴാമത്തെ ദൂതൻ ഊതി:
സ്വർഗ്ഗത്തിൽ ഒരു വലിയ ശബ്ദമുണ്ടായി: " ഈ ലോകത്തിന്റെ രാജ്യങ്ങൾ നമ്മുടെ
കർത്താവിന്റെയും അവന്റെ ക്രിസ്തുവിന്റെയും
രാജ്യങ്ങളായിത്തീർന്നിരിക്കുന്നു ; അവൻ
എന്നെന്നേക്കും വാഴും."

മത്തായി 6:10-13

സന്ദേശം

7-13 "പ്രാർത്ഥനയെ കുറിച്ച് അജ്ഞരായ
പ്രാർത്ഥനാ യോദ്ധാക്കളെക്കൊണ്ട് ലോകം
നിറഞ്ഞിരിക്കുന്നു. ദൈവത്തിൽ നിന്ന്
നിങ്ങൾക്ക് വേണ്ടത് നേടുന്നതിനുള്ള
സൂത്രവാക്യങ്ങളും പരിപാടികളും
ഉപദേശങ്ങളും, കച്ചവട തന്ത്രങ്ങളും അവർ
നിറഞ്ഞിരിക്കുന്നു. ആ അസംബന്ധത്തിൽ
വീഴരുത്. നിങ്ങൾ കൈകാര്യം ചെയ്യുന്ന
നിങ്ങളുടെ പിതാവാണിത് , നിങ്ങൾക്ക്
എന്താണ് വേണ്ടതെന്ന് നിങ്ങളെക്കാൾ നന്നായി
അവനറിയാം. ഇതുപോലുള്ള ഒരു ദൈവം
നിങ്ങളെ സ്നേഹിക്കുന്നുണ്ടെങ്കിൽ, നിങ്ങൾക്ക്
വളരെ ലളിതമായി പ്രാർത്ഥിക്കാം.
ഇതുപോലെ:
സ്വർഗ്ഗസ്ഥനായ ഞങ്ങളുടെ പിതാവേ,
നീ ആരാണെന്ന് വെളിപ്പെടുത്തണമേ.
ലോകത്തെ നേരെയാക്കണമേ; മുകളിൽ
പറഞ്ഞതുപോലെ, താഴെ പറഞ്ഞതുപോലെ,
ഏറ്റവും നല്ലത് ചെയ്യണമേ. മൂന്ന് നേരം
ഭക്ഷണം നൽകി ഞങ്ങളെ ജീവനോടെ
നിലനിർത്തണമേ.
നിന്നോടൊപ്പം ഞങ്ങളോട് ക്ഷമിക്കുകയും
മറ്റുള്ളവരോട് ക്ഷമിക്കുകയും ചെയ്യണമേ.
നമ്മളിൽ നിന്നും പിശാചിൽ നിന്നും ഞങ്ങളെ
സുരക്ഷിതരാക്കേണമേ. നീയാണ്
ചുമതലക്കാരൻ! നിനക്ക് ഇഷ്ടമുള്ളതെന്തും

ചെയ്യാം! നീ സൗന്ദര്യത്തിൽ ജ്വലിക്കുന്നു!
അതെ. അതെ. അതെ.

വെളിപ്പാടു 11:15-18
സന്ദേശം
അവസാനത്തെ കാഹളം മുഴങ്ങുന്നു
15-18 ഏഴാമത്തെ ദൂതൻ കാഹളം മുഴക്കി,
സ്വർഗ്ഗത്തിൽ ഒരു കൊടുങ്കാറ്റുപോലെ
ശബ്ദങ്ങൾ പാടി,
ലോകരാജ്യം ഇനി
നമ്മുടെ ദൈവത്തിന്റെയും അവന്റെ
മിശിഹായുടെയും രാജ്യമാണ്! അവൻ
എന്നേക്കും വാഴും!
ദൈവസന്നിധിയിൽ സിംഹാസനങ്ങളിൽ
ഇരിക്കുന്ന ഇരുപത്തിനാല് മൂപ്പന്മാർ
മുട്ടുകുത്തി, ആരാധിച്ചു, പാടി,
സർവ്വശക്തനായ ദൈവമേ, സർവ്വശക്തനും,
ആരായിരുന്നവനും, ഞങ്ങൾ നിനക്കു നന്ദി
പറയുന്നു. നീ നിന്റെ മഹാശക്തി ഏറ്റെടുത്തു
- വാഴുന്നു! കോപാകുലരായ ജനതകൾ
ഇപ്പോൾ *നിന്റെ* കോപത്തിന്റെ രുചി
അനുഭവിക്കുന്നു.
മരിച്ചവരെ ന്യായം വിധിക്കാനും, നിന്റെ
ദാസന്മാർക്കും, എല്ലാ പ്രവാചകന്മാർക്കും,
വിശുദ്ധന്മാർക്കും, നിന്റെ നാമത്തെ
ഭയപ്പെടുന്ന ചെറിയവർക്കും വലിയവർക്കും
പ്രതിഫലം നൽകാനും, ഭൂമിയെ
നശിപ്പിക്കുന്നവരെ നശിപ്പിക്കാനും
സമയമായി.

രാവിലെ 6 മണിക്ക് പിതാവേ, നിന്റെ രാജ്യം വരേണമേ, നിന്റെ ഇഷ്ടം മതം, കുടുംബം, വിദ്യാഭ്യാസം, സർക്കാർ, മാധ്യമങ്ങൾ, കല, ബിസിനസ്സ് എന്നിവയിലുടനീളം നിറവേറട്ടെ.

രാവിലെ 9 മണിക്ക് മനുഷ്യ സ്വാധീനമുള്ള എല്ലാ പർവതങ്ങളും യേശുക്രിസ്തുവിന്റെ സർക്കാരിനു മുന്നിൽ കുമ്പിടുമെന്ന് ഞാൻ വിധിക്കുന്നു.

ഉച്ചയ്ക്ക് 12 മണിക്ക് തന്ത്രപ്രധാന മേഖലകളെ ഉൾക്കൊള്ളുന്ന എല്ലാ അന്ധകാര സിംഹാസനങ്ങളും ഇളകി നീങ്ങും.

3pm നീതിമാനായ പരിഷ്കർത്താക്കൾ, നിർമ്മാതാക്കൾ, മധ്യസ്ഥർ, നേതാക്കൾ എന്നിവർ എല്ലാ മേഖലകളിലും സ്ഥാനം പിടിക്കട്ടെ.

വൈകുന്നേരം 6 മണിക്ക് കർത്താവേ, പ്രദേശിക പരിവർത്തനത്തിനായുള്ള പ്രാർത്ഥന, പ്രവചനം, തന്ത്രം, പ്രവർത്തനം എന്നിവ സമന്വയിപ്പിക്കണമേ.

രാത്രി 9 മണിക്ക് ഞാൻ പ്രഖ്യാപിക്കുന്നു, ഒരു പർവതവും മോചനത്തിനായി പിടിച്ചെടുക്കപ്പെടുന്നില്ല, ഒരു വ്യവസ്ഥയും ദിവ്യ ആക്രമണത്തിനായി കഠിനമായിട്ടില്ല.

12 pm എല്ലാ സാംസ്കാരിക, പൗര ഇടങ്ങളിലും സ്വർഗ്ഗത്തിന്റെ ശബ്ദം ബാബിലോണിന്റെ ശബ്ദത്തെ കീഴടക്കട്ടെ.

പുലർച്ചെ 3 മണിക്ക് ദൈവമേ, നിന്റെ മഹത്വത്തിനായി ഏഴ് മലകളെയും അവകാശപ്പെടുത്തുകയും ഭൂമിയിൽ നിലനിൽക്കുന്ന രാജ്യസാക്ഷ്യം സ്ഥാപിക്കുകയും ചെയ്യണമേ.

ദിവസം 40 - നന്ദിപ്രകടനം, മുദ്രയിടൽ, കമ്മീഷൻ ചെയ്യൽ

തിരുവെഴുത്തുകൾ: സങ്കീർത്തനം 126:1-6; എബ്രായർ 7:25

സങ്കീർത്തനങ്ങൾ 126

പുതിയ രാജാവായ ജെയിംസ് പതിപ്പ്
സീയോനിലേക്കുള്ള സന്തോഷകരമായ തിരിച്ചുവരവ്
ആരോഹണഗീതം.
126 യഹോവ സീയോന്റെ അടിമത്തം
തിരിച്ചുകൊണ്ടുവന്നപ്പോൾ ഞങ്ങൾ സ്വപ്നം
കാണുന്നവരെപ്പോലെയായിരുന്നു.
2
അപ്പോൾ ഞങ്ങളുടെ വായിൽ ചിരിയും
ഞങ്ങളുടെ നാവിൽ പാട്ടും നിറഞ്ഞു.
അപ്പോൾ ജനതകളുടെ ഇടയിൽ അവർ
പറഞ്ഞു "യഹോവ അവർക്കുവേണ്ടി വലിയ കാര്യങ്ങൾ
ചെയ്തിരിക്കുന്നു." 3 യഹോവ നമുക്കായി വലിയ
കാര്യങ്ങൾ
ചെയ്തിരിക്കുന്നു ;
അതുകൊണ്ട് ഞങ്ങൾ സന്തോഷിക്കുന്നു.
4 യഹോവേ, തെക്കെ ദേശത്തിലെ
തോടുകളെപ്പോലെ ഞങ്ങളുടെ പ്രവാസികളെ

മടക്കിവരുത്തേണമേ.

5 കണ്ണുനീരോടെ വിതയ്ക്കുന്നവർ
സന്തോഷത്തോടെ
കൊയ്യും. 6 വിതയ്ക്കാൻ വിത്തു വഹിച്ചുകൊണ്ട്
കരഞ്ഞുകൊണ്ട് എപ്പോഴും പോകുന്നവൻ കറ്റ ചുമന്ന്
സന്തോഷത്തോടെ മടങ്ങിവരും എന്നതിൽ
സംശയമില്ല

എബ്രായർ 7:25
പുതിയ രാജാവായ ജെയിംസ് പതിപ്പ്
25 അതുകൊണ്ട് തന്നിലൂടെ ദൈവത്തോട്
അടുക്കുന്നവർക്കുവേണ്ടി പക്ഷവാദം
ചെയ്യാൻ അവൻ എപ്പോഴും
ജീവിക്കുന്നവനാകയാൽ അവരെ
പൂർണ്ണമായി രക്ഷിക്കാൻ അവൻ പ്രാപ്തനാകുന്നു.

സങ്കീർത്തനങ്ങൾ 126
സന്ദേശം
126 1-3 ദൈവം സീയോനിലെ പ്രവാസികളെ തിരികെ കൊണ്ടുവന്നപ്പോൾ
അത് ഒരു സ്വപ്നം പോലെ തോന്നി,
സത്യമാകാൻ കഴിയാത്തത്ര നല്ലത്. ഞങ്ങൾ
ചിരിച്ചു, പാടി, ഞങ്ങളുടെ ഭാഗ്യം
വിശ്വസിക്കാൻ കഴിഞ്ഞില്ല. ഞങ്ങൾ
ജനതകളുടെ സംസാരവിഷയമായിരുന്നു - "
ദൈവം അവർക്ക് അത്ഭുതകരമായിരുന്നു!"

ദൈവം ഞങ്ങൾക്ക് അത്ഭുതകരമായിരുന്നു;
ഞങ്ങൾ ഒരു സന്തുഷ്ട ജനതയാണ്.
4-6 ഇപ്പോൾ, ദൈവമേ, വീണ്ടും അത് ചെയ്യണമേ
-
വരൾച്ച ബാധിച്ച നമ്മുടെ ജീവിതത്തിലേക്ക്
മഴ പെയ്യിക്കണമേ, അങ്ങനെ നിരാശയോടെ
വിളകൾ നട്ടുപിടിപ്പിച്ചവർ വിളവെടുപ്പിൽ
"അതെ!" എന്ന് വിളിച്ചുപറയും, അങ്ങനെ
ഹൃദയഭാരത്തോടെ പോയവർ
ചിരിച്ചുകൊണ്ട് വീട്ടിലേക്ക് മടങ്ങും,
അനുഗ്രഹങ്ങളുടെ ഒരു വലിയ ഭാരവുമായി.

എബ്രായർ 7:25
സന്ദേശം
23-25 മുമ്പ് ധാരാളം പുരോഹിതന്മാർ
ഉണ്ടായിരുന്നു, കാരണം അവർ മരിച്ചു,
പകരം പുതിയവരെ നിയമിക്കേണ്ടിവന്നു.
എന്നാൽ യേശുവിന്റെ പൗരോഹിത്യം
ശാശ്വതമാണ്. തന്നിലൂടെ ദൈവത്തിലേക്ക്
വരുന്ന എല്ലാവരെയും രക്ഷിക്കാൻ അവൻ
ഇപ്പോൾ മുതൽ നിത്യത വരെ അവിടെയുണ്ട്,
അവർക്കുവേണ്ടി സംസാരിക്കാൻ എപ്പോഴും
ജോലിയിലാണ്.

രാവിലെ 6 മണിക്ക് പിതാവേ, പ്രാർത്ഥനയിലുള്ള ഞങ്ങളുടെ പ്രയത്നം വെറുതെയായില്ല, ഞങ്ങളുടെ വിത്ത് വിളവെടുപ്പോടെ മടങ്ങിവരും എന്നതിന് ഞങ്ങൾ അങ്ങേക്ക് നന്ദി പറയുന്നു.

രാവിലെ 9 മണിക്ക് നമ്മുടെ നിത്യ മദ്ധ്യസ്ഥനായ യേശുക്രിസ്തുവിനെ ഞങ്ങൾ സ്തുതിക്കുന്നു, നമുക്കുവേണ്ടി മദ്ധ്യസ്ഥത വഹിക്കാൻ അവൻ എന്നേക്കും ജീവിക്കുന്നു.

ഉച്ചയ്ക്ക് 12 മണിക്ക് ഈ ഉപവാസ വേളയിൽ പൂർത്തീകരിക്കുന്ന എല്ലാ ഉത്തരങ്ങളും, മുന്നേറ്റങ്ങളും, മോചനവും, ദൈവിക ഇടപാടുകളും ഞാൻ മുദ്രയിടുന്നു.

ഉച്ചകഴിഞ്ഞ് 3 മണിക്ക് പ്രാർത്ഥനയിൽ സങ്കൽപ്പിച്ചത് മോഷണം, അഴിമതി, അകാല നഷ്ടം എന്നിവയിൽ നിന്ന് സംരക്ഷിക്കപ്പെടട്ടെ.

വൈകുന്നേരം 6 മണിക്ക് കർത്താവേ, പുതിയ എണ്ണ, വ്യക്തമായ കാഴ്ചപ്പാട്, തെളിയിക്കപ്പെട്ട അധികാരം എന്നിവ ഉപയോഗിച്ച് ഞങ്ങളെ ഈ ഉപവാസത്തിൽ നിന്ന് കൽപ്പിക്കണമേ.

രാത്രി 9 മണിക്ക് ഈ കാലം താൽക്കാലിക തീക്ഷ്ണതയിലല്ല, നിരന്തരമായ പ്രാർത്ഥനയിലായിരിക്കണമെന്ന് ഞാൻ വിധിക്കുന്നു; ക്ഷണികമായ വികാരത്തിലല്ല,

നിലനിൽക്കുന്ന ഫലത്തിലായിരിക്കണമെന്ന് ഞാൻ വിധിക്കുന്നു.

12am ഈ ഉപവാസത്തിനുശേഷം രോഗശാന്തി, രക്ഷ, പുനഃസ്ഥാപനം, കരുതൽ, നവീകരണം എന്നിവയുടെ സാക്ഷ്യങ്ങൾ പെരുകട്ടെ.

3am ദൈവമേ, ഞങ്ങളിലും, ഞങ്ങളിലൂടെയും, ഞങ്ങളുടെ ചുറ്റുപാടും നീ ആരംഭിച്ചത് പൂർത്തിയാക്കണമേ, മഹത്വം നിനക്കു മാത്രമായിരിക്കട്ടെ.

തീരുമാനം

വിടവിൽ വിശ്വസ്തതയോടെ നിൽക്കുന്നു

ഈ നാല്പത് ദിവസത്തെ പ്രാർത്ഥനയിലും ഉപവാസത്തിലും, വിശ്വാസികൾ സഭയ്ക്കും നേതാക്കൾക്കും രാഷ്ട്രങ്ങൾക്കും വേണ്ടി ദൈവമുമ്പാകെ മനഃപൂർവ്വം നിലകൊണ്ടിട്ടുണ്ട്.

മദ്ധ്യസ്ഥത എന്നത് ഒരിക്കലും പ്രാർത്ഥനയിൽ പറയുന്ന വാക്കുകളെക്കുറിച്ചല്ല. ദൈവത്തിന്റെ ഉദ്ദേശ്യങ്ങൾക്ക് ജീവിതങ്ങളെയും, സമൂഹങ്ങളെയും, മുഴുവൻ രാഷ്ട്രങ്ങളെയും പരിവർത്തനം ചെയ്യാൻ കഴിയുമെന്ന് വിശ്വസിച്ചുകൊണ്ട്, സ്വർഗ്ഗത്തിനും ഭൂമിക്കും ഇടയിലുള്ള വിടവിൽ നിൽക്കുന്നതിനെക്കുറിച്ചാണ്.

യെഹെസ്കേൽ പ്രവാചകൻ ദൈവത്തിന്റെ ഹൃദയത്തെ ഇങ്ങനെ രേഖപ്പെടുത്തി:

"ദേശത്തിനുവേണ്ടി ഒരു മതിൽ കെട്ടി എന്റെ മുമ്പാകെ ഇടിവിൽ നിൽക്കാൻ കഴിയുന്ന ഒരു പുരുഷനെ ഞാൻ അവരുടെ ഇടയിൽ അന്വേഷിച്ചു." (യെഹെസ്കേൽ 22:30)

ഈ ക്ഷണം ഇന്നും നിലനിൽക്കുന്നു.

വ്യക്തിപരമായ ആവശ്യങ്ങൾക്കു വേണ്ടി മാത്രമല്ല, സഭയുടെ വിധിക്കും രാഷ്ട്രങ്ങളുടെ ഭാവിക്കും വേണ്ടി പ്രാർത്ഥിക്കുന്നവരെ ദൈവം ഇപ്പോഴും അന്വേഷിക്കുന്നു.

ഇരുപത് വർഷമായി, **മാർച്ച് 17 മുതൽ ഏപ്രിൽ 25 വരെയുള്ള ഈ നാല്പത് ദിവസത്തെ യാമം മധ്യസ്ഥ പ്രാർത്ഥനയുടെ** ഒരു സമർപ്പിത കാലമായി ആചരിച്ചുവരുന്നു. പ്രാർത്ഥനയിലേക്കുള്ള ഒരു വ്യക്തിപരമായ ആഹ്വാനമായി ആരംഭിച്ചത്, നമ്മുടെ ലോകത്തിന്റെ ആത്മീയ ദിശാബോധത്തിനായി പ്രാർത്ഥിക്കുന്നതിന്റെ പ്രാധാന്യം തിരിച്ചറിയുന്ന വിശ്വാസികൾ വഹിക്കുന്ന ഒരു പങ്കിട്ട ഭാരമായി മാറിയിരിക്കുന്നു.

ഈ പ്രാർത്ഥനകളിലൂടെ നാം ദൈവത്തോട് അവന്റെ സഭയെ ശക്തിപ്പെടുത്താനും, നേതാക്കളെ ജ്ഞാനവും നീതിയും കൊണ്ട് നയിക്കാനും, അവനെ ഒരിക്കലും അറിഞ്ഞിട്ടില്ലാത്ത അനേകരെ യേശുക്രിസ്തുവുമായുള്ള ഒരു രക്ഷാകരമായ കൂടിക്കാഴ്ചയിലേക്ക് ആകർഷിക്കാനും അപേക്ഷിക്കുന്നു.

ഈ പുസ്തകത്തിലെ പ്രാർത്ഥനകൾ മധ്യസ്ഥതയുടെ അവസാനമല്ല, അവ ഒരു തുടക്കമാണ്.

ഈ നാല്പത് ദിവസങ്ങൾക്ക് ശേഷവും വിടവിൽ നിൽക്കാനുള്ള ആഹ്വാനം തുടരുന്നു.

കുടുംബങ്ങൾക്ക് പ്രാർത്ഥന ആവശ്യമാണ്.

പള്ളികൾക്ക് പ്രാർത്ഥന ആവശ്യമാണ്.

സമൂഹങ്ങൾക്ക് പ്രാർത്ഥന ആവശ്യമാണ്.

രാഷ്ട്രങ്ങൾക്ക് പ്രാർത്ഥന ആവശ്യമാണ്.

മതം, കുടുംബം, വിദ്യാഭ്യാസം, സർക്കാർ, മാധ്യമങ്ങൾ, കല, സംസ്കാരം, ബിസിനസ്സ് എന്നിങ്ങനെയുള്ള ഏഴ് സ്വാധീന മലകൾ ദൈവത്തിന്റെ ജ്ഞാനവും ഇടപെടലും നിരന്തരം അന്വേഷിക്കുന്ന വിശ്വാസികളെ ആവശ്യപ്പെടുന്നു.

ഈ നാല്പതു ദിവസത്തെ യാമം അവസാനിപ്പിക്കുമ്പോൾ, ദൈവജനത്തിന്റെ പ്രാർത്ഥനകളെ പരിശുദ്ധാത്മാവ് തുടർന്നും നയിക്കുന്നുണ്ടെന്ന് ഓർമ്മിക്കുക.
യേശുക്രിസ്തു തന്നെ പിതാവിന്റെ മുമ്പാകെ മദ്ധ്യസ്ഥത വഹിക്കുന്നു, എല്ലായിടത്തുമുള്ള വിശ്വാസികൾ ആ വിശുദ്ധ ശുശ്രൂഷയിൽ പങ്കുചേരാൻ ക്ഷണിക്കപ്പെടുന്നു.

പ്രാർത്ഥനയോടുള്ള നിങ്ങളുടെ പ്രതിബദ്ധത കർത്താവ് ശക്തിപ്പെടുത്തട്ടെ.

നിങ്ങളുടെ ജീവിതം ദൈവത്തിന്റെ ആത്മാവ് വസിക്കുന്ന ഒരു ജീവനുള്ള ക്ഷേത്രമായി നിലനിൽക്കട്ടെ.

സഭയ്ക്കും രാഷ്ട്രങ്ങൾക്കും വേണ്ടി നിങ്ങളുടെ ശബ്ദം സ്വർഗ്ഗത്തിനുമുമ്പിൽ ഉയരട്ടെ.

മനുഷ്യ സ്വാധീനത്തിന്റെ എല്ലാ മേഖലകളിലും ദൈവരാജ്യം മുന്നേറട്ടെ.

ആഹ്വാനം ഇപ്പോഴും വ്യക്തമാണ്:

വിടവിൽ നിൽക്കുക.
നിർത്താതെ പ്രാർത്ഥിക്കുക. രാഷ്ട്രങ്ങളുടെ പരിവർത്തനത്തിനായി വിശ്വസിക്കുക.

ആഗോള മധ്യസ്ഥ പ്രസ്ഥാനത്തിൽ ചേരുക

ദശലക്ഷം മധ്യസ്ഥർക്കുള്ള ആഹ്വാനം

ഈ പ്രാർത്ഥനാ നിയോഗം ഒറ്റയ്ക്ക് നിർവഹിക്കാൻ ഉദ്ദേശിച്ചുള്ളതല്ല. സഭയ്ക്കും, നേതാക്കൾക്കും, രാഷ്ട്രങ്ങൾക്കും വേണ്ടി നിലകൊള്ളുന്ന ഒരു ആഗോള മധ്യസ്ഥ സമൂഹത്തെ ദൈവം ഉയർത്തുന്നു .

, രാഷ്ട്രങ്ങളുടെ പരിവർത്തനത്തിനായി ദൈവത്തെ അന്വേഷിക്കാൻ പ്രതിജ്ഞാബദ്ധരായ 10 ദശലക്ഷത്തിലധികം പ്രാർത്ഥനാ യോദ്ധാക്കളുടെ വളർന്നുവരുന്ന ഒരു മധ്യസ്ഥ പ്രസ്ഥാനത്തിൽ ചേരാൻ ക്ഷണിക്കുന്നു .

ഞങ്ങളുടെ സജ്ജീകരണ സമൂഹങ്ങളിലൊന്നുമായി ബന്ധപ്പെടാനും പ്രാർത്ഥന, ശിഷ്യത്വം, ആത്മീയ രൂപീകരണം എന്നിവയിൽ വളർന്നു കൊണ്ടിരിക്കാനും നിങ്ങളെ ക്ഷണിക്കുന്നു.

ഞങ്ങളുടെ സജ്ജീകരണ കമ്മ്യൂണിറ്റികളുമായി ബന്ധപ്പെടുക

നിങ്ങളുടെ ആത്മീയ താൽപ്പര്യങ്ങളെ അടിസ്ഥാനമാക്കിയുള്ള ഞങ്ങളുടെ ഊർജ്ജസ്വലമായ കമ്മ്യൂണിറ്റികളിൽ ഏതെങ്കിലുമൊന്നിൽ ചേരൂ.

10 ദശലക്ഷം പ്രസ്ഥാനം - മധ്യസ്ഥ ഉപകരണ സമൂഹം

ഫേസ്ബുക്ക്

https://www.otakada.org/facebookintercessory

ഹോളി ഗോസ്റ്റ് സ്കൂൾ - ശിഷ്യത്വ സമൂഹം

ഫേസ്ബുക്ക്

https://www.otakada.org/facebookholyghostschool

ടെലിഗ്രാം

https://t.me/holyghostschooldiscipleship

സമൂഹത്തിന് സഹായകമാകുന്ന 10 ദശലക്ഷം മധ്യസ്ഥർ

വാട്ട്സ്ആപ്പ്

https://www.otakada.org/whatsappintercessory

"നാം ക്രിസ്തുയേശുവിൽ ഒന്നാകുന്നു"

ദൈവത്തിന്റെ കഴുകൻ ശുശ്രൂഷകൾ (GEM)

വാട്ട്സ്ആപ്പ് കമ്മ്യൂണിറ്റികൾ

കമ്മ്യൂണിറ്റി 1

https://www.otakada.org/whatsappcommunity1

കമ്മ്യൂണിറ്റി 2

https://www.otakada.org/whatsappcommunity2

ഞങ്ങളുടെ ഓൺലൈൻ സ്റ്റോർ സന്ദർശിക്കുക

പ്രാർത്ഥന, ശിഷ്യത്വം, രാജ്യസേവനം എന്നിവയ്ക്കായി വിശ്വാസികളെ

സജ്ജരാക്കുന്നതിനായി രൂപകൽപ്പന ചെയ്തിരിക്കുന്ന പ്രചോദനാത്മകമായ ക്രിസ്തീയ പുസ്തകങ്ങളുടെയും വിഭവങ്ങളുടെയും ഞങ്ങളുടെ ശേഖരം പര്യവേക്ഷണം ചെയ്യുക.
ഇവിടെ ഷോപ്പുചെയ്യുക
https://shop.otakada.org

മറുവശത്ത് കാണാം
ദൈവത്തിന്റെ കഴുകൻ ശുശ്രൂഷകൾ (രത്നം)
അന്ത്യകാലത്തേക്കുള്ള ഒരു സമൂഹം
വെബ്സൈറ്റ്
https://www.otakada.org
ambassador@otakada.org എന്ന വിലാസത്തിൽ ഇമെയിൽ ചെയ്യുക

നന്ദിയോടെ,
സ്വാഗതസംഘം

നടപടിയെടുക്കുക

വിളവെടുപ്പിനായുള്ള ഒരു പങ്കാളിത്തം

ഈ പുസ്തകം അവസാനിപ്പിക്കുമ്പോൾ, നിങ്ങളുടെ സ്വന്തം ജീവിതത്തിൽ മാത്രമല്ല, രാഷ്ട്രങ്ങളിലുടനീളമുള്ള എണ്ണമറ്റ ആത്മാക്കളുടെ ജീവിതത്തിലേക്കും ഒരു പടി കൂടി മുന്നോട്ട് പോകാൻ ഞങ്ങൾ നിങ്ങളെ ക്ഷണിക്കുന്നു.
ദൈവത്തിന്റെ ഈഗിൾ മിനിസ്ട്രീസ് (GEM)-ൽ നിന്നുള്ള സന്ദേശങ്ങൾ നിങ്ങളുടെ ഹൃദയത്തെ ശക്തിപ്പെടുത്തുകയോ ഉണർത്തുകയോ പുനഃക്രമീകരിക്കുകയോ ചെയ്തിട്ടുണ്ടെങ്കിൽ, **വിളവെടുപ്പിനായി ഞങ്ങളുമായി പങ്കാളിത്തം വഹിക്കുന്നതിനെക്കുറിച്ച് പ്രാർത്ഥനാപൂർവ്വം പരിഗണിക്കാൻ ഞങ്ങൾ താഴ്മയോടെ അഭ്യർത്ഥിക്കുന്നു** . ലോകം സത്യത്തിനും പ്രത്യാശയ്ക്കും പരിശുദ്ധാത്മാവിന്റെ സൗമ്യവും എന്നാൽ വ്യക്തവുമായ ശബ്ദത്തിനായി ദാഹിക്കുന്നു, ഒരുമിച്ച് നമുക്ക് ഈ സന്ദേശങ്ങൾ ഏറ്റവും ആവശ്യമുള്ളിടത്ത് സ്ഥാപിക്കാൻ കഴിയും. മാധ്യമങ്ങൾ സാങ്കേതികവിദ്യയേക്കാൾ കൂടുതലാണെന്ന് ഞങ്ങൾ വിശ്വസിക്കുന്നു - അത് രാഷ്ട്രങ്ങളിലേക്കും ഗ്രാമങ്ങളിലേക്കും

നഗരങ്ങളിലേക്കും മറഞ്ഞിരിക്കുന്ന സ്ഥലങ്ങളിലേക്കും ആഴത്തിൽ വിതറുന്ന ഒരു **ആത്മീയ വലയാണ്** . സിനിമ, വീഡിയോ, റേഡിയോ, ഡിജിറ്റൽ ശുശ്രൂഷ എന്നിവയിലൂടെ, ഒരിക്കലും ഒരു പള്ളിയിൽ പ്രവേശിക്കാൻ സാധ്യതയില്ലാത്ത, എന്നാൽ ജീവനുള്ള ക്രിസ്തുവിനെ കണ്ടുമുട്ടാൻ ഹൃദയങ്ങൾ വിശാലമാകുന്ന ആളുകളിലേക്ക് GEM എത്തിച്ചേരുന്നു.

നിങ്ങളുടെ പങ്കാളിത്തം ഞങ്ങളെ സഹായിക്കുന്നു:

1. ആത്മാവ് നിറഞ്ഞ സിനിമയും വീഡിയോ ഉള്ളടക്കവും നിർമ്മിക്കുക
യേശുവിന്റെ സ്നേഹത്തെ വ്യക്തവും, പരസ്പരബന്ധിതവും, ജീവിതത്തെ മാറ്റിമറിക്കുന്നതുമായ രീതിയിൽ സുഖപ്പെടുത്തുകയും, പ്രചോദിപ്പിക്കുകയും, വെളിപ്പെടുത്തുകയും ചെയ്യുന്ന കഥകളും പഠിപ്പിക്കലുകളും.

2. റേഡിയോയിൽ സുവിശേഷം പ്രക്ഷേപണം ചെയ്യുക
ജയിലുകളിലേക്കും ആശുപത്രികളിലേക്കും ഗ്രാമീണ സമൂഹങ്ങളിലേക്കും ഇന്റർനെറ്റ് എത്താത്ത സ്ഥലങ്ങളിലേക്കും - പ്രത്യാശ ദുർലഭവും സത്യം വിലപ്പെട്ടതുമായ സ്ഥലങ്ങളിലേക്കും ദൈവവചനം എത്തിക്കുന്നു.

3. ഞങ്ങളുടെ സോഷ്യൽ മീഡിയ അധ്യാപന & ശിഷ്യത്വ കാമ്പെയ്നുകൾ വികസിപ്പിക്കുക. വിശ്വാസികളെ ശക്തിപ്പെടുത്തുന്നതിനും, കുടുംബങ്ങളെ പുനഃസ്ഥാപിക്കുന്നതിനും, ലോകമെമ്പാടുമുള്ള ശിഷ്യന്മാരെ സജ്ജരാക്കുന്നതിനും സഹായിക്കുന്ന ദൈനംദിന ഭക്തിഗാനങ്ങൾ, പ്രാർത്ഥനകൾ, പഠിപ്പിക്കലുകൾ.

നിങ്ങളുടെ പിന്തുണ എന്തുകൊണ്ട് പ്രധാനമാണ്

പുറത്തുവിടുന്ന ഓരോ സന്ദേശവും പ്രകാശത്തിന്റെ വിത്തായി മാറുന്നു. ഓരോ പഠിപ്പിക്കലും പരിവർത്തനത്തിന്റെ അലയായി മാറുന്നു. ഓരോ ഉദാരമതി പ്രവൃത്തിയും ദൈവത്തിന്റെ ആഗോള വിളവെടുപ്പിന്റെ ഭാഗമായി മാറുന്നു. ഭൂമിയിൽ നാം ഒരിക്കലും കണ്ടുമുട്ടാനിടയില്ലാത്ത ആത്മാക്കളിലേക്ക് എത്തിച്ചേരാൻ നിങ്ങളുടെ ദാനം സഹായിക്കുന്നു, പക്ഷേ തീർച്ചയായും നിത്യതയിൽ കണ്ടുമുട്ടും. ഒരു നിശ്ചിത അളവില്ല - കർത്താവ് നിങ്ങളെ നയിക്കുമ്പോൾ മാത്രം നൽകുക. വലുതോ ചെറുതോ ആയ എല്ലാ ദാനങ്ങളും

രാജ്യത്തിന്റെ പുരോഗതിയിൽ ഒരു പങ്കു വഹിക്കുന്നു.

പങ്കാളിയാകുക അല്ലെങ്കിൽ നൽകുക:

പേപാൽ:

https://www.paypal.com/ncp/payment/D6NEFW56KG8LU

തിഥെ.ലി:

https://tithe.ly/give?c=308311

ഫ്ലട്ടർവേവ് –

https://flutterwave.com/donate/bbkpkokehxlw

എല്ലാ ദാന വഴികളും:

https://www.otakada.org/partnership-giving

ഞങ്ങളോടൊപ്പം നിന്നതിന് നന്ദി.
വിളവെടുപ്പിലേക്ക് വിതച്ചതിന് നന്ദി.
ക്രിസ്തുവിന്റെ സന്ദേശം ജനതകളിലേക്ക് എത്തിക്കാൻ ഞങ്ങളെ സഹായിച്ചതിന് നന്ദി.
കർത്താവ് നിങ്ങളെ സമൃദ്ധമായി അനുഗ്രഹിക്കട്ടെ, നിങ്ങളെ സമൃദ്ധമായി വർദ്ധിപ്പിക്കട്ടെ, അവന്റെ മഹത്വത്തിനായി നിങ്ങൾ വിതയ്ക്കുന്ന ഓരോ വിത്തിനെയും വർദ്ധിപ്പിക്കട്ടെ.
യേശുവിന്റെ മഹത്തായ നാമത്തിൽ, ആമേൻ.

-അംബാസഡർ തിങ്കളാഴ്ച ഒ. ഒഗ്ബെ , സക്കറിയാസ് ഗോഡ്സീഗിൾ ; കംഫർട്ട് ലാഡി ഒഗ്ബെ

സ്ഥാപകൻ, ഗോഡ്സ് ഈഗിൾ മിനിസ്ട്രീസ്

(ରଜଂ)

വീണ്ടും ജനിക്കുകയും ക്രിസ്തുവിനോടൊപ്പം ഒരു പുതിയ ജീവിതം ആരംഭിക്കുകയും ചെയ്യുന്നതെങ്ങനെ?

ഒരുപക്ഷേ നിങ്ങൾ മുമ്പ് യേശുവിനോടൊപ്പം നടന്നിരിക്കാം, അല്ലെങ്കിൽ ഈ 40 ദിവസങ്ങളിൽ നിങ്ങൾ അവനെ കണ്ടുമുട്ടിയിരിക്കാം. എന്നാൽ ഇപ്പോൾ, നിങ്ങളുടെ ഉള്ളിൽ എന്തോ ഒന്ന് ഉണർന്നിരിക്കുന്നു.

മതത്തിനപ്പുറം മറ്റെല്ലാത്തിനും നിങ്ങൾ തയ്യാറാണ്.

ബന്ധങ്ങൾക്ക് നിങ്ങൾ തയ്യാറാണ് .

"യേശുവേ, എനിക്ക് നിന്നെ വേണം" എന്ന് പറയാൻ നിങ്ങൾ തയ്യാറാണ്.

സത്യം ഇതാണ്:

"എല്ലാവരും പാപം ചെയ്തിട്ടുണ്ട്; നാമെല്ലാവരും ദൈവത്തിന്റെ മഹത്വകരമായ നിലവാരത്തിൽ നിന്ന് വ്യതിചലിച്ചു ... എന്നിട്ടും ദൈവം തന്റെ കൃപയാൽ നമ്മെ തന്റെ ദൃഷ്ടിയിൽ സൗജന്യമായി നീതീകരിക്കുന്നു."

- **റോമർ** 3:23-24 (NLT)

നിങ്ങൾക്ക് രക്ഷ നേടാൻ കഴിയില്ല.
നിങ്ങൾക്ക് സ്വയം നന്നാക്കാൻ കഴിയില്ല.
പക്ഷേ യേശു ഇതിനകം തന്നെ മുഴുവൻ
വിലയും നൽകി - നിങ്ങളെ വീട്ടിലേക്ക്
സ്വാഗതം ചെയ്യാൻ അവൻ
കാത്തിരിക്കുകയാണ്.
വീണ്ടും ജനിക്കുന്നത് എങ്ങനെ?
വീണ്ടും ജനിക്കുക എന്നതിനർത്ഥം നിങ്ങളുടെ
ജീവിതം യേശുവിന് സമർപ്പിക്കുക എന്നാണ് -
അവന്റെ ക്ഷമ സ്വീകരിക്കുക, അവൻ മരിച്ച്
ഉയിർത്തെഴുന്നേറ്റു എന്ന് വിശ്വസിക്കുക,
അവനെ നിങ്ങളുടെ കർത്താവും
രക്ഷകനുമായി സ്വീകരിക്കുക.
ഇത് ലളിതമാണ്. ഇത് ശക്തമാണ്. ഇത് എല്ലാം
മാറ്റുന്നു.
ഇത് ഉച്ചത്തിൽ പ്രാർത്ഥിക്കുക:
**"കർത്താവായ യേശുവേ, നീ
ദൈവപുത്രനാണെന്ന് ഞാൻ വിശ്വസിക്കുന്നു.
നീ എന്റെ പാപങ്ങൾക്കു വേണ്ടി മരിച്ചു
ഉയിർത്തെഴുന്നേറ്റു എന്ന് ഞാൻ
വിശ്വസിക്കുന്നു. ഞാൻ പാപം ചെയ്തുവെന്ന്
ഞാൻ ഏറ്റുപറയുന്നു, എനിക്ക് നിന്റെ ക്ഷമ
ആവശ്യമാണ്. ഇന്ന്, ഞാൻ
പശ്ചാത്തപിക്കുകയും എന്റെ പഴയ
വഴികളിൽ നിന്ന് തിരിയുകയും ചെയ്യുന്നു.
എന്റെ കർത്താവും രക്ഷകനുമാകാൻ ഞാൻ
നിന്നെ എന്റെ ജീവിതത്തിലേക്ക്
ക്ഷണിക്കുന്നു. എന്നെ കഴുകി
ശുദ്ധീകരിക്കണമേ. നിന്റെ ആത്മാവിനാൽ**

എന്നെ നിറയ്ക്കണമേ. ഞാൻ വീണ്ടും ജനിച്ചു, ക്ഷമിക്കപ്പെട്ടു, സ്വതന്ത്രനായി എന്ന് ഞാൻ പ്രഖ്യാപിക്കുന്നു. ഇന്നുമുതൽ, ഞാൻ നിന്നെ അനുഗമിക്കും - നിന്റെ കാൽച്ചുവടുകളിൽ ഞാൻ ജീവിക്കും. എന്നെ രക്ഷിച്ചതിന് നന്ദി. യേശുവിന്റെ നാമത്തിൽ, ആമേൻ."

രക്ഷയ്ക്കു ശേഷമുള്ള അടുത്ത ഘട്ടങ്ങൾ

1. **ആരോടെങ്കിലും പറയുക** - നിങ്ങൾ വിശ്വസിക്കുന്ന ഒരു വിശ്വാസിയുമായി നിങ്ങളുടെ തീരുമാനം പങ്കിടുക.
2. **ഒരു ബൈബിൾ അധിഷ്ഠിത സഭ കണ്ടെത്തുക** - ദൈവവചനം പഠിപ്പിക്കുകയും അത് ജീവിതത്തിൽ പ്രാവർത്തികമാക്കുകയും ചെയ്യുന്ന ഒരു കമ്മ്യൂണിറ്റിയിൽ ചേരുക. https://www.otakada.org **അല്ലെങ്കിൽ** https://chat.whatsapp.com/H67spSun32DDTma8TLh0ov വഴി ഗോഡ്സ് ഈഗിൾ മിനിസ്ട്രികൾ ഓൺലൈനായി സന്ദർശിക്കുക.
3. **സ്നാനമേൽക്കുക** - നിങ്ങളുടെ വിശ്വാസം പരസ്യമായി പ്രഖ്യാപിക്കുന്നതിനുള്ള അടുത്ത പടി സ്വീകരിക്കുക.
4. **ദിവസവും ബൈബിൾ വായിക്കുക** - യോഹന്നാന്റെ സുവിശേഷത്തിൽ നിന്ന് ആരംഭിക്കുക.
5. **എല്ലാ ദിവസവും പ്രാർത്ഥിക്കുക** - ദൈവത്തോട് ഒരു സുഹൃത്തിനെയും

പിതാവിനെയും പോലെ സംസാരിക്കുക.

6. **ബന്ധം നിലനിർത്തുക** - നിങ്ങളുടെ പുതിയ നടത്തത്തെ പ്രോത്സാഹിപ്പിക്കുന്ന ആളുകളുമായി നിങ്ങളെ ചുറ്റിപ്പറ്റുക.
7. **സമൂഹത്തിനുള്ളിൽ ഒരു ശിഷ്യത്വ പ്രക്രിയ ആരംഭിക്കുക** - ഈ ലിങ്കുകൾ വഴി യേശുക്രിസ്തുവുമായി ഏകീകൃത ബന്ധം വികസിപ്പിക്കുക.

40 ദിവസത്തെ ശിഷ്യത്വം 1 - https://www.otakada.org/get-free-40-days-online-discipleship-course-in-a-journey-with-jesus/

40 ശിഷ്യത്വം 2 - https://www.otakada.org/get-free-40-days-dna-of-discipleship-journey-with-jesus-series-2/

എന്റെ രക്ഷാ നിമിഷം

തീയതി : ____________________

ഒപ്പ് : ________________

“ഒരുത്തൻ ക്രിസ്തുവിലായാൽ അവൻ പുതിയ സൃഷ്ടി ആകുന്നു; പഴയതു കഴിഞ്ഞുപോയി, ഇതാ പുതുതായി തീർന്നിരിക്കുന്നു!”

—2 കൊരിന്ത്യർ 5:17.

ക്രിസ്തുവിലുള്ള പുതുജീവിതത്തിന്റെ സർട്ടിഫിക്കറ്റ്

രക്ഷാ പ്രഖ്യാപനം – കൃപയാൽ വീണ്ടും ജനിച്ചു

ഇത് സാക്ഷ്യപ്പെടുത്തുന്നു

____

(പൂർണ്ണമായ പേര്)

യേശുക്രിസ്തുവിൽ കർത്താവും രക്ഷകനുമായി വിശ്വാസം

പരസ്യമായി പ്രഖ്യാപിക്കുകയും അവന്റെ മരണത്തിലൂടെയും പുനരുത്ഥാനത്തിലൂടെയും രക്ഷയുടെ സൗജന്യ ദാനം സ്വീകരിക്കുകയും ചെയ്തു.

"യേശുവിനെ കർത്താവാണെന്ന് നീ പരസ്യമായി പ്രഖ്യാപിക്കുകയും ദൈവം അവനെ മരിച്ചവരിൽ നിന്ന് ഉയിർപ്പിച്ചു എന്ന് ഹൃദയം കൊണ്ട് വിശ്വസിക്കുകയും ചെയ്താൽ നീ രക്ഷിക്കപ്പെടും."

- **റോമർ** 10:9 (NLT)

ഈ ദിവസം, സ്വർഗ്ഗം സന്തോഷിക്കുകയും ഒരു പുതിയ യാത്ര ആരംഭിക്കുകയും ചെയ്യുന്നു.

തീരുമാന തീയതി : ________________________

ഒപ്പ് : ____________________________

രക്ഷാ പ്രഖ്യാപനം

"ഇന്ന്, ഞാൻ എന്റെ ജീവിതം
യേശുക്രിസ്തുവിന് സമർപ്പിക്കുന്നു.
അവൻ എന്റെ പാപങ്ങൾക്കുവേണ്ടി മരിച്ചു
വീണ്ടും ഉയിർത്തെഴുന്നേറ്റു എന്ന് ഞാൻ
വിശ്വസിക്കുന്നു. ഞാൻ അവനെ എന്റെ
കർത്താവും രക്ഷകനുമായി സ്വീകരിക്കുന്നു.
ഞാൻ ക്ഷമിക്കപ്പെട്ടിരിക്കുന്നു, വീണ്ടും
ജനിച്ചിരിക്കുന്നു, പുതുക്കപ്പെട്ടിരിക്കുന്നു. ഈ
നിമിഷം മുതൽ, ഞാൻ അവന്റെ
കാൽച്ചുവടുകളിൽ നടക്കും."
ദൈവത്തിന്റെ കുടുംബത്തിലേക്ക് സ്വാഗതം!
കുഞ്ഞാടിന്റെ ജീവപുസ്തകത്തിൽ
നിങ്ങളുടെ പേര് എഴുതിയിരിക്കുന്നു.
നിങ്ങളുടെ കഥ ഇപ്പോൾ ആരംഭിക്കുകയാണ് -
അത് ശാശ്വതമാണ്.

ദൈവത്തിന്റെ കഴുകന്റെ ശുശ്രൂഷകളുമായി ബന്ധപ്പെടുക

- വെബ്സൈറ്റ്: www.otakada.org
- വെൽത്ത് ബിയോണ്ട് വറി സീരീസ്: www.wealthbeyondworryseries.com
- ഇമെയിൽ: ambassador@otakada.org

- **ഈ പ്രവർത്തനത്തെ പിന്തുണയ്ക്കുക:**

ഉടമ്പടി നയിക്കുന്ന ദാനത്തിലൂടെ രാജ്യ പദ്ധതികൾ, ദൗത്യങ്ങൾ, സൗജന്യ ആഗോള വിഭവങ്ങൾ എന്നിവയെ പിന്തുണയ്ക്കുക.

നൽകാൻ QR കോഡ് സ്കാൻ ചെയ്യുക

https://tithe.ly/give?c=308311

നിങ്ങളുടെ ഔദാര്യം കൂടുതൽ ആത്മാക്കളിലേക്ക് എത്തിച്ചേരാനും, വിഭവങ്ങൾ വിവർത്തനം ചെയ്യാനും, മിഷനറിമാരെ പിന്തുണയ്ക്കാനും, ആഗോളതലത്തിൽ ശിഷ്യത്വ സംവിധാനങ്ങൾ കെട്ടിപ്പടുക്കാനും ഞങ്ങളെ സഹായിക്കുന്നു. നന്ദി!

രചയിതാവ് ബയോ

സക്കറിയാസ് ഗോഡ്സീഗിൽ

രചയിതാവ് • അധ്യാപകൻ •
ദീർഘവീക്ഷണമുള്ള നേതാവ്

സക്കറിയാസ് ഗോഡ്സീഗിൽ വചനത്തിന്റെ ഒരു വികാരഭരിതനായ അധ്യാപകനും ക്രിസ്തുവിന്റെ ശരീരത്തിലേക്കുള്ള വിവേചനാത്മകമായ ശബ്ദവുമാണ്. ആത്മീയ ഉൾക്കാഴ്ചയ്ക്കായി ഒരു അതുല്യമായ കൃപ വഹിച്ചുകൊണ്ട്, വ്യക്തതയോടും പ്രവചനപരമായ ആഴത്തോടും, വിശ്വാസികൾ വിശുദ്ധിയിലും, ദൈവഭക്തിയോടും, ക്രിസ്തുവിനു യഥാർത്ഥ കീഴടങ്ങലിലും നടക്കുന്നത് കാണാനുള്ള ഹൃദയംഗമമായ ആഗ്രഹത്തോടും കൂടി സക്കറിയാസ് ശുശ്രൂഷ ചെയ്യുന്നു. ദൈവത്തിന്റെ ഈഗിൾ മിനിസ്ട്രീസ് (GEM) ന്റെ പ്രവർത്തനത്തിൽ സഹപ്രവർത്തകനെന്ന നിലയിൽ, ശിഷ്യത്വ ഉള്ളടക്കം, തിരുവെഴുത്ത് പ്രകാശനം, ഡിജിറ്റൽ, ഭൗതിക അതിർത്തികളിലെ ജീവിതങ്ങളെ സ്പർശിക്കുന്ന മാധ്യമ അധിഷ്ഠിത വ്യാപനം എന്നിവ രൂപപ്പെടുത്തുന്നതിൽ അദ്ദേഹം ഒരു പ്രധാന പങ്ക് വഹിക്കുന്നു. അദ്ദേഹത്തിന്റെ രചനകൾ

ആന്തരിക പരിവർത്തനം, അനുസരണം, വിശ്വാസിയുടെ ഹൃദയത്തിന്റെ സിംഹാസനത്തിലേക്കുള്ള ക്രിസ്തുവിന്റെ പുനഃസ്ഥാപനം എന്നിവയിൽ ശ്രദ്ധ കേന്ദ്രീകരിക്കുന്നു.

ഹൃദയം യോജിക്കുമ്പോൾ, വിധി യോജിക്കുന്നു

എന്ന ലളിതമായ ബോധ്യമാണ് സക്കറിയാസിനെ നയിക്കുന്നത് . അധ്യാപനത്തിലൂടെയും, മാർഗനിർദേശത്തിലൂടെയും, ആത്മാവ് നിറഞ്ഞ സൃഷ്ടിപരമായ പദ്ധതികളിലൂടെയും അദ്ദേഹം ലോകമെമ്പാടുമുള്ള പ്രേക്ഷകരിലേക്ക് എത്തുന്നത് തുടരുന്നു.

അംബാസഡർ തിങ്കളാഴ്ച ഒ. ഒഗ്ബെ

രചയിതാവ് • മിഷനറി കമ്മ്യൂണിക്കേറ്റർ • സ്ഥാപകൻ, ഗോഡ്സ് ഈഗിൾ മിനിസ്ട്രീസ് (ജെം)

അംബാസഡർ മണ്ടേ ഓറിയോജോ ഒഗ്വുജോ **ഗോഡ്സ് ഈഗിൾ മിനിസ്ട്രീസ് (GEM)** എന്ന സംഘടനയുടെ സ്ഥാപകനാണ് ഒഗ്ബെ - "ദൈവവചനത്തിലൂടെ ആളുകളെ ദൈവവുമായി ബന്ധിപ്പിക്കുക" എന്ന ദൗത്യമുള്ള ഒരു ആഗോള ദൗത്യം. മധ്യസ്ഥത, സത്യം, വൈകാരിക കഥപറച്ചിൽ, പ്രവചന

പഠിപ്പിക്കൽ എന്നിവയോടുള്ള തീവ്രമായ അഭിനിവേശത്തിന് പേരുകേട്ട അദ്ദേഹം എഴുത്ത്, പോഡ്കാസ്റ്റിംഗ്, ചലച്ചിത്ര നിർമ്മാണം, ഡിജിറ്റൽ സുവിശേഷീകരണം, ശിഷ്യത്വം എന്നിവയിലൂടെ രാജ്യങ്ങളിലൂടെ ശുശ്രൂഷ ചെയ്യുന്നു.

നേതൃത്വം, മാധ്യമങ്ങൾ, ദൗത്യങ്ങൾ എന്നീ മേഖലകളിലെ പശ്ചാത്തലമുള്ള അംബാസഡർ തിങ്കളാഴ്ച ആഫ്രിക്ക മുതൽ ഏഷ്യ, അമേരിക്കകൾ, യൂറോപ്പ്, മിഡിൽ ഈസ്റ്റ് വരെ പ്രതിധ്വനിക്കുന്ന ഒരു ക്രോസ്-കൾച്ചറൽ അഭിഷേകം നടത്തുന്നു. വിശ്വാസിയുടെ ഹൃദയത്തിലെ മറഞ്ഞിരിക്കുന്ന പോരാട്ടങ്ങളെ - അത്യാഗ്രഹം, സ്വത്വ പോരാട്ടങ്ങൾ, ആത്മീയ സംതൃപ്തി, ദൈവവുമായുള്ള അടുപ്പത്തിന്റെ സൂക്ഷ്മമായ ക്ഷയം എന്നിവയെ - അദ്ദേഹത്തിന്റെ പഠിപ്പിക്കലുകൾ അഭിമുഖീകരിക്കുന്നു.

otakada.org, GEM എന്നിവയുടെ ഡിജിറ്റൽ പ്ലാറ്റ്ഫോമുകൾ എന്നിവയിലൂടെ ദശലക്ഷക്കണക്കിന് ആളുകളിലേക്ക് എത്തുന്ന നിരവധി ഭക്തിഗാനങ്ങൾ, പുസ്തക പരമ്പരകൾ, മൾട്ടിമീഡിയ പഠിപ്പിക്കലുകൾ എന്നിവയുടെ രചയിതാവാണ് അദ്ദേഹം. അദ്ദേഹത്തിന്റെ ജീവിത സന്ദേശം ലളിതവും എന്നാൽ ആഴമേറിയതുമാണ്:

"ക്രിസ്തു കേന്ദ്രത്തിൽ ഇരിക്കുമ്പോൾ,

മറ്റെല്ലാം അതിന്റെ ശരിയായ സ്ഥാനം നേടുന്നു."

കംഫർട്ട് ലാഡി ഒഗ്ബെ

രചയിതാവ് • മധ്യസ്ഥൻ • ശുശ്രൂഷയിലെ സഹപ്രവർത്തകൻ

കംഫർട്ട് ലാഡി ദൈവത്തിന്റെ ഈഗിൾ മിനിസ്ട്രീസുകളുടെ രാജ്യ നിയമനത്തിൽ എഴുത്തുകാരിയും മധ്യസ്ഥയും സഹപ്രവർത്തകയുമാണ് ഓഗ്ബെ . അനുകമ്പ, വിവേചനാധികാരം, പരിപോഷിപ്പിക്കുന്ന മനോഭാവം എന്നിവയാൽ അനുഗ്രഹീതയായ അവർ, താൻ സ്പർശിക്കുന്ന ഓരോ പ്രോജക്റ്റിലും വൈകാരിക ആഴവും ആത്മീയ അടിത്തറയും കൊണ്ടുവരുന്നു.

പലപ്പോഴും തിരശ്ശീലയ്ക്ക് പിന്നിൽ അവരുടെ സംഭാവനകൾ വിനയത്തിന്റെയും ജ്ഞാനത്തിന്റെയും രോഗശാന്തിയുടെയും സുഗന്ധം വഹിക്കുന്നു. കൗൺസിലിംഗ്, പ്രാർത്ഥന, ശിഷ്യത്വം, സൃഷ്ടിപരമായ സഹകരണം എന്നിവയിലൂടെ ശുശ്രൂഷകരെ ആശ്വസിപ്പിക്കുന്നു, പ്രത്യേകിച്ച് കുടുംബ പുനഃസ്ഥാപനം, ആത്മീയ പക്വത, ഹൃദയ പരിവർത്തനം എന്നിവയ്ക്ക് പ്രാധാന്യം നൽകുന്ന കൃതികളിൽ.

ഒരു എഴുത്തുകാരി എന്ന നിലയിൽ, ജീവിതാനുഭവത്തിന്റെയും ആത്മീയ

ബോധ്യത്തിന്റെയും ഒരു സ്ഥലത്ത് നിന്നാണ് അവർ എഴുതുന്നത്, വായനക്കാർക്ക് വ്യക്തതയും ആശ്വാസവും ക്രിസ്തുവിൽ പൂർണ്ണത പിന്തുടരാനുള്ള പ്രോത്സാഹനവും നൽകുന്നു.
അറിവിൽ മാത്രമല്ല, ഹൃദയം വിശ്വസിക്കാനും കീഴടങ്ങാനും തഴച്ചുവളരാനും പഠിക്കുന്ന ദൈനംദിന ജീവിതത്തിലും ദൈവത്തെ അനുഭവിക്കാൻ വിശ്വാസികളെ സഹായിക്കുന്നതിന് കംഫർട്ട് പ്രതിജ്ഞാബദ്ധമാണ്.

രചയിതാവിന്റെ പേജ്:
https://www.amazon.com/stores/Zacharias-Godseagle/author/B0FCZ89D4K

അനുബന്ധം

അനുബന്ധം എ

60 മിനിറ്റ് തന്ത്രപരമായ പ്രാർത്ഥന മാതൃക

ഈ മാതൃക ദിവസവും പരിശീലിക്കണം - ഇടയ്ക്കിടെയല്ല.

30 മിനിറ്റ് — ആരാധന

ദൈവം ആരാണെന്ന് മാത്രം ശ്രദ്ധിക്കുക:

- അവന്റെ വിശുദ്ധി
- അവന്റെ പരമാധികാരം
- അവന്റെ കാരുണ്യം
- അവന്റെ നീതി.
- അവന്റെ അധികാരം
- അവന്റെ വിശ്വസ്തത

അപേക്ഷകളില്ല.
അപേക്ഷകളില്ല. ആദരവ് മാത്രം.

10 മിനിറ്റ് — അവന്റെ പരമാധികാരം പ്രഖ്യാപിക്കുക

വാമൊഴിയായി പ്രഖ്യാപിക്കുക:

- ദൈവം എന്റെ ജീവിതത്തെ ഭരിക്കുന്നു.
- എന്റെ കുടുംബത്തെ ഭരിക്കുന്നത് ദൈവമാണ്.
- ദൈവം എന്റെ വിളിയെ നിയന്ത്രിക്കുന്നു.
- ദൈവം എന്റെ പരിസ്ഥിതിയെ ഭരിക്കുന്നു.
- ദൈവം എന്റെ ജനതയെ ഭരിക്കുന്നു.

പ്രഖ്യാപനത്തിലൂടെ അധികാരം ശക്തിപ്പെടുത്തുന്നു.

10 മിനിറ്റ് - പശ്ചാത്താപം

പരിശോധിക്കുക:

- മനോഭാവം
- പ്രസംഗം
- ലക്ഷ്യങ്ങൾ
- മറഞ്ഞിരിക്കുന്ന വിട്ടുവീഴ്ച
- ആത്മീയ അലസത

പ്രത്യേകം ഏറ്റുപറയുക.

10 മിനിറ്റ് — രാജ്യ-വിന്യാസ ഉത്തരവുകൾ

തിരുവെഴുത്ത് അടിസ്ഥാനമാക്കിയുള്ള വിന്യാസം പ്രഖ്യാപിക്കുക:

- ഞാൻ വിശുദ്ധിയിൽ നടക്കുന്നു.
- ഞാൻ അച്ചടക്കത്തോടെ ജീവിക്കുന്നു.
- ഞാൻ വിശ്വസ്തതയോടെ സഹിക്കുന്നു.

- ഞാൻ നിയോഗം നിറവേറ്റുന്നു.
- ഞാൻ പിൻവാങ്ങാൻ വിസമ്മതിക്കുന്നു.

സ്വാർത്ഥമായ അഭിലാഷങ്ങൾ വിധിക്കരുത്. തിരുവെഴുത്തുകളുമായി പൊരുത്തപ്പെടുക.

അനുബന്ധം ബി

7-ദിവസത്തെ അച്ചടക്ക പുനഃസജ്ജീകരണ ഗൈഡ്

തുടർച്ചയായ ഏഴ് ദിവസം:

1. ദിവസവും ഒരു മണിക്കൂർ തടസ്സമില്ലാതെ ക്രമീകൃതമായ പ്രാർത്ഥന.
2. ഒരു സുവിശേഷം മുഴുവനായും വായിക്കുക.
3. രാത്രിയിലെ സമഗ്രതാ ഓഡിറ്റ്.
4. ഗോസിപ്പ്, പരാതി, അതിശയോക്തി എന്നിവ വേണ്ട.
5. കുറഞ്ഞത് ഒരു മനഃപൂർവ ഉപവാസമെങ്കിലും.
6. ഡിജിറ്റൽ ശബ്ദം കുറച്ചു.
7. ദൈനംദിന ഉത്തരവാദിത്ത പരിശോധന.

ഏഴ് ദിവസം കൊണ്ട് സംവേദനക്ഷമത പുനർനിർമ്മിക്കാൻ കഴിയും.

അനുബന്ധം സി

വ്യക്തിഗത വിശ്വസ്തത ഉടമ്പടി ടെംപ്ലേറ്റ്

ഇത് നിങ്ങളുടെ സ്വന്തം കൈപ്പടയിൽ എഴുതുക.

വ്യക്തിപരമായ ഉടമ്പടി

ഞാൻ, ________________________,
യേശുക്രിസ്തുവിനോടുള്ള എന്റെ പൂർണ്ണവും സമ്പൂർണവുമായ കൂറ് പ്രഖ്യാപിക്കുന്നു.
ഭിന്നിച്ച വിശ്വസ്തത ഞാൻ ഉപേക്ഷിക്കുന്നു.
മറഞ്ഞിരിക്കുന്ന വിട്ടുവീഴ്ച ഞാൻ നിരസിക്കുന്നു. സ്വകാര്യ ജീവിതത്തിലും പൊതുജീവിതത്തിലും ഞാൻ വിശുദ്ധിക്ക് പ്രതിജ്ഞാബദ്ധനാണ്. അച്ചടക്കമുള്ള പ്രാർത്ഥനയ്ക്ക് ഞാൻ പ്രതിജ്ഞാബദ്ധനാണ്.
നിലനിൽക്കുന്ന വിശ്വസ്തതയ്ക്ക് ഞാൻ പ്രതിജ്ഞാബദ്ധനാണ്. എന്റെ ദിവ്യ നിയോഗം ഞാൻ സ്വീകരിക്കുന്നു.
പിൻവാങ്ങാൻ ഞാൻ വിസമ്മതിക്കുന്നു.
ദൈവമുമ്പാകെ ഞാൻ ഈ ഉടമ്പടി മുദ്രവെക്കുന്നു.

ഒപ്പിട്ടത്: ____________________

തീയതി: ____________________

അന്തിമ പാസ്റ്ററൽ അനുഗ്രഹം

നിങ്ങളുടെ വിശ്വസ്തത
അചഞ്ചലമായിരിക്കട്ടെ.
നിങ്ങളുടെ ശിക്ഷണം
സ്ഥിരതയുള്ളതായിരിക്കട്ടെ. നിങ്ങളുടെ
വിശുദ്ധി നിങ്ങളുടെ ഭാവിയെ സംരക്ഷിക്കട്ടെ.
നിങ്ങളുടെ സഹിഷ്ണുത അവസാന
തീവ്രതയെ മറികടക്കട്ടെ. നിങ്ങളുടെ നിയോഗം
നിറവേറ്റപ്പെടട്ടെ. ഒരു വെടിയുണ്ടയും,
വഞ്ചനയും, നിരാശയും, കാപട്യവും, ഒരു
തിരിച്ചുവരവും നിങ്ങളെ പിന്നോട്ട്
വലിക്കാതിരിക്കട്ടെ.
നിങ്ങളുടെ ഓട്ടം പൂർത്തിയാക്കട്ടെ.
സ്വർഗ്ഗം നിന്നിൽ സന്തോഷിക്കട്ടെ.
മുന്നോട്ട് മാത്രം.

ശുപാർശ ചെയ്യുന്ന പുസ്തകങ്ങളും വിഭവങ്ങളും

ഞാൻ സ്വർഗ്ഗത്തിൽ നിന്ന് തീ കണ്ടു
ജിഹാദിൽ നിന്ന് യേശുവിലേക്ക് -
തീപിടുത്തത്തിൽ വിശ്വസ്തത

ലിവിംഗ് എപ്പിസ്റ്റൽസ് – 40 ദിവസത്തെ ഭക്തി പരമ്പര | പുസ്തകം 3

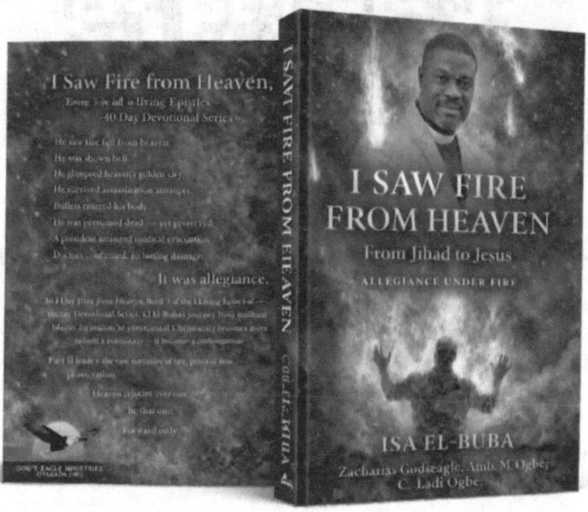

ഇ-ബുക്ക് ലിങ്കുകൾ –

https://shop.otakada.org/product/i-saw-fire-from-heaven-from-jihad-to-jesus-allegiance-under-fire-prophet-isa-el-buba-in-epub/

ആമസോൺ ഇ-ബുക്ക് ലിങ്ക്

https://www.amazon.com/Saw-Fire-Heaven-Allegiance-Devotional-ebook/dp/B0GP9TGL2D

ഇൻഗ്രാംസ്പാർക്ക് വഴി ഓർഡർ ചെയ്യുക

https://shop.ingrampark.com/b/084?params=L7sIm15JJC55NhWaeizvOlnnUVWZJdq7PISwLupgc8T

സി.എസ്. ലൂയിസ് (1898-1963) -കേവലം ക്രിസ്തുമതം, പൂർണ്ണമായും ജീവിച്ചു: ഒരു വിമുഖതയുള്ള മനസ്സിൽ നിന്ന് രൂപാന്തരപ്പെട്ട ജീവിതത്തിലേക്ക് (ജീവിക്കുന്ന ലേഖനങ്ങൾ - 40 ദിവസത്തെ ഭക്തി പരമ്പര | പുസ്തക പുസ്തകം 2)

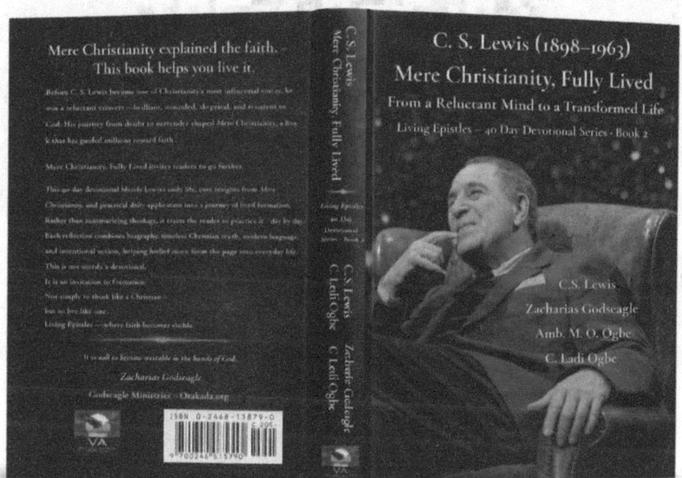

ഇ-ബുക്ക്

https://www.amazon.com/Lewis-1898-1963-Mere-Christianity-Fully-ebook/dp/B0GKQ27F9N

പേപ്പർബാക്ക്

https://www.amazon.com/Lewis-1898-1963-Mere-Christianity-Fully/dp/B0GM8YMXC3

ഹാർഡ്കവർ

https://www.amazon.com/Lewis-1898-1963-Mere-Christianity-Fully/dp/B0GM8WHXJL

ലിങ്ക് വഴി ഓർഡർ ചെയ്യുക -
https://shop.ingrampark.com/b/084?params=HEiG1mvNiEtCSBrrX4PON2IomPPhR8L5aoQG6wcuKCT

ഹിപ്പോയിലെ വിശുദ്ധ അഗസ്റ്റിൻ (എ.ഡി. 354–430)
അസ്വസ്ഥമായ ഹൃദയത്തിൽ നിന്ന് എഴുതപ്പെട്ട ജീവിതത്തിലേക്ക് - ജീവിക്കുന്ന ലേഖനങ്ങൾ - 40 ദിവസത്തെ ഭക്തി പരമ്പര - 1

ആമസോൺ ഇ-ബുക്ക് ലിങ്ക് -
https://www.amazon.com/ST-AUGUSTINE-HIPPO-354-430-Devotional-ebook/dp/B0GJN8N9XS

ആമസോൺ പേപ്പർബാക്ക് ഓർഡർ ലിങ്ക് -
https://www.amazon.com/St-Augustine-Hippo-354-430-Devotional/dp/B0GJWTVLR6

ഇൻഗ്രാംസ്പാർക്ക് പേപ്പർബാക്ക് ലിങ്ക് -
https://shop.ingrampark.com/b/084?params=BZOOW3dj93aGEtBL2Fv1VY8wV1OQvA10dtZRDgk7Z9Z

എന്നെ സ്കാൻ ചെയ്യുക

പുതുക്കൽ 7
7 ദിവസം കൊണ്ട് നിങ്ങളുടെ വീടിന്റെ
ഹൃദയം സുഖപ്പെടുത്തൂ
പുതുക്കൽ പരമ്പര - കുടുംബ ഐക്യ പതിപ്പ്

ബുക്ക് പേപ്പർബാക്കിലേക്കുള്ള ലിങ്ക് - https://shop.ingrampark.com/b/084?params=htyfL002e1JzyEpZWkKtaXWF5FJ1jZFOjgiQKEfcbnw

ആമസോൺ പേജ് പേപ്പർബാക്കിലേക്കുള്ള ലിങ്ക് - https://www.amazon.com/RENEWAL-Heal-Heart-Your-Renewal/dp/B0GD92153W

ഇ-ബുക്കിലേക്കുള്ള ലിങ്ക് –

https://www.amazon.com/RENEWAL-Heal-Heart-Your-Renewal-ebook/dp/B0G91BMFND

എന്നെ സ്കാൻ ചെയ്യുക –

പുതുക്കൽ 7: 7 ദിവസം കൊണ്ട് നിങ്ങളുടെ വീടിന്റെ ഹൃദയം സുഖപ്പെടുത്തുക

പുതുക്കൽ പരമ്പര — കുടുംബ യൂണിറ്റി പതിപ്പ്

പേപ്പർബാക്കിലേക്കുള്ള ലിങ്ക് -

https://shop.ingrampark.com/b/084?params=nSEElv9oUsItOu5akVZlg4ycGbbmvlBOtSiqeOZr5yQ

ആമസോൺ പേപ്പർബാക്കിലേക്കുള്ള ലിങ്ക് -
https://www.amazon.com/RENEWAL-MARRIAGE-Heart-Marriage-Renewal/dp/B0GDC1YZJ7

ഇ-ബുക്കിലേക്കുള്ള ലിങ്ക് -
https://www.amazon.com/RENEWAL-MARRIAGE-Heart-Marriage-Renewal-ebook/dp/B0G6JXJWJL

ഹൃദയ സിംഹാസനം - നമ്മൾ ജയിക്കേണ്ട 12 യുദ്ധങ്ങൾ

ആമസോൺ ഇ-ബുക്ക് -

https://www.amazon.com/THRONE-HEART-COVETOUSNESS-Counterfeit-CONTENTMENT-ebook/dp/B0G4SPFRY7

ആമസോൺ പേപ്പർബാക്ക് -

https://www.amazon.com/THRONE-HEART-COVETOUSNESS-Counterfeit-CONTENTMENT/dp/B0G4TKW1ND

ഇൻഗ്രാംസ്പാർക്കിൽ നിന്നുള്ള പേപ്പർബാക്ക് -

https://shop.ingrampark.com/b/084?params=a75LJXtvvI63VnzeQPleQTkAJWfu8CPQV6l5Oe31D80

ഓഡിയോ ലിങ്ക് സഹിതം സക്കറിയാസ് ഗോഡ്സീഗലിന്റെ 4 ഇൻ 1 പ്രസംഗങ്ങൾ

ആമസോൺ ഇ-ബുക്ക് ലിങ്ക് -

https://www.amazon.com/Sermons-Zacharias-Godseagle-Audio-links-ebook/dp/B0G4XCH4TW

ആമസോൺ പേപ്പർബാക്ക് -

https://www.amazon.com/Sermons-Zacharias-Godseagle-Audio-links/dp/B0G4TK4XGT

പേപ്പർബാക്ക് ഇൻഗ്രാം സ്പാർക്ക് ലിങ്ക് -

https://shop.ingrampark.com/b/084?params=nK2JERskkbhdAOSNseTUNRhaCFqUPZuhB4uYfqrXvGb

തീർത്ഥാടന കോഡ്: AI അവേക്കനിംഗ്

ഇ-ബുക്ക് - https://www.amazon.com/Logos-Protocol-Awakening-artificial-intelligence-ebook/dp/B0FXNQFSWZ

പേപ്പർബാക്ക് - https://www.amazon.com/Logos-Protocol-Awakening-artificial-intelligence/dp/B0FXNGR66D

ഹാർഡ്ബാക്ക് - https://www.amazon.com/Logos-Protocol-Awakening-artificial-intelligence/dp/B0FZNTQR6Y

പേപ്പർബാക്ക് ഇൻഗ്രാംസ്പാർക്ക് -
https://shop.ingrampark.com/b/084?params=QkK4aNYTYO9U5z9uOkdHgc7Ue1eGDLqbb1tz9WRPaSk

മോചനം പരാജയപ്പെടുന്നത് എന്തുകൊണ്ട് - ദൈവത്തിന്റെ അഗ്നി ആത്മാവിനെ എങ്ങനെ പുനഃസ്ഥാപിക്കുന്നു: സമഗ്രമായ മോചനത്തിനായുള്ള 40 ദൈനംദിന പ്രഖ്യാപനങ്ങൾ

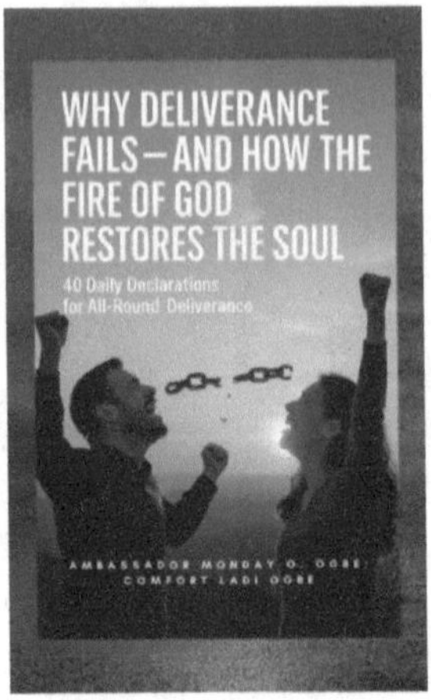

ഇ-ബുക്ക് - https://www.amazon.com/Why-Deliverance-Fails-Declarations-All-Round-ebook/dp/B0FW74L4G4

പേപ്പർബാക്ക് - https://www.amazon.com/Why-Deliverance-Fails-Declarations-All-Round/dp/B0FWB3LXRM

സേവ്ഡ് ബട്ട് ലോസ്റ്റ് – ദി അൺഡിസിപ്ലെഡ് കൺവേർട്ട് – 25 ഭാഷകളിലേക്ക് വിവർത്തനം ചെയ്തു

പേപ്പർബാക്ക്
https://shop.ingrampark.com/b/084?params=iYNB6S3PLMfREpm0jMM15bMe3BvWlkjcYyLYnHVGAds
ഇ-ബുക്ക് - https://www.amazon.com/SAVED-BUT-LOST-UNDISCIPLED-heartbreak-ebook/dp/B0FVJ29DF7

ആത്മീയ യുദ്ധത്തിന്റെയും വീണ്ടെടുപ്പിന്റെയും 7 ദിവസങ്ങൾ - ഇത് ഭാഗം 1 ആണ്

ശത്രുവിനെ ബന്ധിക്കുക, അമ്പുകൾ ഏഴുമടങ്ങ് തിരിച്ചുകൊടുക്കുക, നിങ്ങളുടെ വിധി പുനഃസ്ഥാപിക്കുക

https://shop.ingrampark.com/b/084?params=8mPzqUl73Ex7uPyeO7ydyt8EGkkB6u2gX1jZvWU8j1C

ഇ-ബുക്ക് ലിങ്ക് - https://www.amazon.com/DAYS-SPIRITUAL-WARFARE-RECOVERY-Returning-ebook/dp/B0FMPJM5KZ

ആത്മീയ യുദ്ധത്തിന്റെയും വീണ്ടെടുപ്പിന്റെയും 7 ദിവസങ്ങൾ - ഭാഗം 2 - വിജയം മുദ്രകുത്തൽ, കുടുംബ ദുഷ്ടത തകർക്കൽ, നിങ്ങളുടെ പുനഃസ്ഥാപിത വിധി സംരക്ഷിക്കൽ

പേപ്പർബാക്ക് - https://shop.ingrampark.com/b/084?params=LkpNmGSsApHhWhiSO7bW3wFmcXQKIO4ZEBeSbP5rL1S

ഇ-ബുക്ക് - https://www.amazon.com/DAYS-SPIRITUAL-WARFARE-RECOVERY-Wickedness-ebook/dp/B0FR9YCMY8

ഇരുട്ടിൽ നിന്ന് ആധിപത്യത്തിലേക്ക്:
ഇരുട്ടിന്റെ മറഞ്ഞിരിക്കുന്ന പിടിയിൽ നിന്ന്
മോചനം നേടാൻ 40 ദിവസങ്ങൾ
–
സ്വതന്ത്രരാകാൻ തയ്യാറായ വ്യക്തികൾക്കും,
കുടുംബങ്ങൾക്കും, രാഷ്ട്രങ്ങൾക്കും
വേണ്ടിയുള്ള ഒരു ആഗോള
ബോധവൽക്കരണം, മോചനം, ശക്തി
എന്നിവയുടെ ഭക്തിഗാനം.

പേപ്പർബാക്ക്
https://shop.ingrampark.com/b/084?params=aVgp21QfwJxNANkfMxIQ0yejuFCVY12KFr978SRkZUD

ആമസോൺ ലിങ്ക് -

https://www.amazon.com/DARKNESS-DOMINION-Devotional-Awareness-Deliverance-ebook/dp/B0FLDH2Y67

- ***ഇരുട്ടിന്റെ ശക്തിയിൽ നിന്ന് മോചിതമായത്*** **(പേപ്പർബാക്ക്)** — ഇവിടെ വാങ്ങുക | ആമസോണിലെ ഇ-ബുക്ക്

  - **യുണൈറ്റഡ് സ്റ്റേറ്റ്സിൽ നിന്നുള്ള മികച്ച അവലോകനങ്ങൾ:**
    - **കിൻഡിൽ കസ്റ്റമർ** : "ഇതുവരെ വായിച്ചതിൽ വച്ച് ഏറ്റവും മികച്ച ക്രിസ്തീയ പുസ്തകം!" (5 നക്ഷത്രങ്ങൾ)

ഈ സാക്ഷ്യത്തിന് യേശുവിനെ സ്തുതിക്കുക. ഞാൻ വളരെയധികം അനുഗ്രഹിക്കപ്പെട്ടിരിക്കുന്നു, എല്ലാവരും ഈ പുസ്തകം വായിക്കാൻ ഞാൻ ശുപാർശ ചെയ്യുന്നു... കാരണം പാപത്തിന്റെ ശമ്പളം മരണമാണ്, എന്നാൽ ദൈവത്തിന്റെ ദാനം നിത്യജീവനാണ്. ശാലോം! ശാലോം!

- **ഡാ ജിസ്റ്റർ** : "ഇത് വളരെ രസകരവും വിചിത്രവുമായ ഒരു പുസ്തകമാണ്." (5 നക്ഷത്രങ്ങൾ)

പുസ്തകത്തിൽ പറഞ്ഞിരിക്കുന്നത് സത്യമാണെങ്കിൽ ശത്രുവിന് ചെയ്യാൻ കഴിയുന്ന കാര്യങ്ങളിൽ നമ്മൾ വളരെ പിന്നിലാണ്! ... ആത്മീയ യുദ്ധത്തെക്കുറിച്ച് പഠിക്കാൻ ആഗ്രഹിക്കുന്ന ഏതൊരാൾക്കും അത്യാവശ്യമായ ഒന്ന്.

- **വിസ** : "ഈ പുസ്തകം ഇഷ്ടപ്പെട്ടു" (5 നക്ഷത്രങ്ങൾ)

ഇതൊരു കണ്ണുതുറപ്പിക്കുന്ന അനുഭവമാണ്... ഒരു യഥാർത്ഥ കുറ്റസമ്മതം... അടുത്തിടെയായി ഞാൻ ഇത് വാങ്ങാൻ എല്ലായിടത്തും തിരയുകയായിരുന്നു. ആമസോണിൽ നിന്ന് ഇത് ലഭിച്ചതിൽ വളരെ സന്തോഷം.

- **ഫ്രാങ്ക്ജെഎം** : "വളരെ വ്യത്യസ്തം" (4 നക്ഷത്രങ്ങൾ)

ആത്മീയ യുദ്ധം എത്രത്തോളം യഥാർത്ഥമാണെന്ന് ഈ പുസ്തകം എന്നെ ഓർമ്മിപ്പിക്കുന്നു. "ദൈവത്തിന്റെ പൂർണ്ണ ആയുധവർഗ്ഗം" ധരിക്കേണ്ടതിന്റെ കാരണവും ഇത് ഓർമ്മിപ്പിക്കുന്നു.

- **ജെൻജെൻ** : "സ്വർഗ്ഗത്തിൽ പോകാൻ ആഗ്രഹിക്കുന്ന എല്ലാവരും - ഇത്

വായിക്കുക!" (5
നക്ഷത്രങ്ങൾ)

ഈ പുസ്തകം എന്റെ ജീവിതത്തെ വളരെയധികം മാറ്റിമറിച്ചു. ജോൺ റാമിറെസിന്റെ സാക്ഷ്യത്തോടൊപ്പം, നിങ്ങളുടെ വിശ്വാസത്തെ വ്യത്യസ്തമായി നോക്കാൻ ഇത് നിങ്ങളെ പ്രേരിപ്പിക്കും. ഞാൻ ഇത് 6 തവണ വായിച്ചു!

- *മുൻ സാത്താനിസ്റ്റ്: ജെയിംസ് എക്സ്ചേഞ്ച്* (പേപ്പർബാക്ക്) — ഇവിടെ വാങ്ങുക | ആമസോണിലെ ഇ-ബുക്ക്

- *ഒരു ആഫ്രിക്കൻ മുൻ സാത്താനിസ്റ്റിന്റെ സാക്ഷ്യം - പാസ്റ്റർ ജോനാസ് ലുകുന്തു എംപാല* (പേപ്പർബാക്ക്) — ഇവിടെ വാങ്ങുക | ആമസോണിലെ ഇ-ബുക്ക്

- *ഗ്രേറ്റർ എക്സ്പ്ലോയിറ്റ്സ് 14* (പേപ്പർബാക്ക്) — ഇവിടെ വാങ്ങുക | ആമസോണിലെ ഇ-ബുക്ക്

- ജോൺ റാമിറെസിന്റെ *ഔട്ട് ഓഫ് ദി ഡെവിൾസ് കോൾഡ്രോൺ*— ആമസോണിൽ ലഭ്യമാണ്.
- റെബേക്ക ബ്രൗൺ എഴുതിയ *തടവുകാരെ മോചിപ്പിക്കാൻ അവൻ വന്നു*— ആമസോണിൽ കണ്ടെത്തുക

രചയിതാവ് പ്രസിദ്ധീകരിച്ച മറ്റ് പുസ്തകങ്ങൾ – 1000-ത്തിലധികം ശീർഷകങ്ങൾ

സ്നേഹിക്കപ്പെട്ടു, തിരഞ്ഞെടുക്കപ്പെട്ടു, മുഴുവനും : തിരസ്കരണത്തിൽ നിന്ന് പുനഃസ്ഥാപനത്തിലേക്കുള്ള 30 ദിവസത്തെ യാത്ര ലോകത്തിലെ 40 ഭാഷകളിലേക്ക് വിവർത്തനം ചെയ്തു.

https://www.amazon.com/Loved-Chosen-Whole-Rejection-Restoration-ebook/dp/B0F9VSD8WL

https://shop.ingrampark.com/b/084?params=xga0WR16muFUwCoeMUBHQ6HwYjddLGpugQHb3DVa5hE

അദ്ദേഹത്തിന്റെ ചുവടുകളിൽ — 40 ദിവസത്തെ WWJD ചലഞ്ച്: ലോകമെമ്പാടുമുള്ള യഥാർത്ഥ ജീവിത കഥകളിൽ യേശുവിനെപ്പോലെ ജീവിക്കുന്നു

https://www.amazon.com/His-Steps-Challenge-Real-Life-Stories-ebook/dp/B0FCYTL5MG

https://shop.ingrampark.com/b/084?params=DuNTWS59I
bkvSKtGFbCbEFdv3Zg0FaITUEvlK49yLzB

യേശു വാതിൽക്കൽ:

40 ഹൃദയഭേദകമായ കഥകളും ഇന്നത്തെ സഭകൾക്കുള്ള സ്വർഗ്ഗത്തിന്റെ അന്തിമ മുന്നറിയിപ്പും

https://www.amazon.com/dp/B0FDX31L9F

https://shop.ingramspark.com/b/084?params=TpdA5j8WPvw83glJ12N1B3nf8LQte2a1lIEy32bHcGg

ഉടമ്പടി ജീവിതം: ആവർത്തനം 28 ലെ അനുഗ്രഹത്തിൽ 40 ദിവസത്തെ നടത്തം

- https://www.amazon.com/dp/B0FFJCLDB5

യഥാർത്ഥ ആളുകൾ, യഥാർത്ഥ അനുസരണം, യഥാർത്ഥ കഥകൾ

https://shop.ingrampark.com/b/084?params=bH3pzfz1zdCOLpbs7tZYJNYgGcYfU32VMz3J3a4e2Qt

20-ലധികം ഭാഷകളിൽ പരിവർത്തനം

അവളെയും അവളെയും
അറിയുന്നത്:
രോഗശാന്തി, മനസ്സിലാക്കൽ,
നിലനിൽക്കുന്ന സ്നേഹം
എന്നിവയിലേക്കുള്ള 40
ദിവസങ്ങൾ

https://www.amazon.com/KNOWING-HER-HIM-Healing-Understanding-ebook/dp/B0FGC4V3D9

https://shop.ingramspark.com/b/084?params=vC6KCLoI7Nnum24BVmBtSme9i6k59p3oynaZOY4B9Rd

പൂർണ്ണം, മത്സരിക്കാത്തത്:
ലക്ഷ്യം, ഐക്യം, സഹകരണം
എന്നിവയിലേക്കുള്ള 40 ദിവസത്തെ യാത്ര

https://shop.ingrampark.com/b/084?params=5E4v1tHgeTqOOuEtfTYUzZDzLyXLee30cqYo0Ov9941

https://www.amazon.com/COMPLETE-NOT-COMPETE-Journey-Collaboration-ebook/dp/B0FGGL1XSQ/

ദൈവിക ആരോഗ്യ കോഡ് - ദൈവവചനത്തിലൂടെയും സൃഷ്ടിയിലൂടെയും രോഗശാന്തി സജീവമാക്കുന്നതിനുള്ള 40 ദൈനംദിന താക്കോലുകൾ സസ്യങ്ങളുടെയും, പ്രാർത്ഥനയുടെയും, പ്രവാചക പ്രവർത്തനത്തിന്റെയും

രോഗശാന്തി ശക്തി അൺലോക്ക് ചെയ്യുക.

https://shop.ingramspark.com/b/084?params=xkZMrYcEHnrJDhe1wuHHYixZDViiArCeJ6PbNMTbTux

https://www.amazon.com/dp/B0FHJT42TK

മറ്റ് പുസ്തകങ്ങൾ രചയിതാവിന്റെ പേജിൽ കാണാം https://www.amazon.com/stores/Ambassador-Monday-O.-Ogbe/author/B07MSBPFNX

www.ingramcontent.com/pod-product-compliance
Lightning Source LLC
LaVergne TN
LVHW032021041026
849517LV00008B/2695
* 9 7 9 8 2 9 5 7 0 2 5 4 9 *